சந்தியா
பதிப்பகம்

கலாப்ரியா

கலாப்ரியா என்கிற தி.க.சோமசுந்தரம் (30-07-1950) திருநெல்வேலியில் பிறந்தவர். வண்ணதாசன் தந்த உந்துதலாலும் உற்சாகத்தாலும் எழுத ஆரம்பித்து, 1969 முதல் 45 ஆண்டுக் காலமாக தமிழின் அநேகமான எல்லா இலக்கிய, வெகுஜன இதழ்களிலும் இவரது கவிதைகளும் கட்டுரைகளும் வெளியாகி உள்ளன. ஆங்கிலம், ஃப்ரெஞ்ச், இந்தி, மலையாளம், கன்னடம், தெலுங்கு, வங்காளம் ஒரியா உள்ளிட்ட பல மொழிகளில் இவரது கவிதைகள் மொழிபெயர்க்கப்பட்டுள்ளன. குற்றாலத்தில், 1987-2007 காலகட்டத்தில் கவிஞர் பிரம்மராஜன் முன்மொழிவுடன், எந்த நிறுவனங்களின் ஆதரவுமின்றி இவர் நடத்திய பல கவிதைப் பட்டறைகள், இலக்கியக் கருத்தரங்குகள் பலராலும் பங்கு பெறப்பட்டு, இன்னமும் பலராலும் பேசப்படுபவை. கலைமாமணி விருது, கவிதைக்கணம் விருது, கண்ணதாசன் இலக்கிய விருது, சிற்பி இலக்கிய விருது, நீதியரசர் வி.ஆர்.கிருஷ்ண அய்யர் விருது, திருப்பூர் தமிழ்ச் சங்க விருதுகள், தேவமகள் இலக்கிய விருது, சுஜாதா உயிர்மை விருது ஆகியவை இவர் பெற்ற விருதுகளில் சில. வெவ்வேறு கால கட்டத்தில் தொகுக்கப்பட்ட மொத்தக் கவிதைகளின் மூன்று பதிப்புகள் உட்பட பதினைந்து கவிதை நூல்களும், ஆறு கட்டுரைத் தொகுப்புகளும் வெளிவந்துள்ளன. இவைத் தவிர 2015 டிசம்பர் மாதத்தில் 'மையத்தைப்பிரிகிற நீர்வட்டங்கள்', 'என் உள்ளம் அழகான வெள்ளித்திரை' என்ற இரண்டு நூல்கள் வெளிவருகின்றன.

மையத்தைப் பிரிகிற நீர் வட்டங்கள்

கலாப்ரியா

சந்தியா பதிப்பகம்
சென்னை - 83.

மையத்தைப் பிரிகிற நீர் வட்டங்கள்

© கலாப்ரியா

முதற்பதிப்பு: 2016
அளவு: டெமி ● தாள்: 60 gsm ● பக்கம்: 200
அச்சு அளவு: 11 புள்ளி ● விலை: ரூ. 175/-
அச்சாக்கம் : ரெப்ரோ இந்தியா லிமிட்,
சென்னை - 115.

சந்தியா பதிப்பகம்
புதிய எண் 77, 53வது தெரு, 9வது அவென்யூ,
அசோக் நகர், சென்னை - 600 083.
தொலைபேசி: 044 - 24896979

ISBN: 978-93-84915-56-8

Maiyaththai Pirikira Neer Vattangal

© Kalapriya

First Edition: 2016 ● Pages: 200

Printed at Repro India Ltd.,
Chennai - 115.

Published by
Sandhya Publications
New No. 77, 53rd Street, 9th Avenue, Ashok Nagar,
Chennai - 600 083. Tamilnadu.
Ph : 044 - 24896979

Price Rs. 175/-

sandhyapathippagam@gmail.com
sandhyapublications@yahoo.com
www.sandhyapublications.com

"எண்ணெண் கலைதோய் கருத்தியை ஐம்புலனுங்
கலங்காமற் கருத்தை யெல்லாம் திருத்தியை யான்மற வேன்"

அன்புடன்

'அந்திமழை' **இளங்கோவன்** மற்றும் *சரஸ்வதி*
இளங்கோவன் இருவருக்கும்

ஏழை எழுதிக்கோ... எம்பேரைச் சொல்லிக்கோ....

“பெரியகோயிலுக்கு வருபவர்கள் ஒவ்வொருவருக்கும் பிடித்தமான நேரம், காலம் என்று ஒன்று உண்டு. சிலருக்கு காலையில் நடை திறக்கும்போது உதயமார்த்தாண்டம் பார்க்கவேண்டும். சிலருக்கு உச்சிக்காலம், சிலர் சாயுங் காலம் நிகழும் சாயரட்சை பூசைக்குப் போவார்கள். ஒவ்வொன்றுக்கும் ஒரு குழுமம் குரூப் இருக்கும். ஒவ்வொரு குழுமத்தினருக்கும் பிரத்யேக ஜாடை கூட இருக்கும். நான் வேலையில்லாத காலத்தில் சாயந்தரம் போவேன். என்னுடன் என் ஜாடையில் சிலரும். சாயரட்சை பூசையின் மந்திர தந்திர உச்சாடனைகள் முடிந்ததும் ஓதுவார் கடனேயென்று ஒரு தேவாரம் பாடுவார். குரல் என்னவோ அற்புதமாய்த் தான் இருக்கும். ஆனால் அவர் கடைசி வார்த்தை....” திருநெல்வேலியுறைச் செல்வர் தாமே...” என்று முடிக்கும் முன்பே ஐயர் மணியை ஆட்டி பெரிதாகக் ‘கவர்த்தட்’டில் கற்பூரம் காட்டிவிடுவார். அப்புறம் ஓதுவார், ஐயர் தரும் ஒரு பழமோ, சிறு பூவோ பிரசாதம் வாங்கிக்கொண்டு நகர்ந்துவிடுவார். நாங்கள் சமயத்தில் சாமியுடன் கோவித்துக் கொண்டு போகாமலிருப்போம். அப்புறம் போனாப் போறார் நம்ம நெல்லையப்பர்தானே என்று கிளம்பிவிடுவோம். அன்றைக்கு அது மாதிரி ஒரு சடவில் நான் போனதே ரொம்பத் தாமதமாக, அர்த்தசாமப் பூசை நேரத்துக்குத்தான்.

அதிகார நந்திக்கு முன்னால் உட்கார்ந்து ஆர் மோனியத்தை இசைத்துக் கொண்டு கண்ணீர் மல்க ஓதுவார் பாடிக் கொண்டிருந்தார். அவரைச் சுற்றி கோயில் அதிகாரி, ஐயர்கள், மற்ற பக்த மகாஜனங்கள் என்று ஐம்பது பேராவது இருக்கும். ஒரு தேவாரம் முடியும், இடுப்பில் வேட்டிக்கு

மேல் கட்டியிருந்த, தோளில் போடும் அழுக்கு 'வல்லாட்'டை எடுத்து கண்ணீரைத் துடைத்துக் கொண்டு, ஆர்மோனியப் பெட்டியை இசைத்து வேறு சுதியைப் பற்றிக் கொண்டு அடுத்த பாடலைப் பிடித்து விடுவார். முழுசும் பண் மயமாக இருந்தது சாமி சன்னதி. எல்லோரும் மூச்சைக் கூட மெலிதாகவே விட்டுக் கொண்டிருந்தார்கள். அதிகார நந்தியே அதைக் கேட்டு மேலும் உறைந்து போய் இருந்தது. அர்த்த சாம பூசைக்கான நேரம் கடக்கத் தொடங்கிவிட்டது. சாயரட்சை பூசை முடிந்ததும் பாட ஆரம்பித்தவர் தான், இரண்டு மணி நேரத்திற்கும் மேலாகப் பாடிக் கொண்டிருக்கிறார் என்றார்கள் மெதுவாக. சமயத்தில் அவர் ஆத்மார்த்தமாக நடராஜர் சன்னதியில் வைத்துப் பாடுகிறவர் தான். ஆனால் இப்படி, என்னவோ ஒன்று நிகழ்ந்தது போல பாடியதே யில்லை. ஒரு வழியாக ஒரு பாடல் முடிந்ததும் கோயில் அதிகாரி அவர் தோளை உலுக்குகிற விதமாகப் பிடித்து சற்றே அசைத்தார். ஒரு கையால் அவர் கையைப் பற்றிக் கொண்டு ஆர்மோனியத்தின் மீது தலையைக் கவிழ்ந்து கொண்டு, குலுங்கிக் குலுங்கி அழுதார். அதிகாரி காண்டா மணிகளுக்கு அருகில் நின்ற பாராக்காரரைப் பார்த்து தலையசைத்தார். அவர் 'கண்ண் கண்ண்' என்று பெரிய இரட்டை மணிகளை அடிக்க ஆரம்பித்தார். அதில் அபூர்வமான சங்கீத ஓசைகளை எழுப்புவதில் அவர் விற்பன்னர்.

அவர் ஜதிக்கு ஏற்ப மற்ற சின்னச் சின்ன மணிகளை அங்கங்கே உள்ளவர்கள் எல்லாம் அடிக்க, ஐயர் பூசையை ஆரம்பித்தார். ஓதுவார் எழுந்து சன்னதியை விட்டு வெளியே போனார். அவரைக் கூப்பிட முனைந்த ஒருவரை அதிகாரி பார்வையாலேயே தடுத்துவிட்டார். அவர் எங்கே விரைந்து மறைந்தார் என்று தெரியவில்லை. நாங்களும் வெளியே வந்தோம், எங்களுக்கு நேரமாகிவிட்டது, சாப்பிட்டு விட்டு இரண்டாம் ஆட்டம் சினிமாப் போகணும். ஆனால் கோயிலில் அப்படி ஒரு இசையை, நாங்கள் கேட்டதேயில்லை. நெல்லையப்பரே கேட்டிருக்க மாட்டார். எல்லோருக்கும் மனம் ஏனோ கனத்துக் கிடந்தது. சினிமா எண்ணத்தைக் கைவிட்டு தெருவில் அமர்ந்து பேசிக் கொண்டிருக்கையில் யாரோ சொன்னார்கள், 'அவர் மகளைக் காணவில்லையாம்.' வழக்கமான வதந்தியான யாருடனோ போயிருக்கலாம், என்பதைச் சேர்த்து.

'அம்பலத்து நடராஜா
உன் பலத்தைக் காட்டுதற்கு
என் குலத்தைத் தேர்ந்தெடுத்தது ஏனய்யா
உன் பதமே கதியென்று நம்பியவர் வீட்டில்
கண் மறைக்கும் விளையாட்டு ஏனய்யா...'

என்று கண்ணதாசன் பாடல் எனக்குள் ஓடி, ஓதுவார் முகம் மனக்கண்ணில் தெரிய, விலுக்கென்று முதுகெலும்பு வழியே மின்னலொன்று நழுக்கி ஓடியது....." இவை இன்னொரு கட்டுரையின் ஒரு சில வரிகள். இதை இங்கே ஏன் எழுத நேர்ந்தது என்று சற்றுப் பொறுத்துச் சொல்கிறேன்.

ஐந்து வருடங்களுக்கு முன் என்னுடைய 'நினைவின் தாழ்வாரங்கள்' வெளிவந்தது. அது நினைவும் புனைவும் கலந்த ஒரு வசனத் தொகுதி. என் எழுத்து வாழ்க்கையில் ஒரு புதிய அத்தியாயத்தை எழுதியது அது. அந்தத் தொகுப் பிற்குப் பின், நான் உரைநடை எழுதுபவனாகவும் அறியப் பட்டிருக்கிறேன். அதற்கு முன்னரே நான் நிறையப் பேரின் கவிதைத் தொகுதிகளுக்கு முன்னுரை எழுதியிருக்கிறேன். அவையெல்லாம் கொஞ்சம் கவிதையை மட்டும் விடாப் பிடியாகப் பிடித்துக் கொண்டு விட்ட ஒரு நடையுடன் இருக்கும். நான் எழுதிய முன்னுரைகளிலேயே சிறந்தது அல்லது எனக்குப் பிடித்தது என்று சொன்னால் கவிஞர் உமாபதியின் நெடுஞ்சாலைமனிதர்கள் தொகுப்புக்கு எழுதியது என்று சொல்லலாம். முதலில் என்னைக் கவிதைத் தொகுதி களுக்கு முன்னுரை எழுதும்படி சொல்லியது, அல்லது சில கவிஞர்களை ஆற்றுப்படுத்தி அவர்கள் வழியே கேட்டுக் கொண்டது நம்பிராஜன் என்கிற விக்கிரமாதித்தன். அவரே பல கவிஞர்களின் கவிதைகள் குறித்து நிறையக் கட்டுரைகள் எழுதி இருக்கிறார். அவை எல்லாமே எளிமையான நடையில் அமைந்தவை. ஆனால் என்னுடைய முன்னுரைகளின் நடை என்பது வேறு விதமான தடத்தில் நகர்வது. நானும் அவை எளிமையாக இருக்கவேண்டும் என்பதில் கவனமெடுத்துக் கொண்டேன், ஏனென்றால், And write what you love - don't feel pressured to write serious prose <http://www.brainyquote.com/quotes/quotes/c/cassandrac425601.html?src=t_prose>..'' என்று Cassandra Clare <http://www.brainyquote.com/quotes/authors/c/cassandra_clare.html> சொல்வது போல ஒரு அழுத்தத்திற்குள் அமர்ந்து கொண்டு உரைநடை எழுதுவதை நான் விரும்பவில்லை. கட்டுரைகள் எழுதும்போது இவ்வளவு பிரக்ஞை பூர்வமாக இருந்தீர்களா,

என்றால் அதுவும் இல்லை. சில ஆங்கில இதழ்களின் கட்டுரைகளில் அதை எழுதுபவரின் 'அறிவு'தான் அல்லது அதிகப் பிரசிங்கித்தனமான அறிவு எனலாமா துருத்தலாகத் தெரியும். அப்படி இருக்க வேண்டாமென்று நினைக் கிறவனாயிருந்தேன்.

என் முன்னுரைகள் உரைநடைக்கு அருகே வந்தன. நல்ல உரை நடை அது மட்டுமல்ல, அது எனக்கு எழுத வராது என்று நினைத்துக் கொண்டிருந்தேன். கல்லூரிக் காலங்களில் படித்த, Robert Lynd, Hilaire Belloc, Max Beerbohm, Oscar Wilde போன்றவர்களின் உரை நடை போல எழுத வேண்டு மென்று நினைப்பதுண்டு. (கொஞ்சம் கொஞ்சம் இவற்றிற்கு அருகே 'ஓடும் நதி' தொகுப்பில் என்னால் சில கட்டுரைகள் எழுத முடிந்தது.) ஆனால் இவர்கள் போல ஏன் எழுத வேண்டும், என் வாழ்க்கையே வேறு அல்லவா என்று தோன்றிய துண்டு. அப்படி ஒரு கட்டாயம் எதற்கு என்று தோன்றிய தாலோ என்னவோ, என் வாழ்க்கை சார்ந்து எனக்கென ஒரு உரைநடை தானாகவே அமைந்தது. அதிலொன்றைத் தான் இந்த 'என்னுரை'யின் ஆரம்பத்தில் தந்திருக்கிறேன்.

இந்தத் தொகுப்பில் உள்ள பல கட்டுரைகள், குறிப்பாக கவிதைப் பயிலரங்கிற்கு மாணவர்களைத் தயார் படுத்தும் விதமாக எழுதி வைத்த முன்னோட்டக் குறிப்புகள் போன்ற கட்டுரைகளில் நான் எளிமையான உதாரணங்களை, எளிமையான பதங்களில் சொல்லவேண்டும் என்று கொஞ்சம் சிரமம் எடுத்தேன் என்று சொல்லலாம். அதுவும் தற்செயலாக, திருநெல்வேலி மனோன்மணியம் சுந்தரனார் பல்கலையில் நடத்திய ஒரு பயிலரங்கில், கிடைத்த யோசனைதான். அதில் பங்கு பெற்ற சில மாணவர்கள், நான் அன்று உரையாடியது எளிதாகப் புரியும்படி இருந்தது என்றார்கள். அப்படி எழுதப் படுகிற கட்டுரைகளில் சில விஷயங்கள் மறுபடி மறுபடிக் கூட வந்திருக்கும். வெவ்வேறு ஊர்களில் நடைபெற்ற நிகழ்வுகளில், பங்கேற்பாளர்களின் எளிய புரிதலுக்காக சொன்னதையே திரும்பவும் சொல்ல நேர்ந்து விடும். ஆனால் பெரிதும் அவற்றைக் களையவும் முயன்றிருக்கிறேன்.

"எப்பொழுதுமே ஒரு கவிஞனாக இரு, உரைநடை எழுதும் போதும் கூட" ("Always be a poet, even in Prose") என்று சார்ல்ஸ் பொதலேர் சொல்லுவார். அதனாலோ என்னவோ கவிதையும் கவிதை சார்ந்த கட்டுரைகளுமே இதில் அதிகம் இடம் பெறுகின்றன.

இது என்னுடைய ஏழாவது உரைநடைத் தொகுப்பு. கழச்சிப் பாடலில் ஏழாங்கல்லுக்குப் பாடும் வரிகள் "ஏழை எழுதிக்கோ எம்பேரைச் சொல்லிக்கோ தாழையடியெல்லாம் தண்ணீர்ப் பந்தல் போட்டுக்கோ..." என்று வரும். இதில் 'தாழையடியெல்லாம் தண்ணீர்ப் பந்தல் போட்டுக்கோ' என்பதன் அழகை நானும் வண்ணதாசனும் பேசிப் பேசி அதிசயிப்போம். அது ஒரு அழகான நிலாக் காலம். இருக் கட்டும். முதலில்க் குறிப்பிட்டது போல உரைநடை எனக்கு சரியாக வராது என்று ஒரு நினைப்பில் இருந்தவனை 'சந்தியா பதிப்பகம்' நடராஜனும், 'அந்தி மழை' இளங்கோவனும் விடாது துரத்தி உரை நடை எழுத வைத்தார்கள். சந்தியா பதிப்பகத்தார் தொடர்ந்து என் எழுத்துகளை பிரசுரித்து வருகிறார்கள். அவர்களுக்கு என் நன்றி உரித்தாகிறது. இளங்கோவன் தனது அந்தி மழை இணைய இதழிலும் தற்போது வெளிவரும் 'அந்திமழை' அச்சு இதழிலும் தொடர்ந்து எழுதுவதற்கு உற்சாகம் அளித்து வருகிறார். 'நினைவின் தாழ்வாரங்கள்' தொடரை அவரே முதலில் இணையத்தில் பிரசுரித்து, என் உரைநடை முயற்சிக்கு வழி கோலினார். அது இணையத்தில் வெளி வரும்போது எத்தனை முறை, அதை திருத்தி மாற்றிக் கொடுத்தாலும் சோர்வின்றி அவற்றைப் பதிவேற்றுவதில் சிரமம் எடுத்துக் கொண்டவர் அவரது துணைவியார் திருமதி. சரஸ்வதி இளங்கோவன். இளங்கோவனுக்கும் அவரது துணைவியார் சரஸ்வதி இளங்கோவனுக்கும் இந்நூல் ஒரு எளிய சமர்ப்பணம். வாசிக்கப் போகிற, எனக்கு எவ்வளவும் பிரியமான, உங்கள் அனைவருக்கும் என் பணிவான அன்பும் நன்றியும்.

அன்புடன்

இடைகால்

கலாப்ரியா

2.11.2015

உள்ளே...

1. வைரங்கள் முத்துகளாக... ✦ 13
2. வாசகனைத் தேர்ந்தெடுத்துக் கொள்ளும் கவிதைகள் ✦ 19
3. மேதகு தமிழக ஆளுநரால் கௌரவிக்கப்பட்ட போது... ✦ 24
4. நினைவுத்துகள் கவிதைகள் ✦ 26
5. மாயச் சங்கிலியின் மனிதர்கள்... ✦ 30
6. பதினெட்டாம் நூற்றாண்டின் மழையை முன் வைத்து சில தூறல்கள் ✦ 37
7. கல்லூஞ்சல் 44 ✦
8. "நினைவுகளை எழுதுவது என்பது மனைவியிடம் தாயைக் காண்பது போல" ✦ 47
9. மனோகரமான கனவுகள்.... ✦ 53
10. கவிதைப் பயிலரங்கம் முன்னோட்ட உரைகள்-I ✦ 59
11. கவிதைப் பயிலரங்க முன்னோட்ட உரைகள்-II ✦ 68
12. கவிதைப் பயிலரங்க முன்னோட்ட உரைகள்-III ✦ 74
13. சுஜாதா விருதுகள்-2015 ✦ 83
14. எல்லாமே சங்கீதம்தான் ✦ 89
15. மொழி பெயர் உலகம் ✦ 91
16. தினகரன் நேர்காணல் - பதில்கள் ✦ 94
17. கதைக்கு கண்ணு மூக்கு உண்டுமா...? ✦ 100
18. கடலின் நகல்கள் ✦ 105
19. கொடி அசைந்ததும் காற்று வந்ததா. ✦ 112
20. தாகூரும் பாரதியும் ✦ 119
21. ஒரு எம்.ஜி.ஆர் ரசிகனின் இனிய முத்தம் ✦ 127
22. நினைவுகள்... நினைவுகள்... ✦ 131
23. இன்று ஒன்று நன்று ✦ 142
24. கவிஞர் கலாப்ரியா நேர்காணல் ✦ 150
25. மனதின் சிறகுகளும் கனவின் திசைகளும் ✦ 162
26. நகர்வதறியாமல் நகரும் கவிதைகள் ✦ 166
27. கி.ரா. ஒவ்வொருவரின் பொறாமை ✦ 172
28. இறையன்பு நாவல்கள் - ஒரு ஒப்பீட்டு வாசிப்பு ✦ 177
29. மின்சாரக் கம்பி அறுந்து கிடக்கும் மழை ✦ 185
30. மையத்தைப் பிரிகிற நீர் வட்டங்கள் ✦ 192

1

வைரங்கள் முத்துகளாக...

".சிரித்தபடி சொன்னாள். சின்னக் கண்களை நேர்கோடுகளாகத் திறந்து காட்டும் சிரிப்பு."

"அத்திம்பேர் வாயில் புகையிலையை அடக்கிக் கொண்டு 'ஒட்டகம்' என்று சொல்ல ஆரம்பிப்பது போல் வாயைக் குவித்துக் கொண்டு உட்கார்ந்திருந்தார்".

"புதிய ஐம்பது பைசாவில் நேரு மாதிரி, தலைப்பாகை இல்லாத அவரைப் பார்க்க என்னவோ போல் இருந்தது."

"டெல்லியில் கல்தூணை தட்டினலும் பார்லிமெண்ட் விவகாரம் பேசும்'

"...ஒரு வளைவில் பூரா ரயிலுமே தெரிகிறது."

"நினைக்கிறேன் நேற்று அரங்கில், கையிடுக்கில் வியர்வை வட்டங்களோடு சுழன்றாடிய நாட்டியக்காரிகளை.."

"சின்னப்புள்ளையிலே ஆத்தா தாய்ப்பாலு கொடுக்கறபோது பாத்து மனசுலே பதிஞ்ச கண்ணு மாதிரி.."

இரா.முருகனின் கதைகளில் அங்கங்கே தெறிக்கிற நூற்றுக் கணக்கான படிமங்களில் சில இவை. ஒவ்வொன்றையும் அழகான கவிதைகளாக்கலாம். அப்படியான 'கவிதைப் படிமங்கள்' இவை. முருகனே ஒரு நல்ல கவிஞர்தான். சுஜாதா சொன்னது போல ஒரு நல்ல கவிஞனால் ஒரு நல்ல சிறுகதை எழுதமுடியும். முருகன் ஒரு சிறந்த சிறுகதை எழுத்தாளர். ஹாருகி முரகாமி சொல்வது

போல, “நல்ல சிறுகதை எழுத்தாளனால் நல்ல நாவல் எழுத முடியும்”, முருகன் ஒரு நல்ல நாவலாசிரியர். நல்ல நாவலாசிரியரின் அனுபவச் சேகரங்கள், ஒரு திரைக்கதைக்குப் பெரிதும் உதவும். முருகன் அருமையான திரைக்கதை வசனகர்த்தா. இப்படி ஒரு பன்முக வியக்தி நிறைந்தவரின் தேர்ந்தெடுக்கப்பட்ட சிறுகதைத் தொகுப்பு இது. இதைப் படித்து விட்டு முருகனின் ஏனைய நூற்றிச் சொச்சம் கதைகளைத் தேடி, நீங்கள் படிக்காமல் இருந்தால்தான் ஆச்சரியம்.

முருகனின் பல்துறை வெற்றி என்பது எழுத்து மீது அவருக்கு இருக்கும் passion ஐக் காட்டுகிறது. எதையும் ஈடுபாட்டோடு எழுதுவது முருகனின் வழக்கம். ஆழ்ந்த வாசிப்பும் அனுபவமும் அவர் கதைகள் எங்கும் தன் பொறுப்புணர்ந்து விகசிக்கின்றன. பொதுவாக பல சிறுகதையாசிரியர்களின் கதைகள் எல்லாமும் ஒரு பெரிய நாவலின் வெவ்வேறு அத்தியாயங்கள் போலவே இருக்கக் காணலாம். சில விதி விலக்குகளும் உண்டு. முருகன் தலையாய விதிவிலக்கு. ஒரு சிறுகதைத் தொகுப்பைப் படிக்கிற போது ஒரு கதை முடிந்ததும், நாவலின் அடுத்த அத்தியாயத்திற்குத் தாவுவது போல, அடுத்த கதைக்கு தானாக நகர முடியாத படிக்கு அந்தக் கதை நம்மை ஒரு வெற்றிடத்துக்குள் தள்ளும். அதிலிருந்து நாம் மீண்டு வரவே பெரிய சிரமமாக இருக்கும். இதை சிறுகதையின் சவால் எனலாம். மேலும் ஒரு நாவலில் சம்பவங்களை அடுக்கிக் கொண்டே போகலாம். ஆனால் ஒரு சிறுகதையில் சம்பவம் நச்சென்று ஒரு இடத்தில் நிற்கவேண்டும். இரா.முருகனின் பல கதைகள் இதற்கு பாரிய உதாரணம். அவருடைய 80 கதைகள் போலடங்கிய முழுத்தொகுப்பை வாசிக்கும்போதே ஒவ்வொரு கதைகளுக்கும் இடையிலேயே இந்த ‘மீளமுடியாத’ அனுபவம் கிட்டியது. அதிலிருந்து தேர்ந்தெடுத்திருக்கிற இந்தக் கதைகளில் அந்தப் பேரனுபவம் உங்களுக்கு எளிதிலேயே அதிகமாகவே கிட்டும்.

‘சேது’ என்கிற கதை. “எங்க அப்பாவும் கச்சேரிக்குப் போறாருங்கிற கதையால்ல இருக்குன்னு” திருநெல்வேலிப் பக்கம் ஒரு சொலவம் சொல்லுவாங்க. அதே மாதிரி நானும் ராமேஸ்வரம் போயிருந்தேன், குடும்பத்தோட. வழிகாட்டி, வாளியும் கையுமாக கூட்டிக்கொண்டு போகிற திசையில் எல்லாம், அவரை விட வேகமாக வீட்டு உறுப்பினர்களை “வாங்க நேரமாச்சு,நேரமாச்சு,” என்று விரட்டிக் கொண்டே போனேன். பாதி தீர்த்த கட்டங்கள்

முடிந்ததும், அரைகுறையாய் நனைந்த உடலில் காலுக்கிடையே வெதுவெதுப்பாகச் சொட்டும் சிறு நீரைக் கட்டுப்படுத்துவதே பெரிய பாடாக இருந்தது. கூட இரண்டு வாளி ஊற்றினாலும் மொத்தமாகக் கழித்துவிடலாம். ஆனால் தலையில் விழுவதோ ஒரு சொம்போ அரைச் சொம்போ. வேற என்ன செய்ய, கொஞ்சம் எட்டி நடந்து பிரகாரத்தில் ஒரு ஓரத்தில் ஒதுங்கி ஆத்திரத்தை தீர்த்துக் கொண்டு, "அப்பா ராமானாதா இந்தப் பாவத்தையும் சேர்த்து மன்னிச்சிரு"ன்னுட்டு... வந்தேன். ஒரு இடமாவது, ஒரு தீர்த்தத்தின் பெயராவது நினைவிருக்க வேண்டுமே... இல்லை. ஆனால் 'சேது' கதை, அகில இந்தியாவுக்கும் பயணப் பட்டாலும், ராமேஸ்வரத்தைச் சுற்றியே நடக்கிறது... குறிப்பாக அந்தக்கோயில் பிரகாரத்தைச் சுற்றியே வருகிறது. அதன் ஒவ்வொரு அங்குலமும் தகவலாக அல்ல அற்புதமான கதையாக வெளிப்படுகிறது.

இறந்த காலங்களால் நிரம்பிய நினைவுகளில், நினைவுகள் உருவமற்று எழுப்பும் புனைவு ஒன்றை, வேறு ஒரு புதிய சூழலில், நிகழ் காலத்தில் பருண்மையாக நடத்திக் காட்ட எப்படி முடிகிறது கதாசிரியரால் என்ற வியப்பு மறையவே இல்லை. இப்படிப் பல கதைகள். பல சூழல்கள். ஒவ்வொரு சூழலிலும் அதை முழுதுமாக உள்வாங்கி ஒரு கதையைப் படைக்கிறார். இவர் முருகனா ராமனா என்று சந்தேகம் வரும் அளவிற்கு முருகன், தான் போகிற இடங் களிலெல்லாம் புதுப்புது அகலிகைகளை எழுப்பிக் கொண்டே போகிறார். ஆனால் ஒவ்வொரு அகலிகைக்கும் ஒவ்வொரு கதை. ஒவ்வொரு கதையிலும் வரும் ராமன் வேறு, அகலிகை வேறு, கௌதமன் வேறு, இந்திரன் வேறு. இப்படி வாழ்க்கையின் வெவ்வேறு மனிதர்களின், வெவ்வேறு படி நிலைகளை ஒரு கலைஞனாக உணர்ந்தவர் முருகன். உணர்ந்தவர் என்பதைவிட வாழ்ந்தவர் என்று சொல்லும் வகையில் உள்ள பதிவுகளை அவரது கதைகளில் நிறைய சந்திக்கமுடியும்.

எனக்குத் தோன்றுவதுண்டு. ராமாயணமோ பாரதமோ, சொந்த ஊர், சொந்தத் தலைநகர் நீங்கி பரதேசம் போகிறவனுக்குத்தான் அனுபவங்கள் கிட்டும் என்று சொல்லவே ஏற்பட்டவை என்று. சிந்துபாத்தின் பயணங்களும் அனுபவங்களும், யுலிஸ்ஸஸ்ஸின் பயணங்களும் அனுபவங்களும், அதைப் பகிர்ந்து கொள்ள மறுபடி அவர்கள் வீடு திரும்புவதில்த்தான் உச்சத்தை எட்டுகிறது. அவர்கள் வாயிலாக கதாசிரியனின் அவதானிப்பு புனைவுகளாக வெளிப் படும் அதிசயம்தான் அவற்றைக் காவியமாக்குகிறது. முருகன், நிறையப்

பயணங்கள் மேற்கொண்டவர். அங்கே அவர் பார்வையில் பட்டவை எல்லாம் கதைகளுக்குள் துருத்தாமல் உறுத்தாமல் வந்திருக்கிறது. அது போக பிறந்ததிலிருந்து அவர் பார்வையில் பட்டிருப்பவைகள் மிக இயல்பாக வந்து விழுகிறது. பூனைகளின் விருப்ப உணவு பாடப் புத்தகங்களில் வருவது போல் பாலாடைக் கட்டியோ பாலோ இல்லை, எலியுமில்லை. 'வாயில போட்டா கரைஞ்சு போற சுத்து முறுக்கு' மாதிரி கரப்பான் பூச்சியை பூனை விரட்டி விரட்டித் தின்னும் அழகைப் பாத்திருக்கீங்களா. பூனையை விரும்பி வளர்க்கிறவர்கள் அப்படித் தின்ன விட மாட்டார்கள். ஏன்னா, இதைச் சாப்பிட்ட பூனை வேற எதையும் சாப்பிடாது, அவ்வளவு பிரியம். இதை நான் கவனித்திருக்கிறேன். முருகனும். இதெல்லாம் மின்னல் போல வந்து போகும் உதாரணங்கள்தான். ஆனால் இந்த மின்னல் வெளிச்சத்தில், கதையில் நிகழும் ஒரு அழகான நிறைவான சம்பவத்தை வாசித்து விடுகிறோம்.

ஒரு கதை நிகழும் காலத்தின் புழங்கு மொழியையும் சொற்களையும் மிகக் கவனமாகக் கொண்டு வந்திருப்பார் கதைகளுக்குள். 'கிடங்கு' கதை 1935இல் நடப்பது போன்ற கதை. ரொம்ப அற்புதமான கதை. ஒரு சிறு கதை எப்படி எழுதப்பட வேண்டுமென்பதற்கு உதாரணமாகச் சொல்லலாம். ஒரு கரு உருவான பின் அதை மனதுக்குள் நிகழ்த்திக் காட்டி அதை எங்கே ஆரம்பிக்கவேண்டும், யார் யாரெல்லாம் கதையை நகர்த்தவேண்டும் என்றெல்லாம் மிக அழகாகத் தீர்மானித்து, அசோகமித்திரன் சொல்வதுபோல் உரை நடையில் ஜம்ப் கட் உத்தியை வெற்றிகரமாகக் கையாண்டிருப்பார். இதில் தன் செல்லப் பூனையுடன், 'சர்க்கார் உத்தியோகஸ்தன்' நடத்தும் உரையாடல்கள் பிரமாதமானவை. சூழலின் நெருக்கடி காரணமாக மூலக் கதா பாத்திரம் உத்தியோகஸ்தனின் அலம்பல்களை பொறுத்துக் கொள்ள வேண்டிய கட்டாய அவஸ்தை. வாசிக்கிற வருக்கும் இந்த அவஸ்தையை எளிதாகக் கடத்தி விடுகிறார், முருகன்.

உலகக் கோப்பை ஃபுட் பால் விளையாட்டு, கால்பந்தாட்டம் என்றால் உயிரையே விடும், பிழைப்புக்கு டில்லி வந்த வங்காளியான சாமான்யன் ஒருவனையும், சுமாராகச் சம்பாதிக்கும் மலையாளி ஒருவனையும், பின்னணியாக வைத்து எழுதப்பட்ட கதை 'பந்து'. 'சாரை வேகம்' என்று தி.ஜானகிராமன் சொல்லுவது போல வேகமான சுவாரஸ்யமான நடை. கதையில் சொல்லப்படுகிற விஷயங் களைப் படிக்கையில் இவருக்குத் தெரியாதது எதுவுமே கிடையாதோ என்று தோன்ற வைக்கிறது. ஆனால் அந்தக் கதையைத் தாண்டிய அனாவசியத் தகவல்கள் எதுவுமே இருக்காது. அப்படி

எங்கேயும் அவர் திணிப்பதில்லை. பாத்திரங்களின் பிரச்னைகள் துன்பங்கள் சார்ந்த தகவல்களை அவரவர் மொழியில் சொல்லு வதிலேயே அவர்கள் வாழ்க்கை துலங்கும். நேராக, விளை யாட்டாகப் போய்க் கொண்டிருக்கிற கதையில், லேசாக வளைந்து ஒரு சிறு திருப்பம், அங்கேதான் அது கதையாக மாறுகிறது. கதைச் சுருக்கம் சொல்வது என் நோக்கமாயிருக்கக் கூடாது, என்று முதலிலேயே தீர்மானம் செய்துவிட்டதால், நான் அந்தக் கதையை நீங்கள் படிக்க வழி விட்டு ஒதுங்கிக் கொள்கிறேன்.

முருகனுக்கு இறந்தவர்கள் பற்றியும், அவர்கள் சிலரது ஆன்மா கடைத்தேறாமல் பூமியில் உலாத்திக்கொண்டிருப்பது பற்றியுமொரு அப்ஸெஷன் இருப்பதாகத் தோன்றுகிறது. அதை நிறையக் கதைகளில் காண முடிகிறது. ஒரு வகையான மாந்த்ரீக யதார்த்தம் அப்படியான கதைகளில் கூடி வருகிறது. அது தமிழ் மண், அல்லது இந்திய மண் சார்ந்து இயங்குவதில்த்தான் மீண்டும் தன் வெற்றியை முருகன் உறுதி செய்கிறார். 'பானை' கதை, ஒரு உதாரணம். இது கொஞ்சம் வாசகனை மறுபடி மறுபடி அல்லது ஒரு வரியைக் கூட தவறவிடாமல் படிக்கும் யத்தனத்தைக் கோரக் கூடியது. அருமையான கதை.

பல அறிவியல்ப் புனைகதைகள் எழுதியுள்ளார் முருகன். அறிவியல் என்பது நாள்தோறும் இயற்கையை உணர்கிற அதைப் பிளந்து புதிய கண்டுபிடிப்புகளை உருவாக்குகிற விஷயம். இயற்கையை வெல்ல முடியாது என்று மனிதன் நாள்தோறும் பாடம் கற்பதுதான் இயற்கையின் வெற்றி. பெரும்பாலான அறிவியல்ப் புனைவுகள் இந்த அடிப்படையில் அமைந்தவையே. இதில் வருகிற ஔவை கதையும் அப்படியான ஒன்றுதான். ஆனால் சொல்முறையில் சுஜாதாவை விஞ்சக்கூடிய வேகமும் ஆழமும் கொண்டது. (சுஜாதா கதைகளில் ஆழத்திற்காக அவர் மெனக் கெடமாட்டார் என்கிற சில விமர்சனங்களை இது சரியாக்குகிறதோ என்று நினைக்கிறேன்.)

மொத்தக் கதைகளிலிருந்து சிறந்த பத்துக் கதைகளைத் தேர்வு செய்வது மிகக் கடினமான விஷயம். அதிலும் ரசனை அடிப் படையிலான தேர்வு என்பது சாத்தியமே இல்லை, ஏனெனில் எல்லாமே ரசனை மிக்கவை. அலைக்கழிகிறவன் கலைஞனாகிறான் என்று எனக்குத் தோன்றுவதுண்டு. முருகன் மனுஷ வாழ்க்கையை உன்னிப்பாகக் கவனிக்கிறவர். அலைக்கழிகிறவர்களைத் தன் கேளிர்களாக வரித்துக் கொண்டவர். அவருக்கு அறிமுகமாகியிருக்கிற மானுட வாழ்க்கை மிகவும் பரந்து பட்டது, அதுவும் பல

தளங்களில், வெளியெங்கும் பரந்து நிற்கிறது. அப்படியான வாழ்க்கை வெளியில் அவர் கண்டெடுத்த கற்களை உன்னிப்பான பார்வைகளுடன் கவனமான அவதானிப்புகளுடன் அவர் பட்டை தீட்டி வைரமாக்கியிருக்கிறார். பட்டைகள், பரிமாணங்கள் கூடக்கூட வைரங்களின் பிரகாசமும் மதிப்பும் அதிகமாகும் என்பார்கள். அப்படியான பரிமாணங்கள் கூடிய வைரங்கள் இங்கே உங்களுக்கு முத்துகளாக.

2

வாசகனைத் தேர்ந்தெடுத்துக் கொள்ளும் கவிதைகள்

திரு ஜெயந்தன்சீராளன் பெயரைப் படித்ததும், இயல்பாக 'நினைக்கப்படும்' விஷயம் கணையாழியில் வந்த ஜெயந்தனின் பிரபலமான நாடகம்தான். அதன் பெயரும் 'நினைக்கப்படும்' என்பது தான். ஜெயந்தன் மிகச் சிறந்த கலைஞர். சிறுகதைகள், நாடகத்தில் முக்கியத் தடங்கள் பதித்தவர். அவர் தனது இறுதிக் காலங்களில் கவிதைகளும் எழுதினார். அறச்சீற்றம் பொங்கும் கவிதைகள். அவர் தொடர்ந்து கவிதைகள் எழுதக் காலம் அனுமதித்திருந்தால் நிச்சயம் அதிலும் தடம் பதித்திருப்பார். ஆனால் அந்தக் கவிதைச் செங்கோலை தனது மகனிடம் கொடுத்துச் சென்றிருக்கிறார். செங்கோல் என்பது ஆட்சி தொடர்வதற்கான ஒரு குறியீடுதான். அதை நன்கு புரிந்து கொண்டு தனது பாணியில், தந்தையின் பாதிப்புகள் இல்லாமல் சீராளன் எழுதியுள்ள கவிதைகள்தான், "நான் ஆணாய்ப் பிறந்தது வெட்கம்" தொகுப்பாக வந்திருக்கிறது. இது இவரின் முதல்த் தொகுப்பு. 'கணையாழி' 'கசடதபற' போன்ற 1970களில் வெளிவந்த இலக்கியப் பத்திரிகைகளில் புதிய எழுத்தாளர்களுக்கான சில எளிமையான அளவு கோல்களை வைத்திருப்பார்கள். அதுதான் என் போன்ற வளரும் கவிஞர்களை அன்று ஊக்குவித்தது என்றால் மிகையில்லை. தொடர்ந்து எழுதும்போது அளவுகோலை மாற்றிவிடுவார்கள். அது சிறந்த கவிதையை, எழுத்தை வெளிக் கொணர வழி வகுக்கும்.

ஜெயந்தன்சீராளன் இந்தப் புதிய கவிதைகளைப் பொறுத்த வரையில் இந்த ஆரம்ப அளவு கோல்கள் என்பதை அவர் மிக எளிதாகத் தாண்டி விடுகிறார்.

"தேதித் தாள்
பகலிலும்
மாத்திரைத் தாள்
இரவிலும்
கிழிக்கையில் தெரியும்
நாட்கள் கழிவது
இடையில்
நானொன்றும்
கிழிக்கவில்லை"

ஒரு நாளைக் குறிக்க, காலண்டர்தாள் கிழிவதையோ,கடிகாரம் ஓடுவதையோ சொல்வது மிகப் பழைய சொல்லாடல்தான். ஆனால் நாள் முடிவதைச் சொல்ல இந்த நவீன வியாதியஸ்த உலகில் மாத்திரைத் தாள் கிழிபடுவதைச் சொல்வதுதான் புதிது. இந்தக் கவிதை இங்கே முழுமை பெறவில்லை,

இடையில்
நானொன்றும்
கிழிக்கவில்லை

என்று அழுத்தமாகத் தன் கையாலாகாத்தனத்தை, முயற்சியின்மையைத் தானே முன் வைப்பதில்தான் இந்தக் கவிதை தன் ஜீவனை எட்டுகிறது.

மொழி என்பது ஒரு 'சமூகச் செயல்பாடு'. ஒருமனிதன் தன்னை சமூகத்துடன் இணைத்துக் கொள்ளும்போதுதான் மொழி செயல் படுகிறது. இதனால்த்தான், "Language is a social tool". என்கிறார்கள். "தாம்பரத்துக்கு ஒரு டிக்கெட்... கொடுங்க...." என்பதிலோ, "ஏன் உடம்பு நல்லாத்தானே இருக்கு ஒழைச்சு சாப்பிட்டா என்ன" என்று ஈயாமல் விரட்டும் சொற்களிலோ, அல்லது அதைக் கேட்டு ஆமோதிப்பதிலோ, நாம் சமூகத்துடன் இணைவதாய்ச் சொல்ல முடியாது. "வாடிய பயிரைக் கண்டபோதெல்லாம் வாடுவதிலும்..." சொந்தச் சகோதரர்கள் துன்பத்தில் சாதற் கண்டும் சிந்தை இரங்காரடி..... என்று பொருமி, "ஜகத்தினை அழித்திடுவோம்..." எனச் சீறுவதிலும்தான் மொழியின் சமூகச் செயல்பாடு முழுமை பெறுகிறது. சீராளன் கும்பகோணம் பள்ளிக் குழந்தைகள் தீ விபத்தில் கருகியதைக் கண்டு தானும் அனலிடைப் புழுவாகத் துடிக்கிறார்.

'இருள் செய் நெருப்பு' என்று வித்தியாசமான தலைப்புடன் கூடிய அந்தக் கவிதையைக் கவனியுங்கள். நெருப்பு ஒளியைத்தான் தரும். இங்கே எத்தனை குழந்தைகளின், பெற்றோர்களின் கனவுகளைக் கருக்கி, எதிர்காலத்தை இருளச் செய்துவிட்டது அதிகாரிகள், பணவெறியர்களின் மெத்தன நெருப்பு. தலைப்பு இப்படியென்றால், கவிதை வேறு வித அதிர்ச்சியுடன் ஆரம்பிக்கிறது.

"இருள் தன்னை நெருப்பாய்க்
காட்டத் துணிந்தது
ஊழித்தீயில்
ஒரு துளி
உதறித் தெளித்தது"

இந்த ஆதங்கப் பொறி கோபமாய்க் கனன்று எரிமலைக் குழம்பாக ஓடுகிறது நீள வரிகளில். கவிப் பொருளைப் பொறுத்து அவரது சமூக அக்கறையைப் புரிந்து கொள்ளும் அதே நேரம், கொஞ்சம் அதிக வரிகள் அதன் அழகியலை நீர்த்துப் போகச் செய்கிறது. இங்கே நான் சொல்லுவது வலியின் அழகியல்.

"இருள் தன்னை நெருப்பாய்க்
காட்டத் துணிந்தது..."

என்று பொட்டில் அடித்தாற் போல சொல்கிறாரே, சொல்ல முடிந்திருக்கிறதே அந்த மொழிதல் அழகைக் குறிப்பிடுகிறேன்.

அந்த வகையில், "நகரம்" என்றொரு கவிதை இருக்கிறது. அது இறுக்கமான சொற்களுடன் கச்சிதமாக வந்துள்ளது. "மந்திரம் போல் வேண்டுமடா சொல்லின்பம்." என்பானே பாரதி, அப்படியொரு மந்திரக் கச்சிதம்.

'அகராதி'

என்ற தலைப்பில் சில தேர்ந்தெடுத்த வார்த்தைகளுக்கு, தேர்ந்தெடுத்த வார்த்தைகளால்,தேர்ந்தெடுத்த வரிசையில் அடுக்கி அவற்றை நம்மைத் தேர்ந்தெடுக்கும் கவிதைகளாக்கி இருக்கிறார். என்னை வெகுவாகக் கவர்ந்த வாக்கிய மொன்றில், தாகூர் சொல்லுவார், "சிறந்தைவகளை நாம் தேர்ந்தெடுப்பதில்லை, சிறந்தவைகள் நம்மைத் தேர்ந்தெடுக்கின்றன..." அப்படி நம்மை, வாசகனைத் தேர்ந்தெடுத்துக் கொள்ளும் கவிதைகள் அவை.

அவற்றில் சிலவற்றைச் சொல்லுகிறேன், ஏனெனில் மற்றவைகள் உங்களைத் தேர்ந்தெடுக்கக் காத்திருக்கலாமல்லவா.

ஊடல்

ஒருநாள் சந்தோஷ விளைச்சலுக்காய்
வருடமெல்லாம் காய்ந்து கிடக்கும்
வறட்சி

கடற்கரை

சுவர்களற்ற தனிமை

அன்பு

மனிதக் கால்களில்
நங்கூரம்.

இதில் கடைசியாக நான் குறிப்பிட்டது மிக அபாரம். அன்பிற்குமுண்டோ அடைக்குந்தாழ் என்ற குறளையே சற்று நேரம் கட்டிப் போட்டு விட்ட கவிதை இது.

அரிசி என்றொரு கவிதை,
"எனக்கான அரிசியில்
என்பெயரெழுது இறைவா
பசிக்கிறது" என்று ஆரம்பிக்கிறது.

இந்த வரிகளின் கவித்துவம், நான்காவது வரியில் வருகிற 'பசிக்கிறது' என்று அவசரப் படுத்தும் தவிப்புத் 'த்வனி'யில்தான் இருக்கிறது. இது எவ்வளவு முக்கியமான வார்த்தையோ அதைக் கண்டெடுத்த கவிஞர், இதன் மற்றைய சிற்சில நீள வார்த்தைகளைத் தாட்சண்யமில்லாமல் வெட்டிவிட வேண்டும் என்று சொல்லத் தோன்றுகிறது.

"முந்தியவன்", 'நாட்கள் தள்ளி', பகல்,காலை,ராப்பொழுது தலைப்பில்வருகிற கவிதைகள் யாவும் அதிகம் ரசிக்கும்படியான படைப்புகளே.

"தேவதைகளால் மனித இருதயத்திற்கு ஆறுதல் தர முடியாது..." என்று காண்டேகர் எழுதியிருப்பார். அதை உணர வைக்கிற விதமாக ஒரு நீள குறுங்காவியக் கவிதை ஒன்று உள்ளது, தொகுதியில். கொஞ்சம் இதைச் செப்பனிட்டிருந்தால் பாரதிதாசனின் பாட்டுப் பரம்பரையில் இன்னொரு வாரிசு கிட்டியிருக்கும் நமக்கு.

"முதுகில் உருண்டு
நதியில் விழுந்தது கலயம்
சாம்பலாய்க் கரைந்தார்
கையில் தாங்கி
நீந்தச் சொன்ன தந்தை"

என்று ஒரு அற்புதமான கவிதை இருக்கிறது தொகுப்பில். ஒரு நீத்தார் கடன் செய்யும் காட்சி, கவிதையாக விரிந்திருக்கிறது. வெறும் அஞ்சலிக் கவிதையாக இல்லாமல் அற்புதமான நினைவு களேந்தி வந்திருக்கிறது. தந்தை விட்டுச் சென்ற கவிதைப் பயணத்தை, அவரின் அஸ்தியுடன் கரைத்துவிடாமல் தொடர்ந்து சரியான பாதையில் முன்னெடுக்க வந்திருக்கும் திரு.சீராளன் அவர்களை மனப்பூர்வமாக வாழ்த்தி வரவேற்கிறேன், வாருங்கள், இந்தத் தமிழ் நதி உங்கள் கவிதைக் கழனி வழியே ஓடி எங்களுக்கு ஈயட்டும் செவிக்குணவையும் அறிவுக்குணவையும்.

3
மேதகு தமிழக ஆளுநரால் கௌரவிக்கப்பட்ட போது...

மேதகு ஆளுநர் அவர்களே, திரு. ரமேஷ் சந்த் மீனா அவர்களே, முனைவர் ராஜேந்திரன் அவர்களே, மற்றும் உள்ள நண்பர்களே அனைவருக்கும் வணக்கம். நவீன தமிழ்க்கவிதை வரலாற்றில் இன்று ஒரு இனிய நாள். இரண்டு புதிய கவிஞர்களின் முதல்த் தொகுப்பினை மேதகு ஆளுநர் அவர்கள் சிறப்புற வெளியிட்டுப் பேசுவது என்பது மிகவும் அற்புதமான ஒரு நிகழ்வு. இவ்வரிய சிறப்பைப் பெறும் இரண்டு கவிஞர்களுக்கும் என் அன்பான வாழ்த்துக்களைத் தெரிவித்துக் கொள்கிறேன். இரண்டு நூல்களையும் பதிப்பித்திருக்கிற மெய்ப்பொருள் பதிப்பகத்திற்கும் என் மனம் கனிந்த வாழ்த்துகள்.

நண்பர்களே,

"one should make one's life a poem" எல்லோருமே தங்கள் வாழ்க்கையை ஒரு கவிதையாக வாழ வேண்டும். என்று ஜவாஹர்லால் நேரு கூறுவார். கவிதை அந்த அளவுக்கு அழகும் நேர்மையும் உண்மையும் கொண்டது. "I am aware that life needs its intense integration and that poetry was one way of achieving it.." என்று அவரே கூறுவது போல பன்முகக் கூறுகளையே ஒரு முக அடையாள மாகக் கொண்ட நம் இந்தியக் கலாச்சாரத்தில் ஒருமைப்பாட்டை நிறுவுவது கவிதைகளே. கவிதை கால தேச வர்த்தமானங்களைக்

கடந்து சமூக வெளியெங்கும் பரந்து நிற்பது. தெலுங்குக் கவிஞர் கா ஸ்ரீ ஸ்ரீ யின் ஒரு கவிதையில், "ஆரவாரம் ஓய்ந்த இரவொன்றில், நகரச் சதுக்கத்தில் ஒரு முற்றுப்புள்ளி போல சாவகாசமாய் அமர்ந்து அசை போடும் பாதைப் பசுக்கள்..." என ஒரு படிமம் வரும். இது இனம், குலம், மொழியைக் கடந்து இந்திய நில வெளியெங்கும் காணக் கிடைக்கின்ற படிமம் இல்லையா. ஏன் "Poetry dreams reality and no one believe it is happening", என்று அமெரிக்கக் கவிஞர் செஸ்லாவ் மிலோஸ் சொல்லுவதை இந்தப் படிமம் பிரதிபலிக்க வில்லையா.

உண்மையில், MY POEM GROWS WHILE I MYSELF SHRINK என்று தாமஸ் ட்ரான்ஸ்ரூமர் சொல்வது போல, ஒருவர் அவருடைய படைப்புகளின் பிரம்மாண்டத்தின் முன் சுருங்கி முக்கியமற்றுப் போகிறார் என்பது உண்மைதான். படைப்பாளியை விட படைப்பே முக்கியம். ஒரு வண்ணத்துப் பூச்சி, கூட்டை உடைத்து வானை அலங்கரிக்கப் பறக்கும் போது அது உறங்கிய கூடு பற்றி என்ன கவலை இருக்கமுடியும். படைப்பாளிக்குப் பின்னும் இருக்கப் போகிறவை படைப்புகள்தான். ஆனால் ஒரு விஷயம் நாம், பாரதி, புதுமைப்பித்தன் போன்றவர்களின் பல படைப்புகளை இப்போது எங்கெல்லாமோ எப்படியெல்லாமோ கொண்டாடுகிறோம், ஆனால் அவர்கள் காலத்தில் அவர்களையும் ஏனைய எத்தனையோ அருமையான படைப்பாளிகளையும் கொண்டாடாமல் விட்டிருக் கிறோம். அவை நம்மை ஒரு வகைக் குற்ற உணர்வுக்குக் கூட ஆட்படுத்துகின்றன. ஒரு கலைஞன் அவன் வாழும் நாளிலேயே நல்ல அங்கீகாரத்தைப் பெறுவான் எனில் அவனை இந்தச் சமூகம் இன்னும் நன்றாகப் பயன்படுத்திக் கொள்ளமுடியும். இதுவும் ஒரு உண்மையே. மகாகவி தாகூரைக் கூட இதற்கு உதரணமாகக் கொள்ளலாம்.

இங்கே நானும் கவிஞர் சுகுமாரனும் மூத்த கவிஞர்களென்ற முறையில், எங்களுடைய எளிய கவிதைப் பங்களிப்பை அங்கீகரிக்கும் வகையில், சிறப்பு மிக்க மூத்த, இளைய தலைமுறைக் கலைஞர்கள், கவிஞர்கள், எழுத்தாளர்கள் மத்தியில் மேதகு ஆளுநரால் சிறப்புச் செய்யப்பட்டோம். நான் மொழிக்கும் சமூகத்திற்கும் என் பங்களிப்பை இன்னும் அதிகமாக வழங்க, இது என்னை ஊக்குவிக்கும், மேம்படுத்தும் என்று சொல்லி வாய்ப்புக்கு நன்றி கூறி அமைகிறேன். நன்றி வணக்கம்.

4
நினைவுத்துகள் கவிதைகள்

தமிழில் கவனிப்பிற்குள்ளான கவிஞரான அய்யப்ப மாதவன் 'அன்னம்' வெளியீடாக வந்த ஒரு குறுங்கவிதைத் தொகுப்பின் மூலம் அறிமுகம் பெற்றவர். அவர் கிட்டத்தட்ட 11 தொகுதிகள் கொண்டு வந்திருக்கிறார் என்றே நினைக்கிறேன். அவரது கவிதை ஒன்று ஒளிப்பதிவாளர் செழியன் சுசீலன்பாண்டியராஜ் ரவி சுப்ரமணியன் ஆகியோரின் பங்களிப்பில் ஒரு 'வீடியோ போயம்' ஆக வெளிவந்திருக்கிறது. மிக அழகான வீடியோ போயம் அது. தமிழ்க் கவியுலகில் அய்யப்ப மாதவன் பரபரப்பாகப் பேசப் பட்டவர். இரண்டு காரணங்களுக்காக. ஒன்று பல நல்ல கவிதை களுக்காக இரண்டு கணிசமாக எழுதியதற்காக. இந்தத் தேர்ந் தெடுக்கப்பட்ட தொகுப்பில் நல்லவை அல்லாத கவிதைகள் களையப் பட்டிருப்பது ஒரு நல்ல விஷயம்.

பொதுவாகப் படைப்பு மனம் என்பது ஒரு விதத்தில் புலி வாலைப் பிடித்த கதைதான். மலையாளக் கவிஞர் குஞ்ஞுண்ணி, புலிவாலைப் பிடிக்கும் தொல்லையோ துரதிர்ஷ்டமோ இல்லாதது புலிதான் என்பார். அதனாலேயே அவர்,

"புலிக்கு இல்லை புலிவால்" என்று ஒரு கவிதை எழுதியிருப்பார்.

கவிஞனின் மனோ அடுக்குகள் என்பது எப்போதும் தவிர்க்க இயலாத நீர்க் கசிவுடன் கூடியது என்று எனக்குத் தோன்றும்.

நமக்குத் தொழில் கவிதை என்று இங்கு யாரும் இப்போதைக்குத் தேர்ந்தெடுத்துக் கொள்ளவில்லைதான் என்றாலும்,எஸ்ரா பவுண்ட் சொல்வது போல,

"Install me in any profession
Save this damn'd profession of writing
Where one needs one's brains all the time."

(The lake Isle 1.14-16)

மூளையைக் காவு வாங்குகிற சமாச்சாரம் கவிதை எழுதுவது. கவிஞர் ரமேஷ் பிரேதன் சொல்லுவார், 'தமிழ்நாடு என்னைக் கொன்று கொண்டிருக்கிறது' என்று. அய்யப்ப மாதவன் அதற்கருகே நெருங்கியிருந்தாலும் அய்யப்ப மாதவன் இவ்வளவு படைப்புகளுக்குப் பின்னும் அசதி தோன்றாதவராக, அசதி தராத கவிஞராக இருப்பது ஒரு சிறப்பு. அவருக்கு கவிதைகள் மூலமான ஒரு சிறிய விடுதலையை ஏதோ ஒரு சக்தி வழங்கியிருக்கிறது என்று நம்ப இடமிருக்கிறது.

ஹைகுக்கள் இந்தத் தொகுப்பிலிருந்து நீக்கப் பட்டிருந்தாலும், அவரது கவிதைகளின் இறுக்கமான மொழிக்கு அவை தொடர்ந்து பங்களிக்கின்றன. பல உதாரணங்கள் சொல்லலாம். ஒன்று,

வட்டமாய் அடங்கிய நீரில்
மௌனத்தில் அழகு காத்துக் கிடந்தது
உள் நோக்கியதும் நான் வரையப்பட்டேன்
மெல்லிய நீர்த்தகட்டில் சாய்வாய்ப் படிந்திருந்த
நான்...
புன்னகைத்தேன்
கையசைத்தேன்
எனக்கும் இன்னும் ஒரு உயிர்.
அத்துவான வெளியை விழுங்குவதாய்
காட்சி கொடுத்த வாளி
அகாத தளத்திற்கு நீண்டது
பசியின் திணவில்.
பேரிடியில் கலங்கித் தெறித்தேன்
என் உருவம்
உள் சுவர்களில் மோதி மாண்டது.
நீரள்ளிய வாளியில் பார்த்தேன்
மற்றொரு நான்

அய்யப்ப மாதவன் எழுத்து முறையின் எளிதான வரிகள் இவை. பெரும்பாலும் அவரது கவிதைநடை இப்படித்தான் இருக்கும். சில நேரம் ஒரு சிறிய வார்த்தை, அல்லது ஒரு வரி அயர்ச்சியூட்டி

நம்மைக் கவிதையை விட்டு விலக்கி விடக்கூடிய அபாயமுமுண்டு. ஆனால் இரண்டாவது, மூன்றாவது வாசிப்பில் அவையும் தங்கள் எளிமைக்கு நம்மைப் பழக்கி விடுகின்றன. சில கவிதைகள் அதற்கு மேலும் கோருகின்றன. ஆனால் மீள்வாசிப்புகள் ஒரு முழுமையான கவிதானுபவத்தைத் தரக்கூடியவை. அதே நேரத்தில் 'ஏழெட்டுப் பெண்கள்' போன்ற கவிதைகள் அபூர்வ எளிமையுடனும் அழகுடனும் உள்ளன. ஆனால் இது அய்யப்ப மாதவனின் அழகியல் இல்லை. அது, சமயவேல் கூறுவது போல கவிதையின் மெய்மை வழங்கும் அழகியல். உறவின் சிடுக்குகள் ஒரு மொழியையும் அழகியலையும் கவிஞனுக்கு வழங்குகிறது. ஒரு வகையில் அதிகாரம் செலுத்துகிறது என்று கூடச் சொல்லலாம். இந்த அதிகார வரம்பின் விடுதலைக்கு அவன் சில சமரசங்களை உறவுகளுக்கிடையே மேற்கொண்டால் போதும். ஆனால் அது சாத்தியமில்லை என்பதே கலைஞனின் வாழ்வாக இருக்கிறது.

'பகலைச் சொல்ல ஒரு இரவு' என்ற ஒரு கவிதை இதை விளக்கிவிடுகிறது. சரீர மணம் என்கிற கவிதை கூட வேறு ஒரு வகை அழகியலைக் கைக் கொண்டிருக்கிறது. 'அரக்கு நிறக் கண்கள்' என்கிற கவிதையின் அழகியல் என் கவிதைகளுடன் ஒத்துப் போவது போலிருக்கிறது. ஆனாலும் அய்யப்ப மாதவன் மொழி வேறாகவே இருக்கிறது. அதைக் குறித்தும் முக்கியமாகச் சொல்ல வேண்டும். அய்யப்ப மாதவன் கவிதைகளாகட்டும் மொழி யாகட்டும் யாரைப் போலவுமில்லாதது. அது அவரது வாழ்வின் பிரத்யேக மொழி.

'வர்ணப் புலிகள்', 'காட்டின் ரூபம்' போன்ற கவிதைகள், சமயவேல் 'சொல்லில் விழுந்த கணம்' நூல் முன்னுரையில் குறிப்பிடுவது போல 'ரூபங்களில் ஒளிந்திருக்கும் அரூபங்களையும் அவற்றின் உயிர் நடனங்களையும் கண்டுபிடிக்கும் அய்யப்ப மாதவன் கவிதைகளின் பிரத்யேக அடையாளமாகச் சொல்லலாம்.

"என்னிடம் எதுவுமில்லை" என்கிற கவிதை குறித்து எனக்குத் தோன்றிற்று "அய்யப்ப மாதவன் கவிதைகளை விடுவிக்கிறான் அவற்றைக் கர்ப்பத்தில் வைப்பதன் மூலம்" என்று.

கணத் தெறிப்புகளில் உருவாகும் அய்யப்ப மாதவன் கவிதைகள், சரசரவென வளர்ந்து தன் நிழலை முழுமையாக உள் வாங்கிக் கொள்ளும் சாரைகள் போல. ஆனால் இப்படியான நீளக் கவிதைகள் எங்கே அவை கவிதையாகும் என்கிற சூட்சுமம் தெரிந்தவராய் இருக்கிறார் அய்யப்ப மாதவன். அதுதான் அழகு.

இதில் உள்ள முன்னூற்றிச் சொச்சம் கவிதைகளில் பல வற்றிலும் வாழ்வின் பல நெருக்கடிகள் கவிதைகளின் அடிநாதமாக இருக்கின்றன. அந்நெருக்கடிகள் தரும் மொழியின் மூலமாகவே, எளிய படிமங்கள் மூலமாகவே அவர் கவிதைக்கும் தனக்கும் ஆறுலையும் தருகிறார். அந்த வகையில் ஆல்பெர்ட் காம்யூ நினைவுக்கு வருகிறார்.

வாழ்வின் வெறுமை பாலைவனம் போல் நீண்டு கிடப்பது உண்மைதான். இவ்வெறுமையையும் மீறி மனிதன் வாழ வேண்டும் என்று வேண்டினார் காம்யூ. மேலும் அவர், "எந்தப் பகுத் தறிவினாலும் வாழ்வின் அர்த்தத்தைத் தேடி அலைய வேண்டாம், நீங்கள் முதலில் எப்படியேனும் வாழ்ந்து விடுங்கள். வாழ்வது நமது கடமை. துண்டு துண்டான நினைவுத் துகள்களாய் கரையும் இவ்வாழ்க்கையை எப்படியோ வாழ்ந்து காட்டுங்கள்" என்கிறார். வாழ்வு இருப்பின் (existence) மீதான தன் பிடிமானத்தைத் தன் கவிதைகள் மூலமாகவே கட்டமைத்துக் கொண்டவராக அய்யப்ப மாதவனைப் பார்க்கிறேன். இல்லையென்றால் இவ்வளவு துண்டு துண்டான நினைவுத்துகள் வாழ்வைக் கவிதைகளாக்குவது தமிழ் வாழ்வில் ஒருவனுக்குச் சாத்தியமில்லை, சாத்தியமாக்கி இருக்கிறார் அய்யப்ப மாதவன், வாழ்த்துகள் அய்யப்ப மாதவன்.

5
மாயச் சங்கிலியின் மனிதர்கள்...

இந்த நாவலை உற்சாகமாய் வாசித்துக் கொண்டிருக்கையில், நான் எழுதிக் கொண்டிருக்கும் நாவலின் ஒரு சம்பவம் நினைவுக்கு வந்தது. கோடை விடுமுறையில் அப்பா கண்டிப்பாக 15 நாட்களாவது, எங்களையும் அழைத்துக் கொண்டு அம்மாவின் கிராமத்திற்குப் போய் இருப்பார். அம்மாவுக்கு அதுதான் வாழ்க்கையில் சந்தோஷ மானதும் விருப்பமானதும். மற்றப்படி அவளுக்கு என்று எந்த விருப்பமும் இருந்தது போல் காட்டிக் கொண்டதுமில்லை. என் அம்மாவைப் போலவே ஒரு அப்பாவி ஜென்மமாக இந்த நாவலில் ஜெயலட்சுமி வருகிறார். நாங்கள் வேண்டா வெறுப்பாகத்தான் போவோம். அப்போது பத்து வயதுக்கும் குறைவாகவே இருக்கும் எனக்கு. அங்கே அப்பா பின்னாலேயே சுற்றுவதுதான் எனக்கு வேலை. அப்பா அந்த ஊரின் கிராமக் கர்ணம், அந்தப் பதவியைப் பெரிய அண்ணனுக்குக் கொடுத்துவிட்டார். அவன் பாதி நாள் லீவு போட்டுவிடுவான். அதை வேறு யாராவது பார்ப்பார்கள். கலெக்டர் ஜமாபந்தி அன்று மட்டும் போய் அவர் கண்ணிலோ தாசில்தார் கண்ணிலோ பட்டும் படாமலும் ஒளிந்தது மாதிரி நின்றுவிட்டு வந்துவிடுவான். சம்பளம் என்று பார்த்தால், பதினாலு ரூபாயோ என்னவோதான். அதிலும் முனிசீப்புக்கு அது கூடக் கிடையாது என்று நினைவு. ஆனால் கூறோடு செயல்படும் எந்த

அதிகாரிகளுக்கும் நல்ல வருமானம் வந்துவிடும். இவர்கள் பண்ணையார் வீட்டுப் பிள்ளைகள், அதுவும் தெரியாது.

அப்பாவைக் காணும் என்று தேடிக் கொண்டு போனேன். அப்பா கிராம் முனிசீப் வீட்டிலிருந்தார். நான் போன போது எல்லோரும் முனிசீப் வீட்டிற்கு எதிர்த்த 'சவுக்கை'யிலிருந்தார்கள். சவுக்கை (சவுக்கு என்று இந்த நாவலில் குறிப்பிடுகிறார்) என்பது பனை ஓலைக் கூரை வேயப்பட்டு சுற்றிலும் மரங்களும் பெரிய கிணறுமாய் குளு குளுவென்று இருந்தது. வாகை மரம் பூத்துக் கிடந்தது. (எங்கள் பள்ளிக்கூடத்திலும் இப்படி வாகை மரங்கள் நிறைய உண்டு.) அதில் ஒருவனைக் கட்டிப் போட்டிருந்தது. மர எறும்புகள் ஊரும் மேலெல்லாம் சாட்டை சாட்டையாக கயிற்றின் பதிவுகள். ஆடு களவாண்டதாக தலையாரி பிடித்து வந்திருந்தார். நான் போகும்போது சரியாக, 'முன்சீப் அண்ணாச்சி', "வேய் பாண்டியன், பய உள்ளதைச் சொல்லுதானா இல்லையா," என்க, "எங்க சொல்லுதான், ஐயா, கல்லுளி மங்கனால்லா நிக்கான்," என்றார் பாண்டியன். "பிள்ளைப் பூச்சியைப் பிடிச்சு வயித்தில வச்சுக் கட்டுங்கலே....," என்றார் கிராம முனிசீப்.

பாண்டியன் தலை முடி, மலைக்கள்ளன் எம்.ஜி.ஆர் ஸ்டைலில் இருந்தது. சட்டை கூட அதே போல் ஒரு கட்டம் போட்ட சட்டையே அணிந்திருந்தார். ஒரு வாழை மரத்துக்கு அடியில் ஈரமாகக் கிடந்த மண்ணை ஒரு சிரட்டையை வைத்துத் தோண்டினார், நாலைந்து பிள்ளைப் பூச்சிகள் சரசரவென மேலும் மண்ணைத் துளைத்துக் கொண்டு ஓடின, கொஞ்சம் மண்ணோடு இரண்டைச் சிரட்டையில் அள்ளினார். ஒரு கையில் குற்றாலம் துண்டு போல ஒன்று, இன்னொன்றில் சிரட்டை, எடுத்தபடியே 'களவாணி'க்கு அருகில் போய், சிரட்டையை தொப்புளுக்கு நேர் மேலாக சட்டென்று கவிழ்த்தி வைத்து, அதற்கு மேல் துண்டைப் போட்டு, வயிற்றைச் சுற்றி இறுக்கிக் கட்டினார். கொஞ்ச நேரத்தில் 'பயல்' துடிக்க ஆரம்பித்தான்.....அப்பா என் முகக் கலவரத்தைப் பார்த்திருக்க வேண்டும், "வாடா, போகலாம்," என்று அழைத்து வந்தார். வழி பூராவும் "உண்மையிலேயே வயித்தைத் துளைச்சிருமாப்பா," என்று கேட்டுக் கொண்டே வந்தேன். அப்பா ஒன்றுமே சொல்லவில்லை.

இதைச் சொல்ல நேர்ந்தது ஏனென்றால், இந்த நாவலின் சம்பவங்கள் கிளர்த்திய என் வாழ்க்கை நினைவுகள். கிராமக் கர்ணம் பதவி 1981இல் ஒழிக்கப்பட்ட போது எனது சின்ன அண்ணன் அந்தப் பொறுப்பில் இருந்தார். இரவோடு இரவாகப் பதவி பிடுங்கப்பட்ட அதிர்ச்சியினால் சிறிது நாட்களிலேயே

மாரடைப்பில் இறந்து போய்விட்டார். பல குடும்பங்களைப் பாதிக்கவே செய்யாத ஒரு வரலாற்று நிகழ்வின் பலியாடுகளில் ஒன்றாக என் குடும்பத்தில் ஒருவர் ஆனது எங்களுக்கெல்லாம் பேரதிர்ச்சி.

• • •

இந்த நாவலில் அறுநூறு வருட வாழ்க்கை ஒரு குடும்பத்தின் நிகழ்வுகளாகச் சொல்லப்படுகிறது. சிறு பெண்களைத் துரத்திக் கண்வைக்கும், வன் கொடுமை செய்யும் அரச ஏவலர்களின் அநியாயத்தில் பல பெண்கள் தங்களையே அழித்துக் கொண்டிருக் கிறார்கள் என பல வழங்கு கதைகள் உள்ளன. அந்தப் பெண்களைத் தெய்வமாக அந்த இனத்தைச் சேர்ந்தவர்கள் வழிபடுவதும் உண்டு. அப்படி ஒரு தெய்வப்பெண் என்று நாவலாசிரியர் சுட்டும் 'கம்பங்குழி கருப்பாயி'யின் கதையுடன் ஆரம்பிக்கிறது. பெரும்பாலும் இது போன்ற பெண்கள் விதவிதமான முறைகளில் அழிந்து போயிருக் கிறார்கள். இதில் கம்புத் தானியக் குவியலுக்குள் இறக்கப்பட்டு இறந்து போகிறார். குல தெய்வ வழிபாடு என்கிற கருத்தாக்கம் தமிழுக்கு அல்லது திராவிட இனத்துக்கு மட்டுமேயானதோ என்று தோன்றுகிறது. கொற்றவையும், கொல்லிப்பாவையும், கண்ணகியும் தமிழின் தனிச் சொத்து.

பொதுவாக இந்தப் பெண் தெய்வங்கள் தங்களை அழித்துக் கொண்டு மற்றவர்களைக் காப்பதாக ஏனைய கதைகள் இருந்தாலும் இந்நாவலில் வருகிற நொண்டி மீனாட்சி என்கிற பெண் தனி ஒருவளாகப் போராடி தன் தங்கையையும் அவளது வம்சத்தையும் நிலை நிறுத்தப் பல போராட்டங்களை மேற்கொள்கிறாள். அவளது கதையை மிக அருமையாகச் சொல்லி இருக்கிறார் நண்பர் ராஜேந்திரன் அதைப் படிக்கையில் மற்ற மறைந்து போன பெண்களும் போராடியிருக்கலாமே என்று தோன்றுகிறது. ஆனால் இந்தப் பகுதியில் சற்று புனைவு கலந்து உருவாக்கியிருப்பதாகக் கூறியிருக்கிறார். யதார்த்தம் எப்பொழுதும் கசப்பானதாகவே இருப்பதுதானே வாழ்வின் சோகம்.

தனுஷ்கோடி புயல் 1764 தொடங்கி ஒவ்வொரு நூறாண்டு களுக்கும் அதே டிசம்பர் மாதம் வந்து விடுகிறது. (லாநினா விளைவு?) 1964 புயல்பற்றி பத்திரிகைகளில் நானே படித்திருக்கிறேன். இந்தப் புயலுக்கும் இவரது குடும்பத்திற்கும் ஏதோ தொடர்பு இருப்பதாகப் படுகிறது. சுனாமியின் கோர விளைவுகள் அதில் பாதிக்கப்பட்ட குடும்பத்தின் சோக நினைவுகளாக நிலைத்தது போல நல்ல மூக்கன், சோழமூக்கன், கிளிமூக்கன் வாரிசுகள் தலைமுறை தலை

முறைகளாக இந்தப் புயல் தரும் துயரங்களை அனுபவிக்கின்றனர். புயல்கூட இந்த வடகரை வாசிகளின் குரூர முகவரியாக மாறி விடுகிறது. இயற்கைச் சீற்றங்களுடன், ஒரு வரலாற்று நிகழ்வுடன் ஒரு குடும்பம் எந்த விதியின் கரத்தாலோ இணைக்கப்படும் பொழுது தனியொரு வாழ்க்கை சமூக நிகழ்வுகளின் அங்கமாக மாறி விடுகிறது.

நாவலில் கடந்த காலம் பற்றிய பல தகவல்கள் உள்ளன. ஆனால் அவை வெற்றுத் தகவல்களாக தரப்படாமல் ஒரு குடும்பத்தின் ரத்தமும் சதையுமான வாழ்வின் போக்கோடு சொல்லப் படுகிறது... பிளேக் நோயின் கொடூரம் பற்றிச் சொல்லும் போது வடகரை வாசிகள் அதில் எப்படிப் பாதிக்கப்படுகின்றனர், டாக்டரைத் தொட்டுப் பார்க்கக் கூட அனுமதிக்காத பெண்கள் உள்ள காலத்தில் திருமங்கலத்திற்கு டாக்டர் ராமசாமியிடம் அழைத்துச் செல்கிறார் 'நடுவுலவர்'. அப்போது நடைபெறும் சுவாரசியமான சம்பவங்கள் பிளேக்கின் கொடுமை பற்றிய தகவல்களை விளக்காமல் விளக்கி விடுகின்றன. 1956, 57இல் காலரா தமிழ்நாட்டையே கொள்ளை கொண்டு போனபோது, எங்கள் அருகாமை வீடு ஒன்றில் ஒரே குடும்பத்தில், குழந்தைகளும் பெரியவர்களுமாக ஆறு பேர் இரண்டு நாள் இடைவெளிகளில் இறந்து போயினர். ஒருவரை எரித்துவிட்டு வருவதற்குள் அடுத்தவர் இறந்து போய்க் கிடப்பார். அதிரடியாக, 'அம்பிகாபதி'யோ என்னவோ ஓடிக் கொண்டிருந்த பாப்புலர் டாக்கீஸின் கேட்டுகளையெல்லாம் அடைத்துக் கொண்டு முனிசி பாலிட்டி ஊழியர்கள் ஒவ்வொருவருக்கும் காலரா தடுப்பூசி போட்டுவிட்டனர். பாப்புலர் டாக்கீஸில் இன்று ஊசி போட்டால் நாளை ராயல், (மகாதேவி ஓடிய நினைவு.) மறுநாள் ரத்னா டாக்கீஸ் என்று பிடித்து வைத்து ஊசி குத்தின நினைவு பசுமையாய் இருக்கிறது. பாப்புலரில் ஊசிக்குப் பயந்து சனங்கள் தியேட்டர் சுவர் ஏறிக் குதித்து ஓடின சுவாரஸ்யத்தை நானே பார்த்தேன்.

செப்டம்பர் 1896 என்று தலைப்பிடப்பட்ட அத்தியாயம் வேறு விதமான தகவல்களை விளக்குகிறது. அன்றையத் தேதியில், தாசில் தாரின் சம்பளம் 90 ரூபாய், ரெவின்யூ இன்ஸ்பெகடர் சம்பளம் 75, கலக்டர் 1500, துபாஷிக்கு மட்டும் 100ரூபாய், என்ற தகவல் களுடன், கலக்டர் ஆஃபீஸில் துரைசானிகளின் கைக்குழந்தைக்குத் தாய் பால் கொடுக்க ஆயா ஒருத்தி இருந்ததைப் பற்றிக் கூறுகிறார். அது இந்தியப் பெண்ணாகத்தான் இருக்கமுடியும் என்று நினைக்கிறேன். நம்முடைய மண்ணை மட்டுமல்ல, உழைப்பை மட்டுமல்ல நம்முடைய தாய்மார்களின் ரத்தத்தை இந்த வழியிலும் வெள்ளையர்கள் உறிஞ்சி இருக்கின்றனர்.

ராமேஸ்வரம் போய் தங்கியிருந்த வீரத்தேவன் குடும்பத்தினருக்கு ராமாயணக் கதை கூறும் ஒருவர் தனுஷ்கோடியில் உள்ள நுரைக்கல்கள் பற்றிக் கூறுகிறார். அவை கனமாக இருந்தாலும் நீரில் மிதக்கும் தன்மையுள்ளவை. அதனாலேயே அதை உபயோகித்து ராமர் இலங்கைக்குப் பாலம் கட்டியதாகக் கூறுகிறார். இப்படியொரு நுரைக்கல்லை நான் மதுரைப் பல்கலைக்கழகத்தின் உயிரியல் துறையில் பார்த்திருக்கிறேன். ராமேஸ்வரத்திலிருந்து எடுத்து வந்த கல்தான் அது என்றார்கள். தன்னுடைய தன் வரலாற்றுடைய வாழ்வை மட்டும் நாவலாசிரியர் பார்க்கவில்லை. அவர், உலகிலேயே அதிக சமாதிகள் உடைய டெல்லியை ஒரு துயர நகரமாக,ராஜ அழிவுகளைச் சுமக்கும் நகரமாகக் காணுவதே அவரின் விசாலமான பார்வையைப் புலப்படுத்துகிறது

ராஜேந்திரன் என்கிற பெயரே பெரிய காத்திருத்தலுக்குப் பின் ஊரார் சூட்டியதாக ஒரு தகவல் சொல்கிறார். ஊர் கூடித் தேர் இழுத்த மாதிரி என்று ஒரு சொலவடை சொல்லுவார்கள், ஆனால் இங்கே ஊர் கூடிப் பேர் வைத்தது போல இருக்கிறது. அதனால் தானோ என்னவோ பேர் சொல்லும் பிள்ளையாகவும் இருக்கிறார். தன் குடும்ப நிகழ்வுகள் எதையும் என்ன காரியத்தை முன்னிட்டும் நாவலாசிரியர் மறைப்பதில்லை... அந்த உன்னதம்தான் நாவலைப் பெருவெற்றிக்கு இட்டுச் செல்லும் என நினைக்கிறேன். உண்மையும், சுய பகடியும் எப்போதுமே சுவாரஸ்யத்தையும் நம்பகத் தன்மையையும் ஒரு நாவலுக்கு வழங்கும். இந்த சுய சரிதை போன்ற நாவலில் ராஜேந்திரன் அவர்களின் தந்தை ராஜாவிடம், அவர் ஒரு கேசிலிருந்து விடுபட, அவரது அப்பா அய்யம்பெருமாள் தேவர் சொல்கிறார், “தாசில்தார் மனைவியை அரை மூட்டை பொன்னி அரிசி கொண்டு போய்க் கொடுத்தா அவன் பொண்டாட்டி கண்ணைக் காட்டிடுவா.” என்கிறார். ராஜா “யாருக்கு எனக்கா...” என்கிறார் தன் மனைவிக்கு மட்டும் கேட்கும் குரலில். “புத்தி போவுதா பாரு.” என்கிறார் அம்மா ஜெயலட்சுமி. (இந்த சம்பவம் நிகழும் 1958களில் பொன்னி அரிசி கண்டுபிடிக்கப் படவில்லை என்று நினைக்கிறேன் அது 80களின் பின் பகுதியில் வந்ததாக நினைவு).

இதே ராஜாவின் ‘ஜகதலப்ரதாபங்களைப்’ பற்றி அவரது நம்பகமான வேலையாளிடம் விசாரிக்கிறபோது, என் அப்பாவுக்கு எத்தனை பெண்களுடன் தொடர்பு என்று கேட்கிறார் ராஜேந்திரன். அவரும் ஒரு நோட்டுப் புத்தகத்தை எடுத்துப் பார்த்து விட்டு 164 பெண்களின் பெயரைச் சொல்கிறார். இவரும் அதில் தன் அம்மாவின் பெயர் எத்தனையாவது இடத்தில் இருக்கிறது என்று பார்க்கிறார். அம்மா பெயர், 14 வது இடத்திலும்,பெரியம்மா

(அவர்தான் சட்டப் பூர்வமான மனைவி) 4வது இடத்திலும் இருக்கிறார். இந்தத் தகவல்களையெல்லாம் அவர் மறைக்க முயற்சிக்கவே இல்லை. அது போலவே அந்தக் கால சாதியப் படிநிலைகள் குறித்தும், இவையிவை இப்படி இருந்தன என்று உண்மையை எழுதியிருக்கிறார். விமர்சனங்களை எதிர் கொள்ள நேரிடும் சில விஷயங்களைக்கூட அவர் மறைக்கவில்லை. அது குறித்து அவர்," வார்த்தையில் உண்மை உண்டெனில்..." என்கிற முன் மொழிவிலும் தெளிவுறக் குறிப்பிட்டிருக்கிறார். "சுயசரிதை நூல்களுக்கு இயல்பாக வாசகர்கள் அதிகம். அதைவிட விமர்சகர்கள் அதிகமிருப்பார்கள். அந்தத் தயக்கமும் எனக்கு இருந்தது. ஆனால் படிப்பவர்களின் அனுதாபத்தைப் பெறுவதற்காகவோ, சுய தம் பட்டம் அடிப்பதாகவோ என் முயற்சி இருக்கக் கூடாது என்பதில் மட்டும் உறுதி ஆகவே இருந்தேன். இந்தப் பதிவுகளில் குறிப்பிடப் படும் நபர்களுடைய வாரிசுகள் எனது பதிவுகளை எப்படி எதிர் கொள்ளுவார்களென்று தெரியாது, ஆனால் நான் நடந்ததை நடந்தாற்போல் சொல்லியுள்ளேன், என்று குறிப்பிட்டிருக்கிறார்.

நான் இதை நாவலாகவே பார்க்கிறேன். அப்படித்தான் பார்க்க முடியும். ஒருவர் பார்வையிலான சுய சரிதை அல்லது ஒற்றை வாழ்க்கை, பல வகையிலும் அவர் வாழுகிற சமூகமும் சார்ந்ததே. "Every man is single entity of totality namely society". சற்றே எழுதி எழுதிப் பழகி வரவேண்டிய நடையுடன் நாவலில் சுருக்கப்பட வேண்டிய பகுதிகள் நிறையவே உள்ளன. ஆனால் அது வாசிப்புச் சுகத்திற்கு இடைஞ்சல் செய்வதாக இல்லை என்பது ஒரு பெரிய வெற்றி.

இந்த நாவலை நான் வாசித்துக் கொண்டிருக்கையில் எனக்குத் தோன்றியது

> பழகு ஓவியமோ
> கலைஞனின்
> காவியத் தீற்றலோ
> அவ்வப்போது
> தூரிகை தொடுவது
> துளி வண்ணங்களைத்தான்"

எவ்வளவு பெரிய கேன்வாஸில் திறமையான ஓவியனால் வரையப் படும் அற்புதமான ஓவியமானாலும் அவன் தூரிகை அவ்வப்போது தொட்டுக் கொள்வது சிறிய வர்ணம் குழைக்கும் தட்டிலுள்ள (palette) வர்ணக் கலவைகளைத்தான். சமூக வாழ்க்கையை இயற்கை

வரைவதும் தனி மனித வாழ்க்கையின் வர்ணங்களைத் தொட்டுத் தொட்டுத்தான். இந்தக் கவிதையை திரு. ராஜேந்திரன் அவர்களுக்குச் சமர்ப்பிக்கிறேன்.

ராஜேந்திரன் அவர்களின் நாவலைப் படித்து முடித்ததும் ஒரு மௌனம் சூழ்ந்து கொண்டது. நல்ல எழுத்தின் தலையாய தன்மை அது. ஒரு சிறுகதைத் தொகுப்பின் அழுத்தமான ஒரு சிறுகதையினைப் படித்து முடித்து விட்டு அடுத்த கதைக்குள் செல்லும் முன் இதே போல் ஒரு மனோ சூன்யம் ஒன்றிற்குள் பயணிக்க நேரிடும். நாவலுக்கான மௌனமும் சிறுகதைக்கான மௌனமும் சற்றே வேறுபட்டது. ஒரு சிறுகதை உண்டாக்கும் மௌனம் அடுத்த கதை உண்டாக்கும் அல்லது உண்டாக்கப் போகும் நிசப்தத்தில் மாறிவிடக் கூடும். ஆனால் நாவல் வாசிப்பில் அப்படி இல்லை. நாவல் என்பது நம்முடன் அதிக நேரம் உரையாடும் ஒரு பிரதி. அதன் முடிவில் உருவாகும் மனோ உலகில் நாவலின் பாத்திரங்கள் நம் வாழ்வின் பாத்திரங்கள் போல் ஆகிவிடுவார்கள். அவர்கள் யாரோ ஒரு கதை சொல்லியின் தனிப்பட்ட வாழ்வில் ஊடாடிய மனிதர்கள் மட்டுமல்ல. அப்படி மனிதர்களின் தனிப்பட்ட வாழ்க்கை மட்டுமல்ல. அவர்களது வாழ்க்கையுடன் பின்னிப் பிணைந்த, அவர்களது ஏற்றத் தாழ்வுகளை நிர்ணயித்த (சரித்திரமான சரித்திர மாகாத) சமூக நிகழ்வுகள், அவர்கள் அறியாமலே அந்நிகழ்வுகளின் கண்ணிகளாகி விட்ட அவர்களும் என, ஒன்றிலிருந்து ஒன்று பிரிக்கப்பட முடியாத, அளக்க அளக்க அளவைக்குட்படாத மாயச் சங்கிலி அது. அதன் ஒரு பகுதியில் நம்மை அருமையாகவே கட்டிப் போட்டிருக்கிறார், வாசகன் எந்த மாயம் செய்தாலும் தப்பிக்க முடியாதபடி. அவருக்கு என் வாழ்த்துகள்.

6

பதினெட்டாம் நூற்றாண்டின் மழையை முன் வைத்து சில தூறல்கள்

அவனே

அந்தச் சிறுகதைக்குள்ளிருந்து
அவன் உடலை மீட்டு வர
மிகச் சிரமப்பட்டதாக
அவன் நண்பர்கள் சொன்னார்கள்

அங்கோர்வாட் கோயில் மண்டபச்
சிதிலங்களுடே பாம்பெனப்
பிதுங்கி நிற்கும்
மர வேர்கள் போல
அவன் அந்தக் கதையில்
அடிக் கோடிட்டிருந்த
வரிகள் பற்களைத்
துளைத்துக் கொண்டும்
கண் குழி
மூக்குப் பொந்து என்று
கபாலம் முழுக்க
இறுக்கிக் கொண்டிருந்ததாயும்
அதை எடுக்கவே
அதிகச் சிரமமென்றும்
அவன் உறவினர்களிடம்
சொன்னார்கள்

பிய்த்தெடுத்த வேர்கள்
தாது விருத்திக்குப்
பயன் படுமென்று
தாங்களே வைத்துக் கொண்டதாகவும்
சொன்னார்கள்

• • •

இறப்பைத் தாங்கி வந்த
கருமாதிக் கடிதத்தை
வழக்கம் போல
கிழிக்க மறந்ததற்காக
மனைவியிடம்
கடிந்து கொண்டான்
எதிர்நாள் ஒன்றில்
அவனே
(யூமா வாசுகிக்கு)

இது 2000 வாக்கில் யூமா வாசுகியின் சிறு கதைத் தொகுப் பொன்றைப் படித்துவிட்டு எழுதிய கவிதை. சிறுகதைத் தொகுப்புகளைப் படிக்கும் அனுபவம் ஒரு விதமான, நீச்சல் தெரிந்தவனே ஆற்றுத் தண்ணீரில் தெவங்கும் அனுபவம் போன்றது. இழுப்பும் எதிர் நீச்சலுமாய் திக்கு முக்காடிக் கொண்டிருக்கையில், ஒரு சுழிப்பில் கதையே கொஞ்சங் கொஞ்சமாக கரைக்குத் தள்ளி விடும். ஆனால் அடுத்த கதைக்குள் மெல்லப் படியிறங்கும் ஆவல், ஒரு நல்ல கதாசிரியனைப் பொறுத்து தவிர்க்க முடியாது.

இப்படி ஒரு சூழலுக்குள்/ மாயச் சுழலுக்குள் அடிக்கடி நாம் வேண்டுமென்றே நம்மை வெவ்வேறு ஆளுமைகளின் சிறு கதைகளைப் படிக்கையில் அமிழ்த்திக் கொள்கிறோமென்று படுகிறது... எஸ்.ராமகிருஷ்ணன் நம் காலத்தின் முக்கியமான ஆளுமை. அவர் யாருடனும் இயல்பாக எவ்வளவு நேரமும் உரை யாடக் கூடியவர், கதையாடக் கூடியவர். இதைத் தன்னுடைய பலமாகவே அவர் வளர்த்தெடுத்துக் கொண்டிருக்கிறார், அல்லது வெகு இயல்பாக அவரில் அது வளர்ந்திருக்கிறது. அவர் எப்போதுமே ஒரு கதை சொல்லி. ஆனால் கதை சொல்வது என்பது வேறு அதையே ஒரு சிறு கதையாக எழுதுவது என்பது வேறு. ஒரு நிகழ்வை, நடந்த கதையை அப்படியே சொல்லிவிடலாம். அதை நல்ல சிறுகதையாக்க ஒரு அபூர்வக் கற்பனை வேண்டியிருக்கிறது. என்னுடைய உருள்பெருந்தேர் கட்டுரைகள் நினைவும் புனைவும் சேர்ந்தவைதான். அதிலேயே ஏகப்பட்ட கதைகள் இருக்கின்றன என்று நண்பர்கள் சிலர் குறிப்பிட்டிருக்கிறார்கள். ஆனால்

அவற்றில் ஒன்று கூட சிறுகதையாகவில்லை. ஏதோ ஒரு போதாமை இருக்கிறது. கதை சொல்வது என்பது கயிற்றில் நடப்பவனை விவரிப்பது, சிறுகதை எழுதுவது என்பது கயிற்றில் நடப்பது, என்று எங்கோ படித்ததை இங்கே குறிப்பிடலாமென்று நினைக்கிறேன்.

எஸ்.ராமகிருஷ்ணன் இந்தத் தொகுப்பின் முன்னுரையில் அழகாக இதைச் சார்ந்து ஒரு குறிப்பு சொல்லியிருக்கிறார். "இதிலுள்ள கதைகள் இரு வகைப்பட்டவை. ஒன்று கடந்த கால மௌனத்தைச் சிதறடித்து அதன் மீதான புனைவை உருவாக்குவது மற்றொன்று நகர வாழ்வில் எளிய சம்பவங்கள் கூட எவ்வளவு விசித்திரங்களையும் மனப்போக்கையும் உருவாக்குகின்றன. நம்மைச் சுற்றி எவ்வளவு திரைகள், கூண்டுகள் கயிறுகள் கட்டப் பட்டுள்ளன என்பதில் கவனம் கொள்கின்றன", என்று குறிப் பிட்டிருக்கிறார். இதிலுள்ள 27கதைகளை இந்த இரு வகைமையில் அடக்கி விடலாம்தான்.ஆனால் ஒரு படைப்பாளியின் பார்வைக்கு வாசகன் தன்னை முழுவதுமாக ஒப்புக்கொடுக்க வேண்டியதில்லை. இவ்விரண்டு வகைமை தாண்டியும் எவ்வளவோ சொல்பவைதான் எஸ்.ராமகிருஷ்ணன் கதைகள். உதாரணத்திற்கு தலைப்புக் கதையான 'பதினெட்டாம் நூற்றண்டின் மழை'. அதன் உள்ளாக ஒரு சரித்திரம் ஓடுகிறது. போர்ஹேயின் மணல் புத்தகம் போல மலைவாசிகளின் மொழி வலேசா என்கிற மதப்பிரச்சாரகனுக்கு நினைவில் நிற்காமல் மறந்து மறந்து போய்விடுகிறது. அவன் அங்கு வந்த நோக்கம் எல்லாமே ஆதி வாசிகளின் அபூர்வங்களினால் சிதறடிக்கப்பட்டு விடுகிறது.

இன்றும் ஆதி வாசிகளின் அபூர்வ பழக்க வழக்கங்கள், மருத்துவம், மாந்த்ரீகம் ஆச்சரியம் தரும் வகையில் நிலைத்து நிற்கிறது. இந்தக் கதையில் பர்மிய தேச ஆதிவாசிப்பெண்ணின் உடல் மிருதுத் தன்மை பற்றிக் கூறுகிறார் எஸ்.ராமகிருஷ்ணன். இதேபோல படகர் இனப் பெண்களின் உடல் மென்மை உள்ள தாகவும் அதை அவர்களே சொல்லிச் சட்டை மறைக்காத பெண்ணின் மேல் கையில் தொட்டுப் பார்க்கச் சொன்னதாகவும் ஒரு முறை கி.ரா. சொல்லிக் கொண்டிருந்தார். பிலிப்பைன்ஸ் பெண்கள் உடலும் அப்படி மிருதுவாய் இருக்கும் என்று சிங்கப்பூரில் சந்தித்த, சினேகிதியாகிவிட்ட ஒரு ஃபிலிப்பைன்ஸ் கவிதாயினி என்னிடம் சொன்னார். ஆனால் தொட்டுப் பார்க்கச் சொல்லவில்லை.

இதே போல 'ஹசர் தினார்'என்கிற மாலிக் கபூர் பற்றிய கதை புதிய கோணத்தில் புனையப்பட்டுள்ள கதை. மாலிக்கபூரை அரவாணி என்றே சிலர் குறிப்பிடுகிறார்கள். ஆனால் இதில் வேறு

விதமாக சித்தரிக்கப்படுகிறது. விவிலியத்தில் வருகிற 'சிட்டி ஆஃப் சோதோம்' போல் ஒரு பால் புணர்ச்சியாளர் நகரமாக டில்லியைப் புனைவமைக்கிறார். இதற்கான ஆதாரங்களை அவர் சலிப்பற்ற பயணங்கள் வாயிலாகக் கூடத் திரட்டியிருக்கலாம். ஒரு பிரம் மாண்டமான நாடோடிக் கதையின் தன்மையில் சொல்லப் பட்டிருக்கிறது. இதைப் படித்து முடிக்கும்போது 377வது சட்டப் பிரிவை உடனடியாக நீக்கச் சொல்லி அதன் எதிப்பாளர்கள் கூடப் போராடலாம் என்று தோன்றுகிறது. அவ்வளவு அழகியலோடு கையாளப் பட்டிருக்கிறது.

"துண்டு துண்டான நினைவுத் துகள்களாய் கரையும் இவ்வாழ்க்கையை எப்படியோ வாழ்ந்து காட்டுங்கள், எந்தப் பகுத் தறிவினாலும் வாழ்வின் அர்த்தத்தை தேடி அலையவேண்டாம் நீங்கள் முதலில் எப்படியேனும் வாழ்ந்து விடுங்கள்." என்று காம்யூ சொல்வது போல, எஸ்.ராமகிருஷ்ணன் கதை மாந்தர்கள் வாழ்க்கையை இப்படி வாழ்பவர்கள்தான். அந்த வகையில் எஸ்.ராமகிருஷ்ணன் வாழ்க்கையின் பால் பெரிதும் நேர்மறையான நம்பிக்கை கொண்டவராக இருக்கிறார். அப்படி ஒருவரால்த்தான் ஈடுபாடு மிக்க வாசிப்பும், வியப்புமிக்க பயணங்களும் மேற்கொள்ள முடியும். எஸ்.ராமகிருஷ்ணன் ஒரு மகத்தான வாசகன், சலிக்காத பயணி.

அவரே சொல்வது போல இன்றைய சிறுகதையின் முக்கிய சவால் அதைச் சொல்லும் முறை. எனவே இக்கதைகள் பல்வேறு சொல்லும் முறைகளை கதையாடல்களைக் கொண்டிருக்கின்றன. சில கதைகளின் மாய யதார்த்தம் கூட, யதார்த்த நிகழ் முறை களிலிருந்து, வாழ்வின் இயல்பான தர்க்கங்களிலிருந்து அதிகமும் விலகுவதில்லை என்பதுவே எஸ்.ராமகிருஷ்ணன் கதைகளின் சிறப்பு. 'வீட்டிற்கு அப்பால் எதுவுமில்லை' என்கிற கதையில் கண்ணுக்கு தோல் கட்டிய குதிரை போல தணிகை என்பவர் தன்னுடைய விஷயங்களை மட்டுமே பார்ப்பவராக ஒரு தணிக்கைப் பார்வையை ஏற்படுத்திக் கொள்கிறார். (எனக்கென்னவோ தணிகை என்ற பெயருக்குப்பதிலாக 'தணிக்கை' என்று அவருக்குப் பேர் சூட்டியிருக்கலாமோ என்று தோன்றுகிறது.) அப்புறம் அவருக்கு தேவையானது மட்டுமே பார்வையில் படும் ஒரு வகை மனப்பிறழ்வு வந்து விடுகிறது. இதில் எஸ்.ராமகிருஷ்ணன் கதையை வெகு இயல்பான தர்க்க நடையில் எழுதிச் செல்லுகிறார். எல்லாமே வாழ்வியல், குறிப்பாக தமிழ் வாழ்வியல் சார்ந்த தர்க்கங்கள். காஃப்காவின் 'உருமாற்றம்' கதாநாயகன், க்ரகர் சம்சா போல தணிகை ஒரு முற்றான கரப்பான் பூச்சியாக மாறுவதில்லை.

இங்குதான் எஸ்.ராமகிருஷ்ணனின் வெற்றி அடங்கியிருக்கிறது என்று நினைக்கிறேன். அவர் தன் வாசிப்பின் பாதிப்புகள், தன் படைப்புகளை அணுக விடுவதேயில்லை.

வெயில், எஸ்.ராமகிருஷ்ணன் கதைகளிலும் சரி நெடுங்குருதி போல நாவல்களிலும் சரி தவறாது வித விதமான பாவனைகளில் தன் வெக்கையின் ஆளுமையைச் செலுத்திக் கொண்டிருக்கும். ஒன்றில் தாரை தாரையாக வழிந்து கொண்டிருக்கும் இன்னொன்றில் வெல்லப்பாகு போல பிசினாய் அப்பிக் கொள்ளும். இதன் ஊடாகத்தான் அவரது கதையும் பாத்திரங்களும் வாழ்கிறார்கள். 'நற்குடும்பம்' கதையில் வருகிற அம்மா அவள் மேல் எவ்வளவு 'வெயில்' விழுந்தாலும் தாங்கிக் கொள்கிறாள். காஸ ப்ளாங்கா கதையில் வருகிற சிறுவனைப் போல, அவள் அப்பா வரும் வரை பயணியர் அறையிலேயே அசையாது அமர்ந்திருப்பாள். கைசூம்பிய பிச்சைக்காரி கூட அவளிடம் தன் கைக்குழந்தையை ஒப்படைத்து விட்டு பஸ்ஸில் ஏறிப் பிச்சை கேட்பாள். இங்கேதான் எஸ்.ராமகிருஷ்ணன் சொல்வது போல, சிறுகதைகள் நமது வாழ்வனுபவம் உருவாக்காத நினைவுகளை நம்முள் உருவாக்குகின்றன. இந்தக் கதாபாத்திரங்கள் நம்மைக் காலகாலமாகத் தொடர்கிறார்கள். ஒரு கணம் நாம் அந்தப் பிச்சைக்காரியின் பிள்ளைச் சுமையை தாங்கிக் கொள்கிறவர்களாக, அதைப் பார்த்துக் கொள்கிறவர் களாக மாறி விடுகிறோம். மேன்ஷனில் நண்பர்களின் அறையில் ஒண்டிக் கொள்ளும் சாம்பல் கிண்ணமாக உபயோகப் படுத்தப் படும் ஒருவனாக நாமே உருக்கொள்கிறோம். நம்மில் பலர், இவ்வளவு துயரும் சேடிஸமும் அனுபவித்தது இல்லையென்றாலும் பணக்கார நண்பர்களிடம் கிட்டத்தட்ட இதே போல அனுபவித்திருப்பது நினைவுக்கு வரலாம். நான் ஓரளவு அனுபவப்பட்டிருக்கிறேன். எஸ்.ராமகிருஷ்ணன் கதைகளில் வரும், பிச்சைக்காரி கேட்டுக் கொள்வது போன்ற கண நேர அவதானிப்புகள் இப்படித்தான் நம்மைக் கட்டிப் போட்டு, எங்கெங்கோ கூட்டிப் போய் விடுகின்றன.

சென்னை நகர் தன் துயரும் மாயையும் நிறைந்த போர்வைக்குள் ராமகிருஷ்ணனை ஏற்றுக் கொண்ட கால கட்டங்களை அவர் மீண்டும் வாழ்ந்து பார்க்கிறார், பேராலயம், 'ஜி.சிந்தாமணிக்கும் தேவிகாவிற்கும் சம்மந்தமில்லை' போன்ற கதைகளில்.பேராலயம் படிக்கிற போது எலியட்டின் "Journey of the Magi" கவிதை படிப்பது போலம் பேரார்வமாய் இருந்தது. காசுக் கடைகளில் தங்கத்தை துடைப்பதற்காக நாய்த் தோல் வைத்திருப்பார்கள். அதை பெரும் பாலும் நாய்த்தோல் என்று சொல்லுவதில்லை. அது துடைத்துத்

துடைத்து நைந்து அழுக்காக இருக்கும். அந்த நாய்த்தோலைப் போன்ற நினைவுகளிலிருந்து தன்னை அரவணைத்துக் கொண்ட சென்னையைப் பலகதைகளில் ராமகிருஷ்ணன் துடைத்து மெருகுடன் மீட்டெடுக்கிறார்.அவை எல்லாமே புனைவின் உச்சம் கொண்டவை.

மஞ்சள் கொக்கு என்ற கதை. 'நெருப்புச் சுடர்' ஒன்று எரிவதில் எத்தனை விதம் இருக்கிறது என்ற ஆச்சரியத்தை உள்ளடக்கியது. வாழ்க்கை தண்டிக்கப்பட்ட ஒருவனை இந்தச் சுடரும் அதில் அவன் காண்கிற மஞ்சள் கொக்கும் எப்படியான மலர்ந்த விடுதலையை அவனுக்கு வழங்குகிறது, என்று கச்சிதமான புனைவுடன் சொல்லியிருக்கிறார். இந்த புனைவுக்கூர்மை எஸ்.ராமகிருஷ்ணன் கதைகளின் தனித்துவம். தன் புனைவை அவர் வாழ்வின் கணங்களிலிருந்தே எடுத்துக் கொள்கிறார். ஆன்மீக, தத்து வார்த்த தளங்களை அவசியமில்லாத பொழுது நாடுவதேயில்லை. புத்தன் இறங்காத குளம் போன்ற கதைகளில் சித்தார்த்தனை புத்தனை நோக்கிச் செலுத்திய வாழ்வு அடுக்குகளைச் சொல்லும் போது தேவையான அளவு சொல்கிறார். அது இத்தொகுப்பின் சிறப்பான கதைகளில் ஒன்று. பௌத்த ஓவியங்களிலும் சிற்பங் களிலும் காணப்படும் தாமரை எந்தக் கலைஞனையும் கவர்ந்து நீரின் குளுமையை அவன் கற்பனையில் வழிய விடக்கூடியவை,

புத்தன்
தடாக நடுவின்
தாமரையைப் பார்க்கிறான்
ஏதோ நினைவுடன்

பாய்ந்து நீந்திப்
பறித்து வந்து நீட்டுகிறான்
ஆடு மேய்க்கும் சிறுவன்
புதிய முறுவலுடன்

அவனிடம் அன்று
கடன் வாங்கியதுதான்
புத்தனிடம் இன்று
நாம் காணும்
இன் முறுவல்

என்று நான் ஒரு கவிதை எழுதியிருந்தேன். இதை எழுதுகையில் புத்த கயாவில் இருக்கும் அழகான தடாகத்தை நான் பார்த்திருக்க வில்லை. இந்தக் கதையையும் நான் படித்ததில்லை. ஆனால் குளமும் தாமரையும் எப்படியோ எல்லாக் கலைஞனின் புனைவுக் குள்ளும் நிறைந்திருக்கும் போல. நான் பார்த்தது கயாவின் குளம்.

எஸ்.ராமகிருஷ்ணன் சொல்வது கபிலவஸ்துவின் குளம். அதில் புத்தன் இறங்கவில்லை. ஆனால் கற்பனையில் எல்லாக் கலைஞனும் இறங்கியிருப்பார்கள் போலிருக்கிறது. எண்ணிறந்த புனைவை அது எல்லோரிலும் மலர்த்தியிருக்கும் போலிருக்கிறது.

இந்தக்கதையில் அற்புதமான வரிகள் அழகான ஜென் கவிதைகளாக வந்து விழுகின்றன. "தவளையைப் போல பாதி மூடிய கண்களால் உலகைக் கண்டு கொண்டிருப்பது போல...." என்று ஒரு வரி. "சித்தார்த்தன் தன் குழந்தையை நெருங்கிச் சென்று பார்க்கும்போது அது தன் நிழல் குளத்தில் தெரிவதைக் காண்பதைப் போலத்தான்..." என்று ஒரு வரி. சித்தார்த்தனை வாழ்வு எப்படி புத்தனை நோக்கிச் செலுத்துகிறது என்று இவ்வளவு பூரிதமான மொழியில் சொல்ல முடியுமா தெரியவில்லை.

எஸ்.ராமகிருஷ்ணன் கதைகளைப் பொறுத்து அறிமுகமாகச் சொல்ல எதுவுமில்லை. ஏனெனில் அவை தாங்களே யாரையும் விட மிக மிகப் பாந்தமாய் வாசகனோடு அறிமுகமாகி விடும். கதைகளை விளக்குவது என்பதும் அபத்தமானது. ஒரு வாசகன் தானே விளங்கிக் கொள்ள அவற்றில் ஏராளமானவை உள்ளன. அதே போல் எஸ்.ராமகிருஷ்ணன் கதைகள் குறித்து விமர்சனமாகச் சொல்லவும் எதுவும் இல்லை என்றே தோன்றுகிறது. கதைகளை எழுதும் அவசரத்தில், அல்லது தனக்குத்தானே முதல் வாசகனாகச் சொல்லிக் கொள்ளும் அவசரத்தில் ஒன்றிரண்டு தவறான வாக்கிய அமைப்புகள் வாசிப்பைச் சங்கடப்படுத்துகின்றன என்று சின்னஞ்சிறு பண்டிதத்தனமான குறைபாட்டை வேண்டுமானால் சொல்லலாம். மற்றப்படி அவரே சமீபத்திய பேட்டி ஒன்றில் சொல்லியிருப்பது போல "சிறுகதை மேற்கிலிருந்து வந்த வடிவம் என்றாலும் இங்கே தமிழில் நாம் அதைத் தனித்துவத்துடன் வளர்த்தெடுத்திருக்கிறோம்..." ஆமாம் எஸ்.ராமகிருஷ்ணன் உங்களுக்கு அதில் பெரும்பங்கு இருக்கிறது. உங்களது இந்தக் கால் நூற்றாண்டுச் சாதனைக்கு என் மனப்பூர்வமான வாழ்த்துகளைச் சொல்லி விடைபெறுகிறேன், நன்றி வணக்கம்.

7
கல்லூஞ்சல்

கவிஞர் கயல்விழியின் முதல் கவிதைத் தொகுப்பு முயற்சியான 'கல்லூஞ்சல்' வாசிக்கக் கிடைத்தது. ஒரு வாசிப்பிலேயே கவிதைகளின் வடிவச்செறிவு என்னை மிகவும் கவர்ந்ததால், ஆரம்பிக்கிறபோதே அவரைக் கவிஞர் கயல்விழி என்று அழைக்கத் தோன்றியது. இனி கயல்விழி என்று குறிப்பிடலாம்.

பொதுவாக நெல்லைப் பக்கத்தில், 'எல்லாருக்கும் தலைப் பிள்ளை தங்க குடுத்து வச்சிருக்கணும்லா' என்று பெண்கள் பாராட்டாகப் பேசிக் கொள்வார்கள். இப்படி ஏன் சொல்லுகிறீர்கள் என்று ஒரு பாட்டியிடம் கேட்டபோது ' முதன் முதலில் புள்ளைத் தாச்சியாகும் சின்னஞ்சிறுசுகள் 'அகப் பத்தியத்தை'க் காத்துல விட்ருவாங்க... அதனால 'காய்' விழுந்திர வாய்ப்பு சாஸ்தி ராசா... அதனாலேயே இப்படி எச்சரிக்கையாவும் ஆறுதலாவும் சந்தோஷ மாவும் சொல்றது உண்டு,' என்றார். அதைப் போலவே எல்லோருக்கும் முதல் தொகுப்பு நன்றாக அமைவது என்பது நல்ல விஷயம். அந்த வகையில் கயல்விழி அவர்கள் தொகுப்பு, பத்தியமான பார்வை யோடு பக்குவமான வரிகளோடு நன்றாக அமைந்திருக்கிறது.

'விபத்து'என்கிற கவிதை

'நெடுஞ்சாலையின் ஒற்றைச் செருப்பு
தன்னிச்சையாய் நுகர வைக்கும்
சவ வாசமடிக்கும் ரோஜாப்பூக்களை
எப்போதும்'.

இது அவரின் கவித்துவப் பார்வையை உறுதிப்படுத்தும் ஒரு கவிதை.

மனம் பதற வைக்கும் சில நடப்புகளை, செய்திகளை கவிதைகளாகப் பதிவு செய்ய முயன்றிருக்கிறார். நல்ல வரிகளுடன் கூடிய நல்ல முயற்சி. ஆனால் செய்திகளை, கவிதை வரிக் குள்ளேயே சில நுணுக்கங்களை மேற்கொண்டு சேர்க்கவேண்டும். அப்படிச் செய்தால், அந்தச் செய்தியை அடிக்குறிப்பாகப் போட வேண்டியிருக்காது. பொதுவாக இவ்வகை அடிக்குறிப்புகள் கவிதையை ரசிக்க விடாமல்ச் செய்து விடும். தற்கொலைத் தேர்வு, அன்னை இட்ட தீ போன்ற கவிதைகளில் இதை மேற்கொண்டிருக் கலாம். 'குழந்தைகள்' கவிதை போல அன்னை இட்ட தீ கவிதையும் சிறப்பாக வந்திருக்க வேண்டிய ஒன்றே. 'தவமிருக்கும் தெய்வம்' வித்தியாசமான ஒரு கவிதை. அதில் ஒரு துயரம் பொதிந்திருக்கிறது. அதே தொனியில் சுருக்குத் தொட்டில், அக்(கறை), போல வேறு சில கவிதைகளும் உள்ளன. முன்னரே சொன்னது போல நான்சி இறந்த போது எழுதியது என்ற அடிக்குறிப்புடன் எழுதியுள்ள கவிதையிலும் அந்த அடிக்குறிப்பையே சிறிது மாற்றி கவிதை வரியாகச் சேர்த்திருக்கலாம். நிறைவான கவிதையாக வந்திருக்கும். ஆனால் செல்லப்பூனை பற்றிய பூவழகி என்ற ஒரு கவிதை சரியான வடிவில் வந்திருக்கிறது. இது போலத்தான் அந்தரங்கத் துயரோ அன்போ இருந்தால்க் கூட பொதுவான ஒரு தளத்திற்கு மாற்றி, சோகபாவத்தை, வாசிப்பவன் தன் அனுபவம் ஒன்றுடன் பொருத்திப் பார்ப்பது போல் எழுதவேண்டும். கண்டிப்பாக கயல்விழியால் எழுதமுடியும் என்று பல கவிதைகள் சாட்சியம் கூறுகின்றன.

காதல் என்ற பொதுத் தலைப்பில் சிதறியிருக்கும் கவிதைகளில் சில அருமையான நட்சத்திரச் சிமிட்டல்களுள்ளன.

நீ
என் எழுத மறந்த கவிதை
தாய் தராத அன்புமுத்தம்
தகப்பன் தோளமர்ந்து பாராத
திருவிழா
மனமேங்கிய பனிக்கட்டி மழை.

இப்படி ஒன்று. இதில் தாய் தராத அனபுமுத்தம் மட்டும் சற்றே பழமை வாடை வீசுகிறது, அதாவது கொஞ்சம் cliche ஆக இருக்கிறது. மற்றவை சிறப்பான சிந்தனைகள். இப்படித்தான் புதிதாக யோசிக்கவேண்டும்.

ஒரு சூரியனை ரோஜாவென
சூடிக் கொண்ட
இறுமாப்போடிருந்தேன்
உதயநேரம் கடக்கவும்
எரிக்கிறாய்
தவிக்கிறேன்
அருள் புரி கண்ணா!

உண்மையியிலேயே ‘கீத கோவிந்தம்’ படிப்பது போல ரசனை கொஞ்சும் வரிகள். இதே போல் கயல்விழியிடம் நம்பிக்கை தரும் வரிகள் பல உள்ளன.

“அடங்கு” என்பாய்
உன்
உதட்டில் முத்தமாய்
மார்பில் அணைப்பாய்
விழிகளில் நகைப்பாய்
குறுந்தகவல் கவியாய்
மடியில் அன்பாய்
கலவியில் முழுதாய்
“அடங்குவேன்” என்பேன்
இஃது அடங்குதலா?
ஆளுமையா? என
மனசுள் கண் சிமிட்டி.

இதில் கடைசி மூன்று வரிகள் முதிர்ச்சி மிக்க கவி வரிகளாய் அதிசயிக்க வைக்கிறது. அதுவே கயல்விழி கவிதைகள் பால் நம்பிக்கையையும் விதைக்கிறது. பல கவிதைகள் விரிவான பார்வை யுடன் விசாலமான தளத்தில் இயங்கினாலும் சில கவிதைகள் அவரது செல்லப் பூனையைப் போல் கொஞ்சம் பழைய தளத்திலேயே ‘வளைய’ வருகின்றன. உங்கள் அடுத்த தொகுப்பில் உங்கள் ‘பூங்குழலி’ புலிபோலக் கவி வனத்தில் உலா வரட்டும். என் அன்பான வாழ்த்துகள்.

8
"நினைவுகளை எழுதுவது என்பது மனைவியிடம் தாயைக் காண்பது போல"

அன்புள்ள நண்பர்களே வணக்கம்.

நண்பர் கருணாவுடன் நட்பு ஏற்பட்டு ஒரு மாமாங்கம் ஆகப் போகிறது. முதன் முதலில் குற்றாலத்தில் அறிமுகமான அந்தக் குறிஞ்சி மொட்டு இப்போது பூவாகி வாசனையைப் பரப்புகிறது அதைத் திருநெல்வேலியில் அறிமுகப்படுத்திப் பாராட்டும் வாய்ப்பு கிடைத்திருப்பது உண்மையிலேயே மகிழ்ச்சியாக உள்ளது. கருணாவை பவாதான் அறிமுகப்படுத்தினார். கூடவே இளங்கோ, ராம்குமார் எல்லோரும் அறிமுகமானார்கள். பவா பற்றி நான் சொல்லித் தெரிய வேண்டியதில்லை. எனக்குத் தெரிந்து இரண்டு பேர் இருக்கிறார்கள். இருவர் பேசுவதும் நாம் பேசும் வார்த்தைகள் தான். ஆனால் அவர்கள் பேசும்போது மட்டுமே, வார்த்தைகள் அவ்வளவு குளுமையாக வரும்... அந்தக் காலத்தில் நாம் பள்ளிக் கூடத்திற்கு முன்னால் ஐஸ் விற்பவர் தன் பெட்டியைத் திறந்து எடுத்துத் தரும்போது எட்டிப்பார்க்கும் நம்முகத்தில் குளிர் ஒன்று பரவுமே அது போல இவர்கள் பேசும்போது வார்த்தைகள் அவ்வளவு குளுமையாக வரும்... ஒருவரை நீங்கள் ஊகித்திருப்பீர்கள் ஆம், அவர் திருவண்ணாமலையின் பவாதான். இன்னொருவர் நம்முடைய திருநெல்வேலியின் கிருஷி. இருவரது பேச்சிலும் அப்படி ஒரு அன்பும் குளுமையும் இருக்கும். இருவரது அன்பின்

காரணமாகவும் நண்பர் கருணா எடுத்திருக்கும் எழுத்தாள அவதாரத்தின் ஆச்சரியம் காரணமாகவும் நான் இபோது உங்கள் முன்னால்.

அவரது 'கவர்னரின் ஹெலிகப்டர்' நூலினை இங்கே அறிமுகம் செய்ய வந்திருக்கிற எனக்கு ஒரு நிகழ்ச்சி நினைவுக்கு வருகிறது கருணா திருவண்ணாமலையில் அவரது பொறி இயல் கல்லூரியில் சாகித்ய அகாதமியுடன் சேர்ந்து மூன்று நாள் கருத்தரங்கு ஒன்று நடத்தினார். அதில் நான் பங்கு பெற்றேன். ஜெயகாந்தன், சா. கந்தசாமி, திலகவதி, என்று பல முக்கியமான பிரபலங்களுடன் நானும் பங்கு பெற்றேன். விழா தொடங்கும் நாளன்று காலையில் மாவட்ட ஆட்சியாளர் அவர்கள் முன்னிலையில், நகரின் முக்கிய பிரமுகர்களைக் கொண்டு எழுத் தாளர்கள் அனைவருக்கும் நகரின் மத்தியில் மிகப் பிரம் மாண்டமான வரவேற்பு ஒன்றை ஏற்பாடு செய்திருந்தார். ஓட்டலி லிருந்து, பாதி இரவுக்கு மேல் கழகத் தொண்டர்கள் உதவியுடன் தயாரித்த, அந்த பிரம்மாண்ட மேடை வரை தவில் நாகஸ்வரம், செண்டை மேளம், பாப்பம்பட்டி ஜமா, என்று வரிசையாய் ஒலிக்க, பெரிய திருவிழாக் கோலம் கொண்டிருந்தது ஊர். அதற்குத் தயங்கித் தயங்கியே வந்த ஜெயகாந்தன் கூட பின்னர் இரவில் பேசும் போது நல்ல ஏற்பாடுதான், நம்மைப் போல ஆட்களுக்கு இது ஒரு உற்சாகம்தான் இல்லையா என்றார். அவ்வளவு அற்புதமான ஏற்பாடுகளைச் செய்து கலைஞர்களைக் கொண்டாடுபவர் நண்பர் கருணா. அது நிகழ்ந்த சமயத்தில் கூட அவர் நினைத்துப் பார்த்திருப்பாரா தானும் ஒரு கலைஞன் ஆவோம் என்று இப்போது தோன்றுகிறது.

அந்த நிகழ்ச்சிக்கு மாவட்ட ஆட்சியாளரை அழைக்க முந்தின தினம் நானும் கருணாவும் பவாவுடன் அவரது வீட்டிற்குச் சென்றிருந்தோம். அவர், சத்யப்ரசாத் சாஹூ ஒரிஸ்ஸா/மத்தியப் பிரதேசத்துக் காரர், அவரிடம் போபால் பாரத் பவன் பற்றிப் பேசிக் கொண்டிருந்த போது, அதை நடத்தும் பிரபல இந்திக் கவிஞர் அஷோக் வாஜ்பேயி பற்றிச் சொன்னதும் அவருக்கு ஒரு உற்சாகம் தொற்றிக் கொண்டது. அஷோக் வாஜ்பேயி ஒரு பிரமாதமான கவிஞர் என்று ஒரு சில நிமிடம் பேசிக் கொண்டிருந்தார். அந்த கவிஞர்கள் சங்கமத்தின் இறுதி நாளன்று அஷோக் வாஜ்பேயி ஒரு விஷயம் சொன்னார்.

"poetry is a ceasless battle waged against amnesia, it is memory "-

கவிதை மறதிக்கு எதிரான ஒரு ஓயாத போர், அது முழுக்க நினைவுகளால் ஆனது என்று. கவிதை மட்டுமல்ல எழுத்து என்பதே நினைவுகளால் ஆனதுதான்.

இந்தப் புத்தகமும் முழுக்க முழுக்க நினைவுகளால் ஆனது. நான் நினைக்கிறேன், நாம் நிற்க அல்லது நடக்கத் தொடங்கும் போது தரையில் விழ ஆரம்பித்து நம்முடனேயே வரும் நம்முடைய தனித்த நிழல் போலத்தான் நினைவுகள் என்று. தன்னுடைய நினைவு அடுக்குகளிடையே எப்போதும் கசியும் ஈரத்துடன் இருப்பவனே நல்ல கலைஞன். எல்லோருக்கும் அற்புதமான நினைவுகள் இருக்கத்தான் செய்யும். சிலர் அதை எழுதுகிறார்கள். வெறும் நினைவாகவோ அல்லது புனைவு கலந்த கதையாகவோ. அதை வாசிக்கும் ஒவ்வொருவரும் அதில் தன்னையே இனம் கண்டு அல்லது தன்னைப் பொருத்திப் பார்த்து தங்களுக்கான ஒரு பிரதியை (டெக்ஸ்ட்) உருவாக்கிக் கொள்கிறார்கள். அந்த விசேஷமான பிரதி அல்லது பிரத்யேகமான கதையையே அவர்கள் கொண்டாடுகிறார்கள்.

கருணாவின் பல நினைவுச் சிதறல்களில் நான் என்னைப் பலவாறாகப் பொருத்திப்பார்க்கிறேன். அவர் சொல்வது அவரது டேனிஷ் மிஷன் ஸ்கூலென்றால் எனக்கு வயக்காட்டுப் பள்ளிக் கூடம் என்கிற ஷாஃப்டர் ஹைஸ்கூல். ஷாஃப்டர் ஹைஸ்கூலை அறிந்தவர்களுக்குத் தெரியும் அதை அடுத்து முனிசிபல் ஆஃபீஸ் இருந்தது. 9 மணி ஸ்டடிக்கு நேரமாகி விட்டால் முனிசிபல் ஆபீஸ் பின்புறமுள்ள வயல் வழியே சென்று ஸ்கூல் பின்னால் உள்ள கொடுக்காப்புளி வேலி வழியே உள்ளே வர பல ரகசிய திறப்புகள் உண்டு. ஆனால் இவர் கதையில் வருகிற மாதிரி ஸ்கூலை ஒட்டி ஒரு கஸ்தூரி அக்கா வீடு இருந்து அவள் சீடை முறுக்கு பலகார மெல்லாம் தருவதாக இருந்தால் அக்கா வீட்டிலேயே அத்தனை படிப்பும் முடிந்திருக்கும். அவர் கதையை வாசிக்கையில் என்னுடைய கதை கஸ்தூரி அக்காவைச் சுற்றி ஒரு புனைவைப் பின்னிக் கொண்டு இணையான ஒரு ட்ராக்கில் ஓடியது. நல்ல வேளை என்னைப் போல பிஞ்சிலே பழுத்தவராக கருணா இல்லாதது ஒரு வகையில் நல்லது.

ஹெலிகாப்டர் சேஸ் படங்கள் அப்போதைய 60களில் அபூர்வமும் பிரபலமும் ஆனவை. அத்தகைய விறு விறுப்போடு செல்லும் ஒரு நிகழ்வு கருணாவின் எஸ்கேபி பொறி இயல் கல்லூரிக்கு கவர்னர் ரோசைய்யா வந்த நிகழ்வு. இதை வாசிக்கையில் எனக்கு நன்கு அறிமுகமான அவரது நிர்வாகத்திறன் மற்றும்

செய்து முடிக்கும் திறன் ஒரு சித்திரத்தை மனதிற்குள் ஏற்படுத்தியது. நானே அவருடன் கவர்னர் மாளிகைக்குப் போகிறவனாகவும், அவரது நடவடிக்கைகளில் தோள் கொடுப்பவனாகவும்.... கடைசியில் அவரைவிடக் களைப்பை மீறிய சந்தோஷத்தை அனுபவிக்கிறவனாகவும் உணர முடிந்தது... இதை விட அவரது எழுத்தின் கச்சிதத்திற்கு வேறு சான்று தேவையில்லை. இதில் ஒரு இடத்தில் கவர்னர் மாளிகையிலிருந்து do's and don'ts பற்றி நீளக்குறிப்பு தருகிறார்கள். அதைப் பார்த்ததும் இவர் எழுதுகிறார், 'ராஜ் பவனின் மொத்தக் கசப்பான அனுபவங்களையும் யாரோ மொத்தமாகத் தொகுத்து ஒரு குறுநாவலாக எழுதியது போல் இருந்தது' என்று. இந்த எள்ளல் நடை, டிப்பிக்கலாக அவரது ஆசான் சுஜாதா நடை. ஆனால் இயல்பாக வருவதுதான் இவரது எழுத்து பூரணத்தை நெருங்கி விட்டதைக் குறிக்கிறது.

தன்னுடைய போலீஸ் அனுபவங்களை இரண்டு கதைகளில் குறிப்பிடுகிறார். பிரியாணி என்ற ஒன்றிலும் மதுரை வீரன் என்ற ஒன்றிலும். இரண்டிலுமே இவர் சிறுபையனாக, ஏழு அல்லது எட்டு படிக்கும் மாணவனாக இருக்கிறார். அந்த வயதுக் கதையை அந்த வயதின் மொழியுடன் எழுதியிருப்பதுதான் சிறப்பு. பெரும்பாலான நிகழ்வுகளில் அந்தந்த வயதின் அந்த சமயத்தின் முதிர்ச்சிக்குட்பட்ட மொழி இயல்பாக வந்திருக்கிறது. நான்கு ஐந்து உரைநடைத் தொகுதிகள் எழுதி விட்ட எனக்கு இதனை குறிப்பாக உணர முடிகிறது. பிரியாணி கதையில் டீச்சர் தன் தோடுகள் காணாமற் போய்விட்டதைப் பற்றி போலீசிடம் சொல்லச் சொல்வதும் அது தெரியாமல் இவர் பயந்து கொண்டே போவதும் இதற்கு உதாரணம். ஆனால் இந்த இடத்தில் டீச்சர் நாலு பவுன் தோடு என்கிறார். நாலு பவுன் என்றால் 32 கிராம் ஆகிறது... டீச்சர் போட்டிருந்தது தோடா இல்லை பாம்படமா என்று ஒரு சந்தேகம் எழுகிறது. இதெல்லாம் குறையில்லை... எழுதிச் செல்லும் வேகத்தில் இப்படி வந்து விடக்கூடாதென்ற எண்ணம்தான்.

மதுரை வீரன் என்கிற போலீஸ் இன்ஸ்பெக்டருடனான அனுபவங்கள் எனக்குப் பிடித்திருந்தது. முதற்காரணம் அதில் வருகிற ஒரு சூப்பர் தகவல். கருணா மாட்டுக்கார வேலன் படத்தை நூறுமுறை பார்த்தவர் என்கிற சந்தோஷத் தகவல். நானே அதை மூன்று முறைக்கு மேல் பார்த்திருக்க மாட்டேன். அது தவிரவும், சீரியஸ் ஆகவே அது ஒரு நல்ல அனுபவம். மொத்தத்தில்,கருணா அவர்களே,

எங்கள் வீட்டு வாசலில் உங்கள் கவர்னரின் ஹெலிகாபட்ர் வந்து இறங்கிய மறுகணமே வாசிக்கத் துவங்கிவிட்டேன். அதே

வேகத்துடன் முடித்துவிட்டேன். ஆனால் என்ன, ஹெலிகாப்டர் மறுபடி போகாமல் வீட்டின் மேலேயே வட்டமடித்துக் கொண்டிருக்கிறது.

நினைவுகளைச் சுற்றிச்சுற்றி வரும் நிகழ்வுகளை அருமையாகப் படம் பிடித்து உலவ விட்டிருக்கிறீர்கள்.

எல்லோருடைய வாழ்க்கையிலும் எத்தனையோ சுவாரஸ்யங்கள் இருக்கின்றன. அதைச் சொல்ல ஒரு சரியான மொழி வேண்டும். அது உங்களுக்கு அழகாகக் கை வந்ததில் எனக்கு மிக்க மகிழ்ச்சி.

ஒரு கட்டுரையின் நீளமென்பது அது சொல்ல வந்த விஷயத்தைச் சரியாகச் சொல்லுகிற அளவுக்கு மட்டுமே இருப்பதுதான் சிறப்பு.

உள்ளிருந்து எடுத்து
அடுக்கி ரசித்து
மீண்டும்
பூட்டி வைத்துவிட்டால்தான்
அதன் பேர்
கொலு

அதே போல் ஒரு கட்டுரையின் நீளமென்பது அது சொல்ல வந்த விஷயத்தைச் சரியாகச் சொல்லுகிற அளவுக்கு மட்டுமே இருப்பதுதான் சிறப்பு.

அதை நீங்கள் எட்டியிருக்கிறீர்கள். தனக்குத் தெரிந்ததையெல்லாம் திணிக்காமல் எழுதுவது ஒரு திறன்.அது எளிதாகவே உங்களுக்கு கிட்டியிருக்கிறது.உதாரணமாக நீலத்திமிங்கலம். ஆஸ்திரேலிய பயணத்தைப் பூராவும் நீங்கள் அதில் கொட்டி இருக்கமுடியும். ஆனால் திமிங்கலத்தைச் சுற்றிய உங்கள் அனுபவத்தை மட்டும் கறாராக, ஆனால் அழகாகச் சொல்லியிருப்பதில்தான் ஒரு புதிய கட்டுரையாளன் / கதாசிரியன் தமிழுக்குக் கிடைத்திருக்கிறான் என்று எண்ண வைக்கிறது.

மதுரை வீரனும் சைக்கிள் டாக்டரும் அபூர்வமான கதா பாத்திரங்கள். அந்த இருவரின் வாழ்க்கை உண்மைகள் மிக இயல்பான ஒரு மொழியில் சொல்லப்பட்டு இருக்கிறது.

1986ஆம் ஆண்டு ஈழப் போராளிகள் பற்றிய தகவல்கள் முக்கியமானவை. அதிலும் உணர்வு பொங்கி மையமான விஷயத்தை மறைத்திருக்கக் கூடிய அபாயம் இருக்கிறது. அதை இயல்பாகத் தவிர்த்திருப்பதே உங்கள் எழுத்தின் மேலுள்ள நம்பிக்கையை அதிகமாக்குகிறது.

இவ்வளவு சீக்கிரம் ஒரு புத்தகம் முடிந்துவிட்டதே என்று நினைக்கும் அளவுக்கு மட்டுமே ஒரு ஏமாற்றம் இதைப் படித்து முடித்ததும் எழுந்தது. கூடவே, இன்னும் எழுதுவீர்கள் என்ற நம்பிக்கை வந்த போது நட்பின் மகிழ்ச்சியே அதில் தலை தூக்கி நின்றது....

இந்தக் கட்டுரைக்கதைகளை இரண்டாம், மூன்றாம் முறையாக வாசித்துவிட்டு மாலையில் நடக்கும்போதுஎனக்கு ஒன்று தோன்றிற்று.

"நினைவுகளை
எழுதுவது என்பது
மனைவியிடம்
தாயைக் காண்பது
போல"

விவரிக்க முடியாத இந்த அனுபவ வரிகளை உங்களுக்குச் சமர்ப்பித்து வாழ்த்தி விடை பெறுகிறேன். நன்றி நண்பர்களே.

9
மனோகரமான கனவுகள்....

Who stole sleep from baby's eyes குழந்தையின் கண்களிலிருந்து தூக்கத்தை களவாடிப் போனது யார் என்று தாகூரின் கவிதை வரி ஒன்று ஆரம்பிக்கும். அந்தக் கவிதை வேறு விதமான தொனியில் நகரும். ஆனால் இன்றைக்கு இரண்டரை வயதிலேயே குழந்தைகளை பள்ளிக் கூடத்திற்கு அனுப்பி அதன் தூக்கத்தைக் களவாடுவது பெற்றோர்களே என்று ஆகிவிட்ட சூழல். இந்த கவிதையை நான் முதன் முதலில் வாசிக்க நேர்ந்த 70களில்க் கூட குழந்தைகள் ஐந்து ஆறு வயது வரை நன்றாகவே தூங்கிக் கொண்டிருந்தார்கள். அங்கொன்றும் இங்கொன்றுமாய் சில நர்சரிப் பள்ளிகள் ஆரம்பிக்கப்பட்டிருந்தன. அதிலும் அவ்வளவு கெடுபிடிகள் இல்லை. சீருடை, ஷூ,டை போன்றவையெல்லாம் கூட இல்லை. ஆனால் அது ஒரு நல்ல வியாபாரமாகும் என்று தீர்க்கதரிசனமாக அரம்பித்திருக்கிறர்கள் என்று தெரிகிறது. என்னுடைய சமீபத்திய நண்பர் ஒருவர், அவர் வெளியூர் ஒன்றில் ஆசிரியராக இருந்தவர், மிகவும் நல்ல மனிதர்தான். ஏதோ பிரச்னை களால் அந்த வேலையை விட்டு விட்டோ, வெளியேற்றப் பட்டோ எங்கள் ஊருக்கு வந்து, ஒரு சிறிய மெட்ரிகுலேஷன் பள்ளி ஆரம்பித்தார். இன்று அவர் பல கோடிகளுக்கு அதிபதி. எவ்வளவு கோடிகளுக்கு என்றால், அவரது பள்ளியில் கையாடல் செய்து விட்டு ஓடிய ஒருவரே அவரை விட கோடீஸ்வரராக இருக்கிறாராம்.

இப்போதைய சூழலே வேறு. இப்போது பிராய்லர் கோழிகளுக்கும், பிராய்லர் பள்ளிகளுக்கும் சில மாவட்டங்கள் ஒன்று போல் பிரபலமாகிவிட்டன. அதை விமர்சிக்கிற எழுத்தாளனைக் கூட, வேறு காரணங்களை முன்னிறுத்தி எழுதவே விடாமல்ச் செய்துவிட்டன. தமிழ்நாட்டில் 12ம் வகுப்புக்குத்தான் குழந்தைகளை ஆசிரியர்களும் பெற்றோர்களும் பாடாய்ப் படுத்துகின்றனர் என்றால் இங்கே மலேசியாவில் ஆறாம் வகுப்புக்கே அரசுப் பொதுத்தேர்வு வைக்கிறார்கள் என்றும் அதற்காகப் பள்ளிகளும் ஆசிரியர்களும் படுத்தும் பாட்டையும், மாணவச் செல்வங்கள் படும் பாட்டையும் நம் கண் முன்னே கொண்டு வந்து நிறுத்துகிறார் நவீன், இந்தக் கட்டுரைத் தொகுப்பில்.

எங்கள் காலத்திற்கு முன் வரை தமிழகத்தில், எட்டாவது வகுப்பின் முடிவில் E.S.L.C- Elementary School Leaving Certiicate, என்று ஒரு அரசுத் தேர்வு இருந்தது. அதை ஒழித்து S.S.L.C என்கிற பதினோராம் வகுப்புக்கு மட்டும் அரசுத் தேர்வு நடந்தது. அரை வருடத் தேர்வுகளுக்குள் பாடங்களை முடித்து விட்டு,பல மாதிரித் தேர்வுகளையும், (Model test) மீள் பார்வைத் தேர்வுகளையும் (Revision test). நடத்துவார்கள். கிட்டத்தட்ட இதே நிலைதான். ஆனாலும் கொஞ்சம் மூச்சு விட முடியும் மாணவனால். மாணவியர்களுக்கு அவ்வளவு பிரச்னையில்லை. பெரும்பாலும் மாணவியர் பூப்பெய்தும் வரை எட்டோ ஒன்பதோ வரை படிக்கிற காலம் போய் S.S.L.Cயும் அதற்கு மேல் கல்லூரிக்கும் போனார்கள், அதுவும் என் தலைமுறையில்தான். இப்போது அப்படியில்லை. பெண் குழந்தைகளுக்கென்றே அதிக அழுத்தங்கள் உருவாகி விட்டன. ஏனென்றால் அவர்கள் மாணவர்களைவிட புறக் காரணிகளால் ஈர்க்கப்படாமல் நன்றாகப் படிக்கிறார்கள். அதைத் தக்க வைக்கவும், அவர்கள் பணிகளுக்குப் போன பின் தாமதமாக மணம் செய்விப்பது போன்றவுமான துயர்கள் அவர்களுக்கு உருவாகியுள்ளன.

இதெல்லாம் தமிழகச் சூழல். அங்குள்ள குழந்தைகள் 16, 17 வயதுகளில்த்தான் நெருக்கடிக்கு ஆளாகிறார்கள். ஆனால், காளான்கள் போல் தனியார் பள்ளிகள் உருவான பின் நிலைமை அங்கும் மோசம்தான். இங்கு இருப்பதோ அதை விட மோசமாக 10,11 வயதுக்குள்ளாகவே நெருக்கடிக்கு ஆளாகி விடுகிறார்கள். அங்கே சராசரிக்கு ஒட்டிய, கீழான மாணவர்களை அவர்கள் அறியா வண்ணம் இரண்டாந்தரத்தில் வைத்து அதற்கான சிட்சை நடக்கிறது. ஆனாலும் மாணவர்கள் அதை உணர்ந்து கொண்டு விடுகிறார்கள். பெரும்பாலான பள்ளிகளில், பிடுங்குகிற கட்டணங் களைப் பிடுங்கிக் கொண்டு படிக்கிற காலமெல்லாம் படிக்கவிட்டு

தேர்வு மட்டும் எழுதவிடாமல் ஆக்கி விடுகிறார்கள். அல்லது தனியே (பிரைவேட் கேண்டிடேட்டாக) எழுத நிர்ப்பந்திக்கிறார்கள். எல்லாம் 100 சதவிகித வெற்றி என்ற விளம்பரத்திற்காக. இங்கேயோ மெது நிலை மாணவர்கள் என்றே தனியாகப் பிரித்து விடுகிறார்கள். அவர்களுக்கு மனவளத்துணை அளிக்க தனியே நெறிவுரைஞர். உண்மையில் அவர்களுக்குத் தேவையான உளவியல் வழிகாட்டுதல் என்பது அவர்களையும் அவர்களது அபிலாஷைகளையும் பற்றிப் புரிந்துகொள்வதே என்பதை நவீன் இந்தக் கட்டுரைகளில் தெளிவாகமுன் வைக்கிறார்.

இது மாதிரியான வகுப்பறை நூலொன்றை நான் சமீபமாகப் படிக்க வாய்த்தது. மிகப் பிரபலமான புத்தகம் ஆனால் அதன் கறாரான தத்துவ நடை, எனக்கு வாசிப்பதற்குப் பெரிய தடையாக இருந்தது. அது கல்வியியல் படிக்கும் மாணவர்களுக்கு வேண்டுமானால் ஒரு துணைநூல் (நோட்ஸ்) போல பயன் படலாம். நவீன் தன் அனுபவத்தை நமக்குக் கடத்தவேண்டும், அதன் மூலம் இந்த விஷயத்திற்கு ஒரு தீர்வு வரவேண்டும் என்ற உள்ளார்ந்த ஆசையை எளிமையான சொல்லில் வெளிப்படுத்தியிருக்கிறார்.

பொதுவாக ஒரு பள்ளி ஆசிரியரின், பள்ளி, கல்வியமைப்பு, மாணவர்கள் பற்றிய கட்டுரைகள் அதிலும் தன்னைப் பின் தங்கிய ஆசிரியனென்று சொல்லிக் கொள்ளும் ஒருவரின் கட்டுரைகள் அவ்வளவு சுவாரஸ்ய மிக்கவையாக இருக்குமா என்று உங்களுக்குத் தோன்றலாம். அதிலும் நவீன் ஒரு நவீன இலக்கிய வாதியாயிற்றே தீவிரமான மொழி எதுவுமிருக்குமோ என்று நீங்கள் நினைத்துக் கொண்டு இந்தப் புத்தகத்தைப் புரட்ட ஆரம்பித்தால் நிச்சயம் ஏமாந்து போவீர்கள். சுவாரஸ்யமென்பதை விட பொறுப்பும் ஆதங்கமும் மிளிர இவை எழுதப்பட்டிருக்கும் விதம் நிச்சயம் உங்களை வியப்பிலாழ்த்தி விடும். எளிய, சிறிய வாக்கியங்கள், யாரையும் காயப்படுத்தாத அரவணைப்பு மனம் கொண்ட சிந்தனைகள் என விறு விறுப்புக்கு பஞ்சமில்லாத நடையொழுக்குடன் எழுதப்பட்டவை இவை. ஒவ்வொரு கட்டுரை முடியும் போதும் எவ்வளவு சமூகக் கரிசனம் மிக்க செய்திகளைச் சொல்லியிருக்கிறார் இவர் என்று தோன்ற வைக்கிறார் நவீன்.

"Give me six hours to chop down a tree and I will spend the first four sharpening the axe."

என்று ஆபிரகாம் லிங்கன் சொல்லுவார். இது வார்த்தைக்கு வார்த்தை மலேசியக் கல்விக்கு மிகவும் பொருந்துவது போல் இருக்கிறது. ஆறாவது ஆண்டில் நடத்தப் பெறும் யூ பி எஸ் ஆர்

தேர்வுக்கு, ஐந்து ஆண்டுகள் வாளாவிருந்து விட்டு ஆறாவது ஆண்டில் மாணவர்களைத் தயார் படுத்தும் அபத்தங்கள் பற்றி தீவிரமாகப் பேசுகிறார் நவீன். அவர், 'வெற்றியின் கூச்சல்' என்ற தலைப்பில் எழுதியுள்ள கட்டுரையில் முதல் ஐந்து ஆண்டுகளில் படிப்படியாக மாணவர்களைத் தயார் படுத்தாமல் ஆறாவது ஆண்டில் அவ்வளவையும் திணிக்கும் அபத்த நடை முறையால் தேர்வுக்கு முன்பான இறுதி வாரங்களில் மாணவர்கள் மந்திரித்து விடப்பட்டது போல திரிவதை வருத்தம் பொங்க பதிவு செய்கிறார். ஆறு மணிநேரம் தந்தால் நான்கு மணி நேரம் கோடாரியைத் தீட்டுவதற்கு செலவழிப்பேன் என்று லிங்கன் சொல்வது போல அல்லவா ஓரோர் ஆண்டாக மாணவர்களைத் தேர்வுக்கு தயார் படுத்தவேண்டும். சாகப்போகிற நேரத்தில சங்கரா சங்கரான்னு சொல்ற கதையால்ல இருக்கு என்று தமிழ்நாட்டில் ஒருசொலவடை சொல்லுவார்கள். அதேபோல எப்படியாவது 'ரிசல்ட்' கொண்டு வந்து விடவேண்டும் என்ற முனைப்பில் திருட்டுத் தனம் செய்யக் கூட சில ஆசிரியத் தலைமைகள் முன் வருகிறதை, யார், எங்கே, எப்போது என்று ஒரு அரட்டைச் சம்பவமாகச் சொல்லாமல், (அது தேவையில்லை என்பதை உணர்ந்து) பொதுவான கல்வி முறை இது என்று சொல்லியிருப்பதில் நவீன் தன்னுடைய நோக்கம் என்ன என்பதைத் தெளிவுபடுத்திவிடுகிறார்.

சண்முக ராஜா என்று அபாரமான தமிழ் சினிமா நடிகரைப் பற்றி நீங்கள் கேள்விப்பட்டிருக்கலாம். விருமாண்டி போன்ற பலபடங்களில் நடித்தவர். அருமையான நிஜ நாடகங்களை, வீதி நாடகங்கள் போன்றவற்றை மேடை யேற்றி வருகிறவர். அவர் ஒரு கருத்தரங்கின் போது, மாலை நேரம் ஒன்றில் "திருப்பிக் கொடு' என்று ஒரு நாடகம் அரங்கேற்றினார். அதில் மாணவர்களுக்கு சூத்திரங்கள், வரையறைகள் எல்லாவற்றையும் ஒரு பெரிய பாத்திரத்தில் போட்டுக் கலக்கி ஃபுனல் வைத்து வாயில் ஊற்றி... அவர்களை தனித்தனியே ஆசிரியர்கள் பொறுப்பில் விட்டு அவன் எவ்வளவு வாந்தி எடுத்தான்... என்று அளந்து அதற்கேற்ப அவனுக்கு மதிப்பெண் வழங்குவது போல ஒரு காட்சி வரும். ரொம்ப நல்ல நாடகம். அவரிடம் கேட்டு எளிதாக அரங் கேற்றலாம். நவீன் எடுத்துள்ள குறும்படம் போலக் கூட எடுக்கலாம்.

'இந்த உலகில் ஒரு பொருள் இருக்க வேண்டுமானால் முதலில் மனித மனம் அதைக் கற்பனையில் நினைத்திருக்க வேண்டும் என்கிறார் பிளாட்டோ. 'கற்பனையும் கட்டுப்பாடும்' என்ற அழகான கட்டுரையில், கிட்டத்தட்ட நவீன் இதை மாணவர்களை வைத்து

நடத்திக் காட்டியிருக்கிறார். எல்லா சீதோஷ்ணங்களையும் தாங்கக் கூடிய ஒரு உயிரினத்தை வரையச் சொல்கிறார் மாணவர்களை. அவர்கள் தங்கள் கற்பனைக்கேற்ப பலவிதமாக வரைகிறார்கள். இரும்பு இறக்கை கொண்ட வண்ணத்துப் பூச்சி, இறக்கைகள் கொண்ட மண்புழு என்று. ஏனைய ஆசிரியர்கள் இது என்ன பைத்தியக்காரத்தனமா இருக்கே என்று சொல்லும் போது, லியானார்டோ டாவின்சி பற்றியும் அவரது கற்பனை விஞ்ஞானச் சித்திரங்கள் பற்றியும் விளக்குகிறார். அவரது மனித உடற்கூறு பற்றிய சித்திரங்கள் பிரபலாமானவை. பலருக்கும் இது தெரிய வில்லை. இங்கே, 'ரஜனிகாந்த் மலேசியா வந்தால் தெரிந்திருக்கும்...' என்று நகைச்சுவை ததும்ப இடையீடாகக் கூறுகிறார். அவர்களுக்கு வேண்டியது மாணவன் எப்படியாவது படிக்கவேண்டும். இல்லை வன்முறையைப் பிரயோகித்தாவது வாந்தி எடுக்க வைக்க வேண்டும்.

ஒரு ஆசிரியர் என்பவர் தன்னைப்புதுப்பித்துக் கொண்டே இருக்கவேண்டும் என்பதை, 'ஒரு மருத்துவர் தன் துறை சார்ந்த புதிய கண்டுபிடிப்புகளை அறிந்து கொள்ளாவிட்டால், நோயாளியின் நிலை என்னவாகும்,' என்கிற கேள்வியை முன் வைப்பதன் மூலம் தெளிவாக வலியுறுத்துகிறார். எங்கள் ஊரில் உள்ள ஒருபல்கலைக் கழகத்தில் என்னுடைய கவிதைகளை ஆராய்ச்சி செய்வதற்கு மாணவர்கள் முன் வரும்போதெல்லாம்..." அதெல்லாம் எதற்கப்பா... பேசாமல் கம்பராமாயணத்தில் தாமரை திருக்குறளில் காகம் என்று எதையாவது எளிதாகச் செய்து... பட்டம் வாங்கீட்டுப் போவியா... என்று வழிகாட்டி ஒருவர் கூறுவாராம். அவர் ஓய்வு பெற்ற பின் சில மாணவர்கள் எப்படியோ அதையும் ஆராய்ச்சி செய்து பட்டமும் வாங்கிவிட்டார்கள். ஆக இதுதான் எங்கேயுமுள்ள நிலைமை.

"கோவிலைக் கட்டி வைத்தது எதனாலே? சிற்ப வேலைக்குப் பெருமை உண்டு அதனாலே.!" என்று பட்டுக் கோட்டையின் சினிமாப் பாடலொன்று உண்டு. அப்படிக் கலை வளர்த்துப் பண்பட்ட சமூகம் இன்று ஓவியம் ஒரு கல்வி என்றே ஒத்துக் கொள்ளத் தயங்குகிறது. உண்மையில் ஓவியம்தான் ஆதி மொழி. சித்திரங்கள் மூலமாகவேதான் மனிதன் தங்களுக்குள் தொடர்புகளை வளர்த்தெடுத்து வந்திருக்கிறான். பிற்பாடுதான் மொழி ஒரு சமூகக் கருவியாகிறது (Social Tool). அப்படிப்பட்ட ஓவியக் கல்வியை யூ பி எஸ் ஆர் தேர்வு நிலையின் ஆறாம் ஆண்டு பலி வாங்கிவிடுகிறது. அந்தக் கல்வி முறையோ 'டிவ்யா' போன்ற கலைமகள்களைக் காவு வாங்கி, கல்விப் புலத்தை விட்டே விரட்டி விடுகிறது. இது பற்றிய

‘தூரிகைக் கரங்கள்’ என்கிற பதிவைப் படிக்கிற எந்த வாசகனும் அந்தப் பெண்குழந்தையின் வாழ்வு திசை மாறுவது குறித்து வலி கொள்ளாமல் இருக்கமாட்டான். உண்மையில் இப்படிப்பட்ட கலை வகுப்புகள், இளம் வயதில் மாணவ மாணவியரின் சிந்தனை களை ஒருமுகப்படுத்த பெரிதும் உதவும். ஆனால் ’யார் சொல்ல, யார்கேட்க’ என்றே நடைமுறையில் நிகழ்வுகள் நடந்தேறுகின்றன. இதை ‘எளிய உள்ளங்களுக்காக அதிகாரம் வளையுமா’... என்கிற கேள்வியின் கனத்துடன் முடிக்கிறார் நவீன்.

சிறிய நூல்தான், ஆனால் கனமான உண்மைகள். எளிய நடைதான், ஆனால் எளிதில் தாண்டிப் போக முடியாத சாட்சிகள் தர்க்கங்கள். சர்வேஷ் போன்ற திரு நங்கைகளாக மாறும் மாணவனின் மனதைப்புரிந்து கொண்டு அவனுக்காக ‘என்ன சொன்னாலும் ஏற்காத சக மனிதர்களிடம்’ போராடுகிற ஒரு சமூகப் போராளியாக சாதாரண ஆசிரியன் இருக்கமுடியும் என்று விளக்குகிற கட்டுரை இதற்கு உதாரணம்.திறமைகள் என்பது பல தரப்பட்டது. எல்லோருக்கும் ஏதோ ஒரு துறையில்அது கலையோ, விஞ்ஞானமோ ஏதாவது சிறப்பான ஈடுபாடு, ஆர்வம் இருக்கும். அதில் அவனை அல்லது அவளை உற்சாகப்படுத்தவேண்டும் என்கிற முத்தாய்ப்பான ‘மரம் ஏறும் யானைகள்’ கட்டுரையோடு நூலை அவர் முடிக்கிறபோது, இவரைச் சூழ்ந்துள்ளவர்கள் சரியாகப் புரிந்துகொள்ள வேண்டும், அவர்கள் தங்களது ஈடுபாடற்ற வாழ்வு முறையினால் இவரை, அதைரியப்படுத்தி விடக்கூடாதென்ற எண்ணம் தோன்றியது. அதனால் அன்புடன் கேட்டுக் கொள்கிறேன், நவீனின், மாணவச் சந்ததியினர் குறித்த மனோகரமான கனவுகள் கலைந்து போய்விடாமல் நனவாகும்படி வாழ்த்துங்கள், என்னுடைய வாழ்த்துகளை இப்போது தெரிவித்து விடைபெறுகிறேன்.

(மலேசியா எழுத்தாளர் ம. நவீன் அவர்களின் ‘வகுப்பறையின் கடைசி நாற்காலி’ தொகுப்பினை அறிமுகம் செய்து 11.10.15 அன்று மலேசியா, கோலாலம்பூரில் வாசிக்கப்பட்ட கட்டுரை.)

10

கவிதைப் பயிலரங்கம் முன்னோட்ட உரைகள்-1

அன்பான நண்பர்களே,

வணக்கம்,

அவ்வையின் இரண்டு வாக்குகளுடன் இந்த உரையாடலை ஆரம்பிக்கலாம் என்று நினைக்கிறேன். அரிது அரிது மானிடராய்ப் பிறத்தலரிது என்கிற பாடலில் வருகிற ஞானமும் கல்வியும் நயத்தல் அரிது என்கிற வரி ஒன்று. இன்னொன்று 'சித்திரமும் கைப் பழக்கம் செந்தமிழும் நாப்பழக்கம்' என்கிற வரி ஒன்று. நம்முடைய நல்லூழ் என்று சொல்லலாமா, நாம் அரிதான ஞானமும் கல்வியும் வாய்க்கப் பெற்று இங்கே கூடியுள்ளோம். இங்கே "கற்றது கைம் மண்ணளவு" என்கிற ஞானத்தையும் நாம் கணக்கில் எடுத்துக் கொள்ள வேண்டும். ஏனென்றால் நாம் கவிதை பயில ஒன்று கூடியிருக்கிறோம். அப்படியானால் கவிதை என்பது அவ்வளவு பெரிய விஷயமா அதற்கு கடலளவு ஞானம் வேண்டுமா என்கிற கேள்விகள் எழலாம். அப்போதுதான் அவ்வையின் மற்றொரு வாக்கு ஆற்றுப்படுத்தும் விதமாக ஒலிக்கிறது. "சித்திரமும் கைப்பழக்கம் செந்தமிழும் நாப்பழக்கம்." என்கிற வாக்கு. ஆம், நாம் கவிதையைப் பழகிவிடலாம் என்பதே என் கருத்து.

கவிதை என்பது என்ன என்பதற்கு திட்டமான வரையறை கிடையாது. அவரவர் அனுபவித்த கவிதை உணர்வுகளின் விளக்கு தலாக நிறையச் சொல்லியிருக்கிறார்கள். அவையே அழகான கவிதை வரிகள் போல இருக்கும்.

புதுமைப்பித்தன் கவிதை என்பது ஒரு மோகனமான கனவு என்கிறார்.

Poetry is an echo, asking a shadow to dance. - Carl Sandburg

கவிதை, ஒரு 'நிழலை' ஆடச் சொல்லிக் கேட்கும் 'எதிரொலி' என்று கார்ல் சாண்ட்பர்க் என்பவர் சொல்லுகிறார். இதில் ஒவ்வொரு வார்த்தைக்கும் அர்த்தமிருக்கிறது. எதிரொலிக்கும் உருவம் கிடையாது நிழலுக்கும் உருவம் கிடையாது.

"Prose is words in best order, poetry is best words in best order' உரைநடை என்பது வார்த்தைகளின் சிறந்த வரிசை: கவிதை என்பது சிறந்த வார்த்தைகளின் சிறந்த வரிசை" என்று ஒருவர் கூறுகிறார். ஆனால் இதை முழுக்க ஒப்புக்கொள்ள முடியாது. ஏனென்றால் கவிதை வெறும் வார்த்தை அடுக்குகள் அல்ல.

1) Poetry is everywhere; it just needs editing. - James Tate

கவிதை எங்கும் இருக்கிறது ஆனால் அதை சற்றே செப்பனிட வேண்டும் என்கிறார் ஜேம்ஸ் டாட்டே. இதுதான் நமக்கு உபயோகமும் தேவையுமானது. கவிதை எங்கும் இருக்கிறது யாரிடமுமிருக்கிறது.

1) The poet doesn't invent. He listens. - Jean Cocteau

கவிஞன் கண்டுபிடிப்பதில்லை அவன் கவனிக்கிறான் என்கிறார் ழீன் காக்தே

ஆமாம் கவனிக்கிறவன் கவிஞன் ஆகிறான். நம்மைச் சுற்றி நிகழ்பவை எல்லாவற்றிலும் கவிதை இருக்கிறது.

'காட்சி' என்று ஒரு கவிதை.' பாதசாரி' என்கிற கவிஞர் எழுதியது.

காட்சி

என் பார்வையைப் பறித்துச் சூடிக்
கொண்டு போனது ஒரு காட்சி
காக்கி உடையில் ஒரு பெண் போலீஸ்
பஸ்ஸுக்கு காத்திருந்தாள்
தன் கைக்குழந்தையைத் தோள் சாய்த்து.

இந்தக் கவிதையை நன்கு கவனியுங்கள். ஒரு சாதாரணக் காட்சி ஐந்து வரிகளில் சொல்லப் படுகிறது. ஐந்தாவது வரியில் அது ஒரு மென்மையான உணர்வை எழுப்பி ஒரு கவிதையாகிறது.

இதே பெண்போலீஸ் சாதாரண ஆடையில் இருந்தால், இந்த எஃபக்ட், அழுத்தம் கிடைக்குமா...? அது ஒரு பிரத்யேகமான காட்சியே இல்லை.

வாழ்வின் எல்லா அடுக்குகளிலும் கவிதை ஒளிந்திருக்கிறது என்பதைச் சொல்ல இன்னொரு உதாரணம்.

'நறுக்கென்று
ஒரு சிறு கவிதை
எழுத முயல்கிறேன்
கொப்பரைத் தண்ணீரைக்
கவிழ்ப்பதை விட
எப்போதும் சிரமமாகத்தான்
இருக்கிறது ஒரு
பேனாவுக்கு மை அடைப்பது'

இது கல்யாண்ஜி எழுதிய கவிதை. இன்றைய பாட்டில் தண்ணீர் உலகில், புதுப்புது ஜெல் பேனாக்களின் உலகில் இந்தக் கவிதை எங்கள் தலைமுறையில் ஏற்படுத்திய அதிர்வை இப்போதும் ஏற்படுத்துமா தெரியவில்லை. இப்பொழுது வீடுகளில் கொப்பரை இருக்கிறதா என்றே தெரியவில்லை. எதிர்காலத்தில் பல விஷயங்களை நாம் நம் குழந்தைகளுக்கு விளக்க முடியுமா தெரியவில்லை. நாங்கள் எல்லாம் ஆற்றில், என்று குளித்தோம் என்பதை எப்படி விளக்கமுடியுமா. இப்போதைய குழந்தைகளிடம் ஆறு என்றால் “Uncle you mean six-” என்கின்றனர்.

ஆனால் எப்போதுமிருக்கிற சில விஷயங்களை, சில எளிய சந்தோஷங்களை, எந்த உலகமயமாக்கலும், எந்தப் பன்னாட்டு நிறுவனங்களும் கொள்ளையடிக்க முடியாது. பள்ளிக்கு வழியனுப்புகிறாள் வீட்டுவாசலில் நின்று குழந்தைகளை., ஒரு தாய். குழந்தைகள் கொஞ்சம் தள்ளிச் சென்றதும் அம்மாவை அழைத்து ஒரு பறக்கும் முத்தம், ஃப்லையிங் கிஸ் தருகின்றன. அது அம்மாவை வந்து சேர்கிற இடைப்பட்ட சொற்பக் கணத்தில் ஒரு வண்ணத்துப்பூச்சி அவர்களுக்கு இடையே பறந்து போகிறது. இப்படி அபூர்வமான காட்சி ஒன்றைப் பார்க்க நேர்ந்தது.

'குழந்தை அனுப்பிய
காற்று முத்தத்தை
இடையில் பறந்த
வண்ணத்துப் பூச்சி
வாரிச் செல்கிறது'

என்று ஒரு கவிதை எழுந்தது என்னில். இன்றைய சுற்றுச் சூழலில் வேகமாகக் கரி படிந்து கொண்டிருக்கும் இந்தக் காலத்தின் பலநிற

வண்ணத்துப் பூச்சிகள் கூட எதிர்காலத்தில் இருக்குமா தெரிய வில்லை. ஆனால் மனிதன் இருந்து கொண்டேதான் இருப்பான், அவன் பார்க்க வேறு எதுவும் இருக்குமா இல்லையா என்றாலும். தி.ஜானகிராமன் சொல்வது போல கை ரேகையையே ஒரு நாள் முழுக்கப் பார்த்துக் கொண்டிருக்கலாம், அதில் வியப்பதற்கு அவ்வளவு 'விஷயங்கள் இருக்கின்றன. இதை நான் ஒரு கவிதையாக்கினேன், அது,

"தி.ஜானகிராமன் சொல்வார்
பார்ப்பதற்கும் வியப்பதற்கும்
விஷயமாயில்லை
கை ரேகையையே
ஒரு நாள்முழுக்கப் பார்க்கலாம்

பார்த்துக் கொண்டிருந்தேன்
முதலில்
முட்டுச்சந்துகளாகத் தோன்றிய
ரேகைகள்
மேடுகள் தாண்டி
ஓடும்
கடலுள் வழியும்
நதிகளாயின"

நவீன எழுத்தாளர்களை விடுங்கள். கம்பனின் ஒரு பாடல்

எண்ணுதற்கு, ஆக்க, அரிது இரண்டு மூன்று நாள்
விண்ணவர்க்கு ஆக்கிய முனிவன் வேள்வியை
மண்ணினைக் காக்கின்ற மண்ணின் மைந்தர்கள்
கண்ணினைக் காக்கின்ற இமையிற் காத்தனர்..........(1).

காத்தனர் திரிகின்ற காளை வீரரில்
மூத்தவன், முழுதுஉணர் முனியை நோக்கி, முன்னி நீ
தீத்தொழில் இயற்றுவர் என்ற தீயவர்,
ஏத்த அருங்குணத்தினாய் வருவது என்று என்றான்........(2)

கம்பரே இதை விளக்குவதாக ஒரு கம்பர் கதை, நாட்டார் வழக்கியலாக வழங்கி வருகிறது. வெறுமனே கண்ணினை இமைகள் காப்பது போல ராமரும் லட்சுமணரும் முனிவரது வேள்வியைக் காத்தனர் என்னாமல், இதைக் கம்பர் விளக்குகிறார். மேல் இமை, அண்ணன். கீழ் இமை, தம்பி. தம்பி லட்சுமணன், கீழ் இமை அசையாது இருப்பது போல வேள்விக் கூடத்தின் அருகேயே அசையாமல் நின்று காவல் புரிகிறான். அண்ணன் ராமன், மேல் இமைபோல அங்குமிங்கும் சென்று வேள்வியைக் காவல் புரிகிறான், என்று கம்பர் விளக்குகிறார்.

இப்படி நாம் உரைநடையில் விவரிக்கப் பல வெளிகளைத் திறந்து வைப்பதே கவிதை.

இந்த மாதிரி உடற்கூறு விஷயங்களை 1300 ஆண்டுகளுக்கு முன்னர் எப்படி கவனித்து இருக்கிறார்கள் என்று வியப்பாக இருக்கிறது. இவ்வளவு ஏன். "எண்சாண் உடம்பிற்கு சிரசே பிரதானம்' என்று அளந்து வைத்திருக்கிறார்களே அது ஒரு அபூர்வ அவ தானிப்பு இல்லையா. ஒரு அடிக்கு 12 அங்குலம் எப்படி வந்தது என்பதற்கு ஒரு கதை. அந்த நாட்டு அரசனின் காலடி நீளத்தை ஒரு அடிப்படை அலகு ஆக்குகிறார்கள்... அது 12 அங்குல மிருந்ததால், அதுவே ஒரு அடி ஆகிவிட்டது என்று ஒரு கதை. நாட்டுப் புறக் கதையில் கூட கவிதை இருக்கிறது, அதன் மூலம் கூட கவிதை வருகிறது.

அதனால்த்தான் கவிதை எங்கும் இருக்கிறது ஆனால் அதை சற்றே செப்பனிட வேண்டும் என்று கூறுகிறார்கள்

ஒருவரது உடலின் உயரம் அவரவர் கையின் எட்டுச்சாண் என்பது போல பல சொலவடைகளை அனுபவித்துச் சொல்லி வைத்திருக்கிறார்கள்.

1. அவசரத்தில அண்டாவுக்குள்ள கூட கை போகாது.
2. ஆழாக்கு அரிசின்னாலும் அடுப்புக் கட்டி மூனு வேணும்லா...
   ஆழாக்கு =கால் லிட்டர் அரிசி
3. தான் போகவே வழியைக் காணலியாம் விளக்குமாத்தையும் சுமந்து கிட்டுப் போச்சாம் மூஞ்சூறு

இப்படி நம்மைச் சுற்றி நிகழும் மனித, மிருகச் செயல்பாடுகள் தவிர்த்து இயற்கை தரும் பிரமிப்புகள் ஆயிரம்.

மலை உச்சியிலிருந்து ஹோ வென்ற ஓசையுடன் தரையில் மோதுகிற அருவி, தாகூரை எப்படி ஒரு கவிதை எழுத வைக்கிறது. பார்க்கலாமா

தன்னை
விடுவித்த மலையுச்சிக்குக்
கேட்கும்படி தரையில்
சத்தமாய் மோதி
நன்றி கூறுகிறது
அருவி.

• • •

தாகூரின் இன்னொரு கவிதை,

புல்லின் மீதான
பனித்துளிகளைத்
தாவித்தாவி காவல் காக்கின்றன
வெட்டுக்கிளிகள்.

தாகூர் ஒரு மகாகவி, நாம் அவரை தேசிய கீதத்தில் பத்திரமாகப் பொதிந்து வைத்துவிட்டோம். அவரின் ஸ்ட்ரே பேர்ட்ஸ் அற்புதமான தொகுப்பு. ஹைகூ கவிதைகளை இந்தியாவுக்கு அறிமுகப்படுத்தும் தொகுப்பு அது. தாகூர் பற்றி இன்னொரு செய்தி 90வயதில் ஓவியம் கற்றவர் அவர்.

இயற்கையிலிருந்து யார்தான் கற்கவில்லை
"வெள்ளத்தனைய மலர் நீட்டம் மாந்தர் தம்
உள்ளத் தனையது உயர்வு"

ஆனால் சில விஷயங்கள் கூர்ந்து கவனிக்கிற சிலருக்கே, சிலபொழுதுகளில்த்தான் வாய்க்கும்,

ராஜ சுந்தரராஜனின் ஒரு கவிதை

கொடுப்பினை

இரா முழுக்கத்
தவமிருந்தன
வான் நிறைய மீன்கள்
பரிதியை நேர் நின்றுகண்டதோ
விடிய வந்த ஒரு வெள்ளி.

உங்களுக்கு சில தலைப்புகளில் கவிதை எழுத நண்பர்கள் பயிற்சி தருவார்கள். ஒரு தலைப்பின் கீழ் கவிதை எழுதுவது என்பது ஒரு கவிஞரின் சுதந்திரத்தைக் கட்டுப்படுத்துகிற விஷயம். ஆனால் ஒரு தலைப்பு அல்லது பொருள் பற்றி நம்முடைய அறிதல் விசாலம் எப்படி இருக்கிறது என்ற பயிற்சிக்கு இது உதவும். உதாரணமாக, ஜன்னல் பற்றி எப்படி வெவ்வேறு பார்வைகளில் யோசித் திருக்கிறார்கள் பார்க்கலாம்.

உலகெல்லாம் பார்க்கும்
சூரியன்
பார்த்ததில்லை
என் வீட்டின்
தெற்கு வடக்கு ஜன்னல்களை

என்று ஒரு கவிதை. இது ஒரு முழுமையான கவிதை இல்லை யென்றாலும், ஒரு தினசரி நிகழ்வை சிறிய பகடியோடு பதிவு

செய்கிறது. இங்கே ஒரு தர்க்கம் உதைக்கிறது. சூரியன் சாய்வாக வேனும் தென், வடல் ஜன்னல்களைப் பார்ப்பதில்லையா என்ற கேள்வி எழுகிறது. இதை முழுமையாக்க என்ன செய்யலாம்? முழுமையாக என்கிற வார்த்தையைச் சேர்த்துவிட்டால், தர்க்கத்திற்கு நியாயம் கிடைத்து விடுகிறது.

உலகெல்லாம் பார்க்கும்
சூரியன் முழுமையாகப்
பார்த்ததில்லை
என் வீட்டின்
தெற்கு வடக்கு ஜன்னல்களை

• • •

இரண்டிற்கும் உள்ள வித்தியாசங்களை நீங்கள் உணர்வீர்கள் என்று நினைக்கிறேன்.

கவிஞர் ஆனந்தின் பிரபலமான கவிதை ஒன்று

• • •

சற்றைக்கு முன்

சற்றைக்கு முன்
ஜன்னல் சட்டமிட்ட வானில்
பறந்து கொண்டிருந்த
பறவை
எங்கே?
அது சற்றைக்கு முன்
பறந்து
கொண்டிருக்கிறது.

• • •

இது ஒரு புதிர் போலத் தோன்றினலும், காலம் வெளி சட்டகம் (Time-Space- Frame) பற்றிய ஆழ்ந்த புரிதலை விளக்குகிற ஒரு கவிதை. மீண்டும் மீண்டும் படித்தால் பறவை நம் மூளைக்குள் சிறகடிப்பதைக் கூட உணரமுடியும்.

ஜன்னலே கதியென்று ஆகிவிட்ட சில முதிர் கன்னியரின் துயரங்கள் பற்றி நிறையக் கவிதைகள் வந்திருக்கின்றன.

கண்களை உள்ளத்தின் கதவுகளாகவும் ஜன்னல்களாகவும் பார்க்கும் பல சினிமாப் பாடல்களை நாம் தொடர்ந்து கேட்கிறோம். ஒரு சிறையின் இருட்டு அறையில் எட்ட முடியாத உயரத்தில்

உள்ள ஒரு சிறு ஜன்னலைக் கற்பனை செய்து பாருங்கள், 'பகீரென்று' இருக்கிறது அல்லவா. அது ஒரு கைதிக்கு தன் குற்ற உணர்வைத் தினமும், நொடி தோறும் நினைவு படுத்துகிறது. கைதியின் இந்தக் குற்ற உணர்வும் நம் பய உணர்வும் சந்திக்கும் ஒரு புள்ளியினை எழுத முடிந்தால் அது மகத்தான கவிதையாக இருக்கும்.

எல்லாவற்றிற்கும் மேலாக இன்று கணிணியில் நாம் எத்தனை ஜன்னல்களைத் திறந்து எத்தனை விஷயங்களைப் பார்க்கிறோம். இப்படிப் பலவாறாக ஜன்னல் பற்றியும், எந்த ஒரு விஷயம் பற்றி நாம் சிந்தித்துக் கொண்டே போக முடியும். அதற்கு நமக்கு வேண்டியதெல்லாம் பார்வை, ஜன்னல் வழிப்பார்க்கும் சிறிய பார்வையல்ல, வெட்ட வெளியில் நின்று பார்க்கிற விசாலமான பார்வை.

இன்னொரு பயிலரங்கில் 'நிழல்'பற்றி கவிதை எழுதச் சொன்ன போது அவர்களுடன் பகிர்ந்து கொண்ட சில பிரபலமான கவிதைகள்.

    உச்சி வெயிலுக்குப் பயந்து
    அஸ்திவாரத்திற்குள் பதுங்குகிறது
    கோபுர நிழல்

• • •

ஒருதலைக்காதல் என்கிற தலைப்பில் ஒருகவிதை,

    என்ன செய்தும்
    இவன்காலடியில் தலை வைத்துப்
    பணியமறுக்கிறது நிழல்
    இவனின் நிழல்.

• • •

இவையிரண்டும் என்னுடைய கவிதைகள் வெவ்வேறு காலகட்டத்தில் எழுதப்பட்டவை.

தகுதி என்ற தலைப்பில் ராஜ சுந்தரராஜன் கவிதை,

தகுதி:

    ஒரு பறவையிட்ட
    எச்சத்தின்
    நிழலில் அயர்கிறோம் நானும் என் மந்தையும்
    அது மரமாகி நிற்கிறபடியால்.

நாலடியாரில் நல்ல நட்பை மாலைநிழலுக்கும், நல்லது அல்லாத நட்பை காலை நிழலுக்கும் ஒப்பிட்டு ஒரு பாடல் இருப்பதை நீங்கள் அறிவீர்கள் என்று நம்புகிறேன்.

இப்படி பல பார்வைகளை விவரிக்கிறதால் நாமும் இப்படிச் சொல்லலாம். உரைநடை என்பதை குடை நிழல் அல்லது மர நிழல் என்று பெயரிட்டால் கவிதையை கார்மேக நிழல் என்று சொல்லலாம். நாம் பார்ப்பதில் இருந்துதான் கவிதைக்கான கரு கிடைக்குமென்பதில்லை படிப்பதிலிருந்தும் கிடைக்கும். உதாரணமாக, என்னுடைய சுயம்வரம் குறுங்காவியத்தின் மூலக் கருவான இரண்டு கவிதைகள். இவற்றில் வரும் புராணிகக் காட்சிகளை 'தொல் படிமங்கள்' என்பார்கள். இவை பற்றி விளக்கமாக பின்னர் பார்ப்போம். கவிதைகள் கீழே.

• • •

"அம்மணப் பூக்களின்
கற்பைப் பற்றி கனவைப்பற்றி
யாருக்கென்ன கவலை
அடீ பாஞ்சாலிகளே
நீங்கள் கர்ணன்களைக் காதலித்தென்ன பயன்
ஐந்து பேர் கூறு போட உங்களை வெல்லப் போவது
அர்ஜுனர்கள்தானே.,"

• • •

"அடி சீதைப்பெண்ணே உன் சுயம்வரத்தில்
கௌசிகனே
வில்லொடித்திருக்கலாம்
உன் பர்ணசாலைப் பிரசவம்
முதலிலேயே நிச்சயப்பட்டிருக்கும்
மூலஸ்தானம் புகமுடியாத
தாழம்பூக்களின்சாபம்
அலைபாய்கிற அரளிகளுக்கில்லை"

• • •

பார்ப்போம் படிப்போம் படைப்போம் என்று சொல்லி இப்போதைக்கு அமர்கிறேன்.

(மேலைச்சிவபுரி கணேசர் செந்தமிழ் கல்லூரியில் நடைபெற்ற பயிலரங்கில் வாசிக்கப்பட்டது.

11

கவிதைப் பயிலரங்க முன்னோட்ட உரைகள்-2

படைப்பும் பகிர்வும்

அன்பான நண்பர்களே

வணக்கம்.

"தமிழ் எங்கள் பிறவிக்குத் தாய் இன்பத்
தமிழ் எங்கள் வலமிக்க உளமுற்ற தீ"

என்கிற பாரதிதாசனின் வரிகளுடன் இந்தப் பகிர்வை ஆரம்பிக்கலாம். கவிதையும் ஒரு வகையில் உளமுற்ற தீ தான். ஒரு கவிதைக்கான விஷயம், கவிதைக்கான கரு, மனதில் உருவானதும் படைப்பவனின் உடலில் காய்ச்சல் கொண்டவன் போல ஒரு தீயை உணரமுடியும். அது படைப்பாக மலரும் போது உடலும் மனமும் குளிர்ந்து போகும். இது ஏதோ பிரபலமான கவிஞனோ படைப்பாளியோ அனுபவிக்கும் உணர்வு என்று நினைக்க வேண்டாம். எல்லோருக்கும் இருக்கிற உணர்வுதான், ஏனெனில் அனுபவம் என்பது எல்லோருக்கும் உண்டாவதுதான். நாள் முழுக்க, அனுபவங்களை நாம் சந்தித்துக் கொண்டேதான் இருக்கிறோம். நமக்குக் கனவு கூட அனுபவங்கள் சார்ந்துதான் இருக்கும். உண்மையில் கனவுகள் படைப்பாளியாக இல்லாத பாமரனுக்குக் கூட படைப் புணர்ச்சி தரக் கூடியவை. நம்மால் ஒரு கனவை அது தந்த மகிழ்ச்சி, அதிர்ச்சி, வியப்பு என்று அந்த அனுபவத்தை நினைவுக்குக்

கொண்டுவந்து சொல்ல முடியுமானால் அது அற்புதமான படைப்பாக இருக்கும். அது தர்க்கங்களுக்குட்படாத நவீனத்துவப் படைப்பாக இருக்கும்.

கவிதையை யார் வேண்டுமானாலும் எழுதலாம். குழந்தைகளுக்கு சமைக்கத் தெரியுமா. தெரியாது. ஆனால் அவை செப்புச் சட்டி பானை வைத்து விளையாடும் போது என்ன வெல்லாம் சமைத்து உண்டு, அற்புதமாகப் பசியாறி விடுகிறது. சமீபத்தில் குழந்தைகள், பீட்ஸாவும் பர்கரும் சமைத்து விளையாடிக் கொண்டிருந்தன. குழந்தைகள் எளிதில் தேர்வு செய்யும் விளை யாட்டு தொட்டுப் பிடித்து விளையாடும் விளையாட்டு. அதே போல எழுத வருகிற யாரும் முதலில் கவிதைகள்தான் எழுதுகிறார்கள். கொஞ்சம் அனுபவம் இருந்தால் போதும் கவிதை எழுதி விடலாம்.

கவிஞர் சுகுமாரன் சொல்வது போல் “அனுபவங்களிலிருந்து கருத்து பிறக்கிறது. அனுபவத்தைச் சொல்லும்போதும் வாசகனிடம் அது ஒரு கருத்தாகவே பதிகிறது. ஆனால் அதை வெறும் கருத்தாகவே சொல்லும்போது அவ்வளவு உவப்பின்றி கேட்கிறான். அதையே கவிதையாகச் சொல்லும்போது, அல்லது கவித்துவமாகச் சொல்லும்போது கேட்கச் சுவையாக இருக்கிறது. உதாரணமாக ஒரு வண்டியில் பாரமேற்றினால் அது தாங்கும் அளவுக்கு ஏற்ற வேண்டும். அதற்கு மேல் ஏற்றினால் அச்சுமுறிந்து விடும். இது ஒரு கருத்து, இதையே

“பீலிபெய் சாகாடும் அச்சிறும் அப்பண்டம்
சால மிகுத்துப் பெயின்”

என்று ஒரு கவிதையில் சொல்கிற போது கருத்து அழகாகப் பதிகிறது. இது அவர் சொல்கிற குறள். ஆனால் எனக்குப் பிடித்த குறள் செல்வம் வரும்போது கொஞ்சம் கொஞ்சமாக வரும் ஆனால் போகும் போது மொத்தமாகப் போய்விடும் என்கிற கருத்தை வள்ளுவர் சொல்கிற கவிதைதான்.

கூத்தாட்டு அவைக் குழாத்தற்றே பெருஞ்செல்வம்
போக்கும் அது விளிந்தற்று.

ஒரு சினிமா கொட்டகையில் –கூத்தாடும் அவை– கொஞ்சம் கொஞ்சமாக வந்து சேர்கிறவர்கள் படம் முடிந்ததும் மொத்தமாகப் போய்விடுவதை வள்ளுவர் பார்த்திருக்கிறார். செல்வத்தின் நிலையாமையை அனுபவத்தால் உணர்ந்திருக்கிறார். இரண்டையும் இணைத்து ஒரு கவிதையாக்குகிறார். நாம் அவரது பார்வை விசாலத்தைக் கண்டு வியக்கிறோம்.

இந்த உலகத்தில் நாம் பார்ப்பதற்கு எவ்வளவோ விஷயங்கள் இருக்கின்றன. நாம் பார்க்கத்தான் தவறுகிறோம். சீனாவில் ஒரு பழமொழி உண்டு Reading ten thousand books is not as useful as travelling ten thousand miles.

பத்தாயிரம் புத்தகங்களைப் படிப்பதை விட பத்தாயிரம் மைல்கள் பயணம் செய்வது அதிகப் பயன் தரும் என்று. அவ்வளவு காட்சிகள் இருக்கின்றன. அவ்வளவு நாகரிகங்கள், அவ்வளவு வாழ்க்கை நம்மைச் சுற்றி அறியக் கிடக்கிறது. இன்னக்கி நாம் டிஸ்கவரி சேனலிலேயே கூட அவ்வளவையும் அறிந்து விடலாம். ஆனால் இலக்கியப் பரிமாற்றம் விஞ்ஞானப் பரிமாற்றம் எல்லாம் பயணங்களின் மூலமாகவே சாத்தியம். இன்றைக்கு நாம் சாப்பிடுகிற, தக்காளி, மிளகாய், உருளை, காஃபி, டீ என்று எத்தனை காய்கறிகள் நம் மண்ணிற்கு பல பயணிகளால் அறிமுகப்படுத்துப் பட்டிருக்கின்றன.

அவை இருக்கட்டும், மற்றவற்றைப் பார்ப்போம், ஏனெனில் இப்போதுதான் படித்தோம் மயிற் தோகையே என்றாலும் அதிகமாக ஏற்றக்கூடாது என்று. இப்படி விசாலமான பார்வையை ஏற்படுத்திக் கொள்வதன் மூலம்., நாமெப்படி கவிதையை மேலும் மேலும் அழகூட்ட முடியும், புதிய விஷயங்களைச் சொல்ல முடியும் என்பது தான் இதன் நோக்கம்.நாம் பாரதி தாசன் கவிதையிலிருந்து ஆரம்பித்தோம். 'இன்பத்தமிழ் எங்கள் வலமிக்க உளமுற்ற தீ...' என்று. இப்போது நாம் தீ பற்றி ஒரு கவிதை எழுதுவதாக இருந்தால் என்னென்னவெல்லாம் அதில் இணைக்க முடியுமென்ற ஒரு பரவலான பார்வை வேண்டும்.

தீ ஏன் மேல் நோக்கி எரிகிறது. இதற்கு விஞ்ஞான ரீதியான விடை இருக்கிறது. ஆனாலும் ஒரு கிரேக்கக் கவிதை வரி சொல்கிறது அது சொர்க்கத்திலிருந்து வந்ததால் சொர்க்கம் நோக்கி எரிகிறது. பிரமோதியஸ், என்பவன் ஒரு டைட்டான், சொர்க்க வாசி. தலைமைக் கடவுளான ஜீயஸ்சின் விருப்பத்திற்கு எதிராக அவன் தீயை பூமிக்கு கொண்டு வந்து மக்களுக்குத் தருகிறான். அது வரை பூமியில் தீ இருந்ததில்லை. இதற்காக அவன் ஜீயஸ்ஸால் மலை உச்சியில் கட்டிப் போடப்படுகிறான். தினமும் ஒரு கழுகு வந்து அவனது ஈரலைக் கொத்தி தின்னுகிறது, இரவில் அது மறுபடி வளர்ந்து விடுகிறது, மறுநாள் மீண்டும் கழுகு கொத்தி உண்ணுகிறது என்று தீராத தொடர் நிகழ்வாக இது நிகழ்கிறது. ஆனால் தீ மேல் நோக்கி எரிகிறதனால்தான் நாம் சமைக்க முடிகிறது என்பது எவ்வளவு பெரிய அடிப்படை உண்மை. இது ஒரு விஷயம்,

இதைத் தவிர்த்து, இந்த மாதிரியான புராணிகப் படிமங்களை வைத்து எழுதுவதை தொல் படிமங்கள் என்பார்கள். ஆர்க்கிடைப் இமெஜஸ்.

சீதையின் சுயம்வரத்தில் சீதை விரும்பியவனே கிடைத்தாலும், அவன் சிவதனுசுவாகிய வில்லை ஒடித்ததினாலேயே கிடைத்தான். வேறு யாராவது ஒடித்திருந்தால்.... அவள் அவனுடையவளாகி இருப்பாள். பிறகு சுயம்வரம் தன் விருப்பப்படி திருமணம் என்று எப்படி அழைக்க முடியும் அதை. ராமன் அந்த வில்லை ஒடிப்பதற்கு கௌசிகமுனிவர் ஒரு தந்திரம் செய்கிறார், அதில் ராமன் கொன்ற தடாகையின் சகோதரன் ஒளிந்திருப்பதாகக் கூறுகிறார். அதனால் ராமன் உக்கிரமாக பாம்பின் கழுத்தைப் பிடித்து நெறிப்பது போல் வில்லை இறுகப்பற்றி முறிக்கிறான். உண்மையில் அதில் வெல்வது கௌசிக முனிவன்தான். ராமன் சீதையின் மீது சந்தேகப்பட்டு காட்டுக்கு அனுப்பிய பின் அவள் தங்குவது கௌசிகரின் பர்ண சாலையில்தான். இது முதலிலேயே நிகழ்ந்திருக்கலாமே, முனிவரே வில்லை ஒடித்து அவருடனேயே ஜானகி அப்போதே கானகம் சென்றிருக்கலாமே... என்பது இந்தக் கவிதையின் பின்னணி.

"அடி சீதைப்பெண்ணே உன் சுயம்வரத்தில்
கௌசிகனே
வில்லொடித்திருக்கலாம்
உன் பர்ணசாலைப் பிரசவம்
முதலிலேயே நிச்சயப்பட்டிருக்கும்
மூலஸ்தானம் புகமுடியாத
தாழம்பூக்களின்சாபம்
அலைபாய்கிற அரளிகளுக்கில்லை"

• • •

திராவிட இயக்க அரசியலுக்குப் பின், சில புராணிகப் படிமங்களைக் கேள்வி கேட்கத் தோன்றும் மனோபாவம் உண்டானது. உதாரணமாக முன்னதாக ஒன்று பார்த்தோம். இன்னொன்று அகலிகை கதை. ஏற்கெனவே அதை வைத்து ஏகப்பட்ட கதை கவிதைகள் பின்னப்பட்டுள்ளன. இன்றையப் பெண்ணிய நோக்கில் இன்னும் நிறையக் கேள்விகளுக்கு அவற்றை உட்படுத்தலாம்.

சரி இருக்கட்டும் தீ பற்றி, தீ வருகிற ஒரு கவிதையை எழுத யோசனை வரும் போது நமக்கு என்னவெல்லாம் மூளைக்குள் வரலாம். என்று பார்ப்போம். பொதுவாக நமது நினைவின் ஆழத்தில் நிறையச் செய்திகள் படிந்து கிடக்கின்றன. ஏதாவது பொருள்

கிணற்றில் விழுந்து விட்டால் அதைத் தேட பாதாளக்கரண்டியை விட்டுத் துழாவுகிறோம் அப்போது நாம் தேடியதை விடுத்து என்ன வெல்லாமோ வரும். அதே போல்தான் நாம் ஒன்றைத் தோண்டப் போனால் மூளையின் நினைவு அடுக்கிலிருந்தும் நினைவிலி அடுக்கிலிருந்தும் ஏகப்பட்டவை நினைவுக்கு வரும்.

என்னுடைய, அதிசயங்களைக் கேள்வி கேட்கிற ஒரு கவிதை.

நீயுமிட்ட தீ

சித்தியாகியிருந்த சக்தி
நிரூபணமானது
அம்மாவை எரிக்க
வாழைத்தண்டு அடுக்கி
வாக்குச் சொன்னதில்

எனினும்/ மூண்டதும்
ஊனை உருக்கி
எலும்பை எரித்ததும்
தீ தானே
திருவெண்காடரே

இதில் ஊடாடும் முன்னையிட்ட தீ மூப்புரத்திலே , பின்னையிட்ட தீ தென் இலங்கையிலே, அன்னையிட்ட தீ அடிவயிற்றிலே, நானு மிட்ட தீயும் மூள்க மூள்கவே என்ற பட்டினத்தாரின் பாடலை கேள்விக்குள்ளாக்குகிறது கவிதை.

கவிதை எழுதுவது எப்படியென்று கணையாழி பத்திரிகையின் ஆசிரயரான கஸ்தூரி ரங்கன் ஒரு சிறிய குறிப்பு சொல்லியிருப்பார். கவிதைக்கான ஒரு பொறி தோன்றியதும் அதை மனதுள் வைத்து அது சார்ந்த விஷயங்களைக் குப்பை கூளங்கள் போலப் போட்டு ஊதி ஊதி வந்தால் அது ஒரு பெருந்தீயாகி கவிதையாக மலரு மென்பார். ஒரு கவிதை நன்றாக வர சில காலம் பொறுத்திருந்து எழுதி எழுதிப் பார்க்கலாம் என்றெல்லாம் சொல்லிவிட்டு ஒரு சிறிய கவிதை எழுதியிருப்பார்

"சுருட்டைப்
பொருத்தி
சொர்க்கம் காண்கையில்
நானே எரிந்து
நரகம் போனேன்"

இப்போது நீங்கள் ஒரு தலைப்பு தந்து என்னை ஒரு கவிதை எழுதச் சொன்னால் நிச்சயமாக நான் திணறுவேன். அதனாலேயே உங்களுக்கு முன்னதாகவே தலைப்பு தந்தோம். அதைத் தலைப்பு என்பதை விட ஒரு வழி காட்டல் என்றே எடுத்துக் கொள்ள வேண்டும். ஆனால் நீங்கள் நன்றாகவே எழுதியிருக்கிறீர்கள். இன்னும் எழுதப் போகிறீர்கள் என்கிற நம்பிக்கையோடு விடை பெறுகிறேன்,

(விருதுநகர் V.V.V. கல்லூரியில் நடைபெற்ற பயிலரங்கில் வாசிக்கப் பட்ட கட்டுரை)

12
கவிதைப் பயிலரங்க முன்னோட்ட உரைகள்-3

அன்புள்ள நண்பர்களே,

அனைவருக்கும் வணக்கம்,

"Military justice is to justice what military music is to music." - Groucho Marx

ராணுவ நீதியைப் போன்றதே ராணுவ இசையும் என்றொரு பிரபலமான மேற்கோள் ஒன்று உண்டு. ராணுவ இசையும் இசை தான் ஆனால் அதில் ஒரு ஒழுங்கு இருக்கும். சுதந்திரமாக ரசித்து அனுபவிக்க முடியுமா... அதனால் இது ஒரு பயிலரங்கம் என்ற இறுக்கத்துடன் இருக்க வேண்டாம். Just relax.

உங்களுக்குச் சில தயாரிப்புகள் பற்றி ஏற்கெனவே குறிப்புகளும் கேள்விகளும் தரப்பட்டிருக்கிறது. அவை உங்களுக்கு, வகுப்பறை– ஆசிரியர் போன்ற மனோபாவத்தை உண்டுபண்ணியிருந்தால் அதை மறந்துவிடுங்கள் என்பதே என் இப்போதைய வேண்டுகோள். கண்டிப்பாக அவற்றை வைத்து நாம் விவாதிக்க இருக்கிறோம். இப்போதைக்கு நாம் சுதந்திரமாக உரையாடலாம்.

கவிதை எழுதுவதும் கவிதை படிப்பதும் கடினமானதா. இதற்கு நேர்மறையான பதில், 'கடினம் இல்லை' என்பதே. சில கவிதைகள், கடினமான கவிதைகள் நமக்கு ஒரு தயக்கத்தைத் தருகிறதே என்று கேட்பீர்களேயானால் 'ஆமாம்' என்ற எதிர்மறையான விடையை

என்னிடமிருந்து பிடுங்குகிறீர்கள் என்றே சொல்லுவேன். கண்ணதாசன் பாணியில் சொன்னால் ‘உண்டென்றால் அது உண்டு இல்லையென்றால் அது இல்லை.’ அதனால் நாம் நேர் மறையாகவே யோசிப்போம். அவ்வை சொல்லியிருக்கிறாரில்லையா சித்திரமும் கைப்பழக்கம் செந்தமிழும் நாப்பழக்கம் என்று. தொடர்ந்த பயிற்சியின் மூலம் நல்ல கவிதைகள் எழுத முடியும். கவிதை எழுதக் கற்றுக் கொள்ளவும் முடியும். பிறவிக் கவிஞர் என்று ஒருவர் கிடையவே கிடையாது. அல்லது எல்லோரிடமும் கவிதை படைக்கும் ஆற்றல் ஒளிந்தே இருக்கிறது. சிறிய முனைப் புடன் செயல்படுகிற யாராலும் கவிதை எழுதமுடியும். திட்ட வட்டமான பாடத் திட்டங்கள் மூலம் அல்ல, எளிதான பகிர்ந்து கொள்ளல் மூலம்,நாம் கொஞ்சம் கற்றுக் கொள்ளலாம்

உண்மையில் சொன்னால் ஒவ்வொரு நொடியிலும் ஒரு படைப்பாளி கற்றுக் கொண்டேதான் இருக்கிறான். ஒரு வகையில் சொன்னால் நான் இப்பொழுது கூட இங்கே உங்களிடம் கற்றுக் கொள்ளவே வந்திருக்கிறேன். கற்றுத்தர வரவில்லை. தவிரவும் வாழ்க்கை நமக்கு தினம் தோறும் கற்றுக் கொடுத்துக் கொண்டே தான் இருக்கிறது. வாழ்க்கையிலிருந்துதான் எல்லாப் படைப்புகளும் தோன்றுகின்றன. இன்றைய கவிதை என்பது அநுபவத்தின் சாரத்தை உணர்த்துவது. விவரிப்பது அல்ல. உணர்த்துவதற்கும் விவரிப்ப தற்கும் வித்தியாசம் இருக்கிறது.

“கவிதை என்பது வாழ்க்கையின் தடயம். நம்முடைய வாழ்க்கை நன்றாக எரிந்திருந்தால் அதன் சாம்பலே கவிதை.”

என்று லியானார்ட் கோஹன் என்பவர் கூறுகிறார்.

இந்த மேற்கோள்கள் எல்லாமே ஒரு விஷயத்தை நன்கு உணர்ந்த பின் இறுக்கமான வார்த்தைகளில் சொல்லப்படுவதைக் கவனித்தீர்களா. இது எவ்வளவு விஷயங்களை யோசிக்க வைக்கிறது வாழ்க்கையை எரித்துப் பார்க்கச் சொல்கிறார். பாரதி சொன்ன தீக்குள் விரலை வைத்தால் நின்னைத் தீண்டும் இன்பம் தோன்று தடா நந்தலாலா எனக்கு நினைவுக்கு வருகிறது.

வாழ்க்கை / நமக்குப் பல சொற்களைத் / தருகிறது. வாழ்க்கை / பல சொற்களைப் பிடுங்கவும் / செய்கிறது. / எஞ்சியவை எங்கே போகிறது. / அவை நல்ல கவிதையில் இருக்கிறது. என்று இந்த உரையைத் தயாரிக்கும் போது ஒரு சுமாரான கவிதை தோன்றியது. ஆனால் வேறு நல்ல கவிதைகளை அறிமுகம் செய்து கொள்வதே நமது நோக்கம். என் வாசிப்பில் நான் படித்த சில நல்ல கவிதைகளைச்

சொல்லுகிறேன். உங்கள் வாசிப்பில் இவற்றைவிட நல்ல கவிதைகளை நீங்கள் எதிர் கொண்டிருக்கலாம். இரண்டு பேருக்கும் பொதுவானவையும் இருக்கலாம். முதலில் நான் சிலவற்றை ஆரம்பிக்கிறேன்.

தமிழ்ப் புதுக் கவிதையின் மூலவர்களில் ஒருவர் இரா.மீனாட்சி. சி.சு செல்லப்பா 60களில் நடத்திய ‘எழுத்து’ காலத்திலிருந்தே எழுதி வருபவர், ஆனால் அதிகமும் பேசப்படாதவர். அவரது ஒரு கவிதை, எளிய கவிதை, அரை நூற்றாண்டைக் கடந்த நவீன கவிதை.

எதிர் நிற்கிறேன்

வீரனே வாளெடுக்கிறாய்
நான் பகை
கவசமெடுக்கிறேன்

தோழனே! சிரிக்கிறாய்
நான் பகை
கூடச் சிரிக்கிறேன்

இறைவனே!அருளுகிறாய்
நான் பகை
குமுறி அழுகிறேன்

இதில் ஒரு அடுக்கு முறை இருக்கிறது. சற்று விரிவாக இருக்கிறது. அதனாலேயே இது அழகாகவும் இருக்கிறது. இதையே இன்றைய வார்த்தைகளில் சுருக்கியும் வாசிக்கலாம். ஆனால் சிலவற்றைச் சுருக்கமுடியாது. சுருக்க முடியாத அளவுக்கு இறுக்கமாக இருப்பதே ஆகச்சிறந்த கவிதை.

ஒரு கியூபா கவிதை

போர்

எல்லா விமானங்களும் இருப்பிடங்களுக்குத் திரும்பி விட்டன
எல்லா மனிதர்களும் வீடுகளுக்குத் திரும்பவில்லை
எல்லா வீடுகளும் திரும்பினவர்களின் வீடுகளாயில்லை
திரும்பினவர்களின் வீடுகளில் எல்லாமும் இருக்கவில்லை

-Manuel Diaz Martinez

இது மொழி பெயர்ப்பு என்றால்க் கூட இதில் ஒரு வரியை, ஏன் ஒரு வார்த்தையைக் கூட மாற்றமுடியாது.

இன்னொரு கவிதை, தமிழின் முக்கியமான கவிஞரான சுகுமாரன் எழுதியது.

கையில் அள்ளிய நீர்

அள்ளி
கைப்பள்ளத்தில் தேக்கிய நீர்
நதிக்கு அந்நியமாச்சு
இது நிச்சலனம்

ஆகாயம் அலை புரளுமதில்
கை நீரைக் கவிழ்த்தேன்
போகும் நதியில் எது என் நீர்.

இதிலும் ஒரு வார்த்தை கூட கூட்டவோ குறைக்கவோ இயலாது நம்மால். சுகுமாரனின் எல்லாக் கவிதைகளும் இப்படியானவை. நீங்கள் அவசியம் படிக்க வேண்டிய கவிஞர் சுகுமாரன்

- கோடைக்காலக் குறிப்புகள்(*1985*)
- பயணியின் சங்கீதங்கள் (*1991*)
- சிலைகளின் காலம்(*2000*)
- வாழ்நிலம் (*2002*)
- பூமியை வாசிக்கும் சிறுமி (*2007*) ஆகியவை அவரின் நூல்கள்

கவிதை எழுத நமக்குத் தேவைப் படுவது பார்வை. சுற்றிலும் நிகழ்பவற்றைப் பார்ப்பது,சற்றே ஈடுபாட்டுடன் பார்ப்பதன் மூலம் நம்முடைய கவிதா உலகம் விசாலம் கொள்ளும்.

தினமும் மேற்கொள்ளும் (மந்தமான) வாழ்க்கைக் கதியில் routine life எதிர்ப்படும் சில சாதாரண நிகழ்வுகள் கூட எப்படிக் கவிதையாகின்றன என்று பார்க்கலாம். நான் அடிக்கடிச் சொல்வது.

காட்சி

என் பார்வையைப் பறித்துச்
சூடிக் கொண்டு போனது ஒருகாட்சி
காக்கி உடையில் ஒரு பெண் போலீஸ்
பஸ்ஸுக்கு காத்திருந்தாள்
தன் கைக்குழந்தை தோளில் சாய்த்து

பாதசாரி என்கிற நிமல விஸ்வனாதான் எழுதிய கவிதை இது. இதில்

காக்கி உடையில் ஒரு பெண் போலீஸ்
பஸ்ஸுக்கு காத்திருந்தாள்

என்பது வெறும் உரைநடை. ஆனால் முதல் இரு வரிகள் ஒரு ஆவலை உண்டு பண்ணி இதற்கு ஒரு அழகைச் சேர்க்கின்றன

தன் கைக்குழந்தை தோளில் சாய்த்து என்கிற வரி ஒரு சின்ன அபூர்வத்தை உணர்த்தி இதைக் கவிதையாக்குகிறது. செய் நேர்த்தி என்பதற்கு சரியான உதாரணமாக இதைக் கொள்ளலாம்.

என்னுடைய கவிதை ஒன்று

பள்ளிக் குழந்தைகளை
அள்ளிப்போட்டு
வாகனங்கள் போனபின்
தெருவுக்கு வந்து
ஏமாந்து திரும்புகிறது
ஏதோ ஒரு
கோயில் யானை.

பொதுவாகக் கவிதை காலம், வெளியைக் கடந்து நிற்பது. (Time and Space). ஒரு சிறிய பொறி உங்களைக் காலம் கடந்து உங்கள் இறந்த காலத்திற்கோ எதிர்காலத்திற்கோ இறந்து கொண்டிருக்கிற நிகழ் காலத்தில் நிறுத்தி வைக்கவோ செய்யும். ஒரு கவிதையை எல்லாக் காலத்திற்கும் பொருத்திப் பார்க்கமுடியும். ஒரு சிறு கதையோ நாவலோ இயங்கும் காலமும் வெளியும் திட்டவட்டமும் தீர்மானமும் ஆனவை. கவிதை அப்படி அல்ல. அது வாசிப்பவன் மனதில் ஒரு சொல்லமுடியாத உணர்வைத் தூண்டும். Bliss என்று ஆங்கிலத்தில்சொல்வார்கள். ஒரு உதாரணம் சொல்வதென்றால் சிறுகதை, நாவல் எழுதுவது என்பது ஒரு கட்டிடம் கட்டுவது போல. சிறு கதையை ஒரு சிறிய கட்டிடத்திற்கு ஒப்பிட்டால்,நாவல் ஒரு அடுக்கு மாடிக் கட்டிடம் எனலாம், ஆனால் கவிதை ஒரு கறையான் புற்று, அல்லது தேன் கூடு.

இப்போது காலம்,வெளி ஆகியவற்றை கவிதை எப்படித் தாண்டி நிற்கிறது பார்க்கலாம்.

உமா மகேஸ்வரியின் கவிதை ஒன்று. (அறிமுகம்)

என்னதான் நடந்து பார்த்தாலும்
என் ஆக்கிரமிப்பு சின்ன மூலைதான்
ஒரேயொரு சிறகுச் சிமிட்டலில்
மாடிப் பரப்பின் அகலத்தை
அழித்துப் போகிறது அந்த சிட்டுக் குருவி.

இதில் கவிதை இரண்டு தளத்தில் இயங்குகிறது. ஒன்று பெண்ணின் உலகம் எப்படிச் சுருங்கியிருக்கிறது. அதற்கு எதிராய் ஒரு சிட்டுக் குருவி சுதந்திரச் சிறகுச் சிமிட்டலில் பரந்த உலகத்தை எவ்வளவு சிறிதாக்குகிறது, என இரண்டு தளத்திலியங்குகிறது. கவிதையின் இயங்கு தளங்கள் இப்படித்தான் பன் முகப்பட்டு இருக்கவேண்டும். இருக்கும். இது பெண் கவிஞர் எழுதியது என்ற செய்தியை மறைத்து விட்டுப் பார்த்தாலும் இதன் பொருள் மிக விரிவானதுதான்.

இன்னொரு உதாரணம்

பறவையைப் படைத்த பின்
கடவுளுக்கு
வானத்தை விசாலமாக்கும்
வேலைவந்து சேர்ந்தது.

கடவுள் சோதனைகள் மூலமாகவே தன் தவறுகளைத் திருத்திக் கொள்கிறான் என்பதற்கு ஒரு செவ்விந்திய நடோடிக் கதை உண்டு. கடவுள் ஒரு வகையான திணை மாவைப் பிசைந்து மனித உருவம் செய்து அதை ஆவியில் வைத்து வெந்து எடுத்தானாம். கொஞ்சம் அதிக நேரம் வெந்துவிட்டதால் மிகவும் கறுப்பாகி விட்டான் அந்த மனிதன். அவர்கள்தான் ஆப்பிரிக்க கறுப்பினத்தவர், அடுத்த முறை சீக்கிரமே எடுத்துவிட்டார், அது வெந்தும் வேகாமலும் இருந்தது. அவர்கள் வெள்ளையர்கள். மூன்றாம் முறை அவசரமும் படாமல், நேரமும் ஆக்காமல் சரியான பதத்தில் வெந்து எடுத்தான். அவர்களே அழகான செவ்விந்தியர்கள் என்று ஒரு கதை. சுவாரஸ்யமான கதைகள் கூட அற்புதமான கவிதைக்கு வழி வகுக்கும்.

Poets are soldiers that liberate words from the steadfast possession of definition. ~Eli Khamarov, The Shadow Zone

ஒரு கடினமான சூத்திர வரையறைக்குள் சிக்கிக் கிடக்கும் வார்த்தைகளை விடுவிக்கும் வீரனே கவிஞன்.

ஒரு கவிதை(யின் மொழி) என்பது அதனளவில் மொழிக்குள் ஒரு மொழி – A poetry has its own language- கவிதை தேவையான அளவு மட்டுமே நீளமாயிருக்க வேண்டும். ஒரு திருவிழாவோ தேரோட்டமோ, இத்தனை நாள்தான் நடக்க வேண்டும் என்றால் அவ்வளவுதான் நடக்கும் இல்லையா. நவராத்திரி கொலு ஒன்பது நாள் நடக்கும் என்றால், அவ்வளவுதான். இன்னும் ஒரு ஒன்பது நாள் நடத்துவோமே என்றால் சலித்துவிடும். அது மகிழ்ச்சியை வறள வைக்கிற செயல். கவிதை எழுதும் போதும் அப்படித்தான்.

நமக்குத் தெரிந்த, அல்லது தோன்றுகிற எல்லா படிமங்களையும் ஒரு கவிதையில் திணித்து விடக்கூடாது. அப்புறம், ஒரு கவிதை சட்டென்று ஒரு வரியில் துலங்கி நிற்கவேண்டும். உதாரணமாக கரிகாலனின் இந்தக் கவிதை

மின்னலின் தீண்டல்

கருணையைக் கொண்டு வருகிறீர்கள்
சொர்க்கத்தின் சாவியை எடுத்து வருகிறீர்கள்
ஒரு மலரைத் தாங்கி வருகிறீர்கள்
கேள்வியின் வெளிச்சத்தால்
உங்கள் இருளை அழிக்கும்
ஜோதியை ஏந்தி வருகிறீர்கள்
அலுப்பெனும் தீரா நோயின்
மருந்துடன் வருகிறீர்கள்
அருவியின் குளிர்ச்சியை
நதியின் மலர்ச்சியை
நட்சத்திரங்களின் அழைப்பை
மின்னலின் தீண்டலை
உன்னதத்தின் முழுமையை
அள்ளியெடுத்து அரவணைத்து வருகிறீர்கள்
ஒரு குழந்தையை ஏந்திவரும் நீங்கள்

• • •

ஏனைய வரிகளில் லேசான க்ளிஷேக்கள் தொனித்தாலும் இறுதி வரியில் கவிதை சட்டென்று மலர்ந்து ஒரு பூவை நீட்டுகிற தில்லையா. இந்த ஒரு வரிக்காகவே தேவையான அளவு வர்ணிப்புகளுடன் நீள்கிறது கரிகாலன் எழுதிய இந்தக் கவிதை.

ஒரு கவிதையின் பாடு பொருள் எப்போதும் புதிதாக இருக்க முடியாது. பெரும்பாலும் நாமெழுதுகிற எல்லாமே ஏற்கெனவே எழுதப் பட்டவைதான். மகாபாரதத்தில் சொல்லப் படாதது எதுவுமே இல்லை என்பார்கள். அது பற்றிய விமர்சனங்கள் இருந்தாலும், அது ஒரு முழுமையான பிரதி, டெக்ஸ்ட் என்பதில் சந்தேகமில்லை. அப்படியானால் நாம் சொல்லும் விதத்தில் கவிதையைப் புதிதாக்க முடியும். வானம் நட்சத்திரம் எல்லாம் எவ்வளவோ சொல்லப் பட்டு விட்டன. ஆனாலும் ராஜ சுந்தர்ராஜனின் ஒரு கவிதையைப் பார்ப்போம்.

விட்டகுறை

மண்மீது
ஒரு பறவைப் பிணம்
மல்லாந்து நோக்குது
வானை.

● ● ●

இயற்கையும் கவிதையும் ஒட்டிப் பிறந்த இரட்டைக் குழந்தைகள் போல. இயற்கைபற்றி அலுக்காமல் கவிதைகள் பாடிக் கொண்டிருக் கிறார்கள் எல்லா மொழியிலும். வழக்கமாக இயற்கையை விதந் தோதியே கவிதைகள் எழுதுபவர்கள் மத்தியில்.. சில அழகிய முரண்கள், இயற்கை முரண்களை, ஒருவகை வலி நிறைந்த அழகிய லுடன் சொல்லும் ஒரு கவிதை, அற்புதமான கவிஞனான பிரான்சிஸ் கிருபா எழுதியது. பார்க்கலாமா

சிலிர்க்கச் சிலிர்க்க அலைகளை மறித்து
முத்தம் தரும் போதெல்லாம்
துடிக்கத் துடிக்க ஒரு மீனைப் பிடித்து
அப்பறவைக்குத் தருகிறது
இக்கடல்.

இப்படியும் இயற்கையைப் பார்க்கலாம். இப்படிப் பார்க்க வேண்டும். சொன்னதையே சொல்லாமல் புதிதாக, இயல்பாகச் சொல்லவேண்டும்.

1990களுக்குப் பின் தமிழில் எழுந்த புது அலைக் கவிதைககளில் தலித்தியம் பெண்ணியம் ஆகியவை காத்திரமாக முன்வைக்கப் பட்டன. ஆண்கவிஞர்களை விட பெண்கவிஞர்கள் பிரமாதமான கவிதைகளை எழுதினார்கள். சல்மா, குட்டி ரேவதி, மாலதி மைத்ரி, கனிமொழி, தமிழச்சி தங்கபாண்டியன் என ஒருபெரிய பட்டியல்.

உதாரணமாக, மாலதிமைத்ரியின் ஒரு கவிதை.

அருட்பெருஞ்சோதி

நெருப்பைத் தொடும் ஆவல்
எல்லா உயிரினத்திற்கும் உண்டு
நெருப்பைத் தொட்டு வளர்ந்தவள் நீ
நெருப்பு அணைந்த பூமியில்
உருவாக்கப்பட்ட முதல்நெருப்பு
இன்று வரையிலும் உன் உடலில்
வெம்மையோடே நீடிக்கிறது

ஒவ்வொரு துளி நெருப்பிலும் நீ
தீ பெண்ணிலிருந்து பிறந்ததென்பாள்
என் தாய்
எனக்குள் தீயைத் தொட்டறியச் சோதித்தேன்
யோனி தகித்தது.

(மாலதி)

பின் நவீனத்துவக் கவிதையின் ஒரு எளிய உதாரணமாக பின்வரும் இதைக் கொள்ளலாம்.

ஏதோ ஒரு ஊரில்
நின்றது பேருந்து
அருகில் அதுவரை
வாளாது இருந்தவன்
இறங்கிப் போனான்
நான்தான் கணியன் பூங்குன்றன்
இதுவும் என் ஊரல்ல
என்றபடி

• • •

ஒரு நல்ல கவிஞன் எப்போதுமே தன்னடக்கமானவன்.

ஒரு போதும்
கவிஞன்
அறிவதில்லை
ஒரு வாசகனின்
பொற் கணத்தை
தான் எழுதிக்
கொண்டிருக்கிறோமென்று

• • •

சமகாலக் கவிஞனாக இருந்து கொண்டு சக கவிஞர்களின் வாசகனாக இருப்பது என்பது நம்மை உயிர்ப்புடன் வைத்துக் கொள்வதற்கான ஏற்பாடு. நிறைய சமயங்களில் தவிர்க்க வேண்டியதையும் குறைவான சந்தர்ப்பங்களில் எழுத வேண்டியதையும் கற்றுக் கொள்ளலாம். படைப்பாக்கப் பின்னணியில் எதுவும் ஒரு இணைச் செயல்பாடே. ஒரு கவிஞன் எதை எழுத அல்லது எவ்வாறு எழுத என்ற அடிப்பபடைக் கேள்வியை கேட்டுக் கொள்வதற்கு இணையான அனுபவமிது.

(சிங்கப்பூர் அங்மோ கியோ நூலகத்தில் 4.10.15 நடைபெற்ற பயிலரங்கில் வாசிக்கப்பட்டது)

13

சுஜாதா விருதுகள்-2015

அன்பார்ந்த நண்பர்களே

வணக்கம்.

சுஜாதா விருதுகள் வழங்கும் விழாவில் இது ஐந்தாம் முறையாகக் கலந்து கொள்கிறேன். முதலாம் ஆண்டு என்னுடைய முதல்முயற்சியான 'நினைவின் தாழ்வாரங்கள்' கட்டுரைத் தொகுப்புக்குக் கிடைத்த விருதினைப் பெற்றுக்கொள்ள வந்திருந்தேன். அந்தக் கட்டுரைகள் வெளிவந்து கொண்டிருந்த போது அவை பற்றியும், தொகுப்பைப் பொறுத்தும் நான் நினைத்துக் கொள்வேன், "சுஜாதா இருந்திருந்தால் இதைக் குறித்து தன் முழு மகிழ்ச்சியை வெளிப்படுத்தியிருப்பார்," என்று. அதை மெய்ப்பிக்கும் வகையில் அதற்கு, இந்த விருது நிறுவப்பட்ட முதல் ஆண்டே பரிசு கிடைத்ததை அவரது மானசீக வாழ்த்தாகவே ஏற்றுக் கொண்டேன். தேடித் தேடிப் படிக்கிற அவர், பார்வைக்கு வருகிற எந்த நல்ல எழுத்தையும் கிடைக்கிற அடுத்த சந்தர்ப்பத்தில் உடனேயே குறிப்பிட்டு விடுவார். 70 களின் ஆரம்பத்திலேயே அவர் என் கவிதைகளைக் குறித்து கணிசமாகவே பேசியும் எழுதியும் வந்திருக்கிறார்.

அவரை 1980இல் முதன் முதலாக நேரில், மாக்ஸ்முல்லர் பவனில் நடைபெற்ற 'ஃபேஸ் டு ஃபேஸ்' நிகழ்ச்சியில் சந்தித்தேன். ஏற்கெனவே என் கவிதைகளுடன் அறிமுகம் கொண்டிருந்ததால்

மகிழ்ச்சி தொனிக்க உரையாடிக் கொண்டிருந்தார். அப்போது என் உறவினர் அவரிடம் புதிய பத்து ரூபாய்த் தாளை அவசர அவசரமாக நீட்டி அதில் ஆட்டோகிராஃப் வாங்கினார். "ஏயப்பா 10ரூபாயா எனக்கு ஒரு கதைக்கு 50 ரூபா கூடத் தரமாட்டாங்களே, வேஸ்ட் பண்றீங்களே சார்" என்று சிரித்துக் கொண்டே கையொப்பமிட்டார். உடன் வந்திருந்த சுப்ரமணிய ராஜுவிடமும், மாலனிடமும் "இவரை யெல்லாம் சாவியில எழுத வச்சிருங்க." "எல்லோருக்கும் போய்ச் சேரணும் இதெல்லாம்," என்றார். அவருக்கு அது அவசியமே இல்லை. ஆனாலும் அப்படி ஏன் சொன்னார் என்றால் நான் சாவியில் எழுதுவதை விட சிறுபத்திரிகை சார்ந்த ஒருவரின் எழுத்து எல்லோரையும் சேர வேண்டும் என்ற ஆவலே மிகுதியும் இருந்ததுதான் காரணம். அவரே சிறு பத்திரிகை சார்ந்து எழுத வந்தவர்தான். நகுலன் தொகுத்த 'குருக்ஷேத்திரம்' தொகுப்பில் அவர் எழுதிய 'நரகம்' என்ற நெடுங்கதையே பின்னாளில் குமுதத்தில் 'நைலான் கயிறு' என்ற தொடராக வந்தது. கணையாழியில் தொடர்ச்சியாக எழுதிக் கொண்டிருந்தவர். கசடதபற இரண்டாவது இதழில் 'ஜன்னல்' என்று ஒரு அருமையான சிறுகதை எழுதினார். அவர் குமுதம் ஆசிரியராகப் பணியேற்ற போதும் நினைவாகக் கவிதைகள் கேட்டு எனக்கு எழுதினார். "உங்கள் பார்வையில் யாரின் கவிதை உங்களுக்கு நல்லதாகப்பட்டாலும் அவரையும் எழுதச் சொல்லுங்கள்" என்று சொல்லுவார். அப்படி நான் வாங்கி அனுப்பிய ஒன்று இரண்டு பேரின் முதன்முதலான கவிதைகள் கூட குமுதத்தில் வந்தன. குமுதம் என்றில்லை டைம்ஸ் இன்று இதழ் தயாரித்த போதும் என்னிடம், வண்ணதாசனிடம் எல்லாம் படைப்புகள் வாங்கிப் பிரசுரித்தார். அதன் உருவாக்கப் பொறுப்பை மனுஷ்யபுத்திரனிடம் ஒப்படைத்திருந்தார். சுஜாதா நினைத் திருந்தால் இந்த இதழ்களை எல்லாம் அவர் ஒருவரே நிரப்பியிருக்க முடியும்.

எப்போதும் நான் இந்த மேடையில் சொல்வதுதான், "சுஜாதா, ஒரு சிறந்த எழுத்தாளர் என்பதைவிட மிகச் சிறந்த வாசகர்" என்பதுதான் அவரில் என்னைக் கவர்ந்த அம்சம். சுமார் 25 ஆண்டுகளுக்கு முந்திய கணையாழி ஒன்றில் அவர் குறிப் பிட்டிருந்தார், "க.நா.சு, சொல்வதாக," க.நா.சு தினமும் ஒரு புத்தகத்தை யாவது படித்துவிடுவார், நான்கு பக்கங்களாவது எழுதுவார், நானும் அதைப் பின் தொடர முயற்சிக்கிறேன்," என்று. பர பரப்பாக எழுதிக் கொண்டிருந்த சுஜாதாவுக்கு நான்கு பக்கங் களென்ன நாற்பது பக்கங்கள் எழுதுகிற அவசியமும் நிர்ப்பந்தங் களும் கூட இருந்திருக்கலாம். ஆனால் தினமும் ஒரு புத்தகம்

வாசித்துத் தீரவேண்டிய அவசியம் இல்லை. ஆனால் அவர் வாசித்திருக்கிறார் என்பதே உண்மை. எவ்வளவு செய்திகளைக் கணையாழியின் கடைசிப் பக்கத்தில் மட்டுமே எழுதியிருக்கிறார். அதே வடிவத்தை பல பத்திரிகைகளிலும், இணைய இதழ்களிலும் அவர் தொடர்ந்து கையாண்டு பல தகவல்களை பலருக்கும் கொண்டு சென்றிருக்கிறார். இது தவிர கதைகளிலும் தொடர்கதைகளிலும் பல தகவல்கள், பல இலக்கியவாதிகளின் படைப்புகள் பற்றிய குறிப்புகளென்று இயங்கியிருக்கிறார்.

அம்பலம் இணைய இதழ் என்று நினைவு... எஸ்.வி.சேகர் நாடகம் ஒன்று நாலாயிரத்தி ஓராவது தடவையாக அரங்கேறுகிறது. அந்த விழாவுக்குச் சென்றதை எழுதப் புகுந்தவர் தமிழ் நாடக வரலாற்றையே சொல்லி விடுகிறார், ஒரு கட்டுரையில். பிற்காலத்திய விலாச நாடகங்களின் பெயர்களை, சகுந்தலை விலாசம், மதுரை வீரன் விலாசம், சுந்தரப்பிரசாத விலாசம் சித்ராங்கி விலாசம் என்று அடுக்கிக் கொண்டே போகிறார். கட்டுரையை முடிக்கும் போது, "குறவஞ்சி நாடகம், சங்கரதாஸ்சுவாமி நாடகங்கள், என 20ஆம் நூற்றாண்டு ஆரம்பத்தில் விரிவடைந்து 50களிலும் 60களிலும் ஒரு சமூக மாற்றுக் கருவியாகப் பயன் பெற்ற நாடகம், இன்று நான்கு மைக்குகள், நிமிடத்திற்கு நாற்பது ஜோக்குகள் என்கிற அவலத்துக்கு வந்துவிட்டோம். மக்கள் பாவ்லோவ் தனமாக சிரிக்கும் நிலைக்கு வந்துவிட்டோம். எங்கேயோ தவற விட்டு விட்டோம். என்று முடிக்கிறார்.

சிறு கதை பற்றிப் பேசுகையில் 'ஹெல்மெட் பான்ஹைம்' என்பவர் 689 நல்ல கதைகள் படித்து அலசி விட்டு, ஒரு நல்ல சிறுகதை என்பதற்கு 12 அடையாளங்களைச் சொல்கிறார், என்று அதைப் பட்டியலிடுகிறார். அதில் முத்தாய்ப்பாக "கதைக்காக ஒரு 'இன்ஸ்பிரேஷன்' ஒரு கற்பனைக் கன்னி வந்து பால் புகட்ட வேண்டும் என்று ஒரு கதாசிரியர் காத்திருந்தால் பட்டினியால் செத்துப்போவார். எல்லாக்கதைகளும் கொஞ்சம் அவசரமும் கொஞ்சம் உணர்ச்சியூற்றும் கலந்து எழுதப்பட்டவை" என்கிறார் தனக்கே உரிய ஸ்டைல் கலந்து. அதே ஸ்டைலில் 'பாரதி' சினிமாவைப் பற்றி எழுதும்போது சிறு சிறு பாத்திரங்களில் நடித்தவர்கள் கூட நன்றாக நடித்திருக்கிறார்கள். பாரதி மணி பாட்டையாவை டில்லி மணி என்று குறிப்பிட்டிருக்கிறார். ஒரு காட்சியில் கொஞ்ச நேரமே வந்த காந்தியாக நடித்தவர் உட்பட என்று சொல்லிவிட்டு, அவர் பி.ஜே.பி காரராமே என்று ஒரு

வெடியைக் கொளுத்திப் போட்டுவிட்டுப் போகிறார். இன்னும், ஃப்ராங் ஓ கார்னர். "சிறுகதை சமூகத்தின் விளிம்பில் இருக்கும் மனிதர்களின் தனிமையைப் பற்றியது" என்று கூறுவதை அடிக் கோடிட்டுக் காட்டுகிறார். சிறுகதை பற்றிக் குறிப்பிடுகிறவர் கவிதையை விட்டு வைப்பாரா.

"கவிதையை ரசிக்க / எழுத சில ஆண்டுகளாவது வாழ்க்கை வாழவேண்டும். ஒரு சாவையாவது பார்க்கவேண்டும். ஒரு காதலாவது செய்திருக்க வேண்டும். ஓர் ஏமாற்றமாவது ஒரு துரோகமாவது சந்தித்திருக்க வேண்டும். ஒரு ஆஸ்பத்திரியிலாவது படுத்திருந்து ஒரு முறையாவது மரணத்தின் அருகில் சென்றிருக்க வேண்டும். ஒரு பொய்யாவது சொல்லியிருக்க வேண்டும். ஒரு துரோகமாவது செய்திருக்க வேண்டும் அல்லது செய்யப்பட்டிருக்க வேண்டும். ஒரு முறையாவது தற்கொலையை யோசித்திருக்க வேண்டும். இயற்கையை ரசித்திருக்க வேண்டும்." இப்போது போகன் சங்கரின் ஒரு கவிதை

எல்லோருக்கும் / ஒரு துண்டு வானவில்லாவது / கிடைக்க வேண்டும் /

ஒரு மடக்கு

எல்லோரும் / ஒரு முறையாவது / தூசு படிந்த கிராமத்துப் பாதைகளில் / வழிதப்பிப் போகவேண்டும்

எல்லோரும் ஒருமுறையாவது / வனப்புழையில் / பறவைகளின் கண்களறிய

ஆடையின்றிக் குளிக்கவேண்டும்

எல்லோரும் ஒரு முறையாவது / அந்த வனத்தில் / முற்றிலும் மனிதர்கள அறியாத/ஒரு தேவதையை தேவனை சந்திக்கவேண்டும்

எல்லோரும் ஒரு முறையாவது அவன் அல்லது அவளுடன் / இலைப் படுக்கையில் முயங்க வேண்டும்

எல்லோரும் ஒரு முறையாவது / இறக்க வேண்டும் இருந்து கொண்டே.

சுஜாதா சொல்லுகிற க்ரைட்டீரியா போன்ற சில அவதானிப்பு களுக்குப் பொருந்தி வருகிற ஒரு கவிதை இது. இவை வாழ்வில் பெரிதும் அலைக்கழிகிற ஒரு மனிதனின் அனுபவங்கள். வாழ்வில் அலைக்கழிதல்களைச் சந்திக்கிறவனே அசலான கலைஞனாக

இருக்கிறான். அவனுக்கே வாழ்வின், சூழலின், இயற்கையின் தரிசனங்கள் சாத்தியமாகிறது. போகன் சங்கரின் இரண்டாவது தொகுப்பிலாகட்டும் அவரது சமீபத்திய மீட்பு போன்ற சிறு கதைகளிலாகட்டும் சிக்கலான வாழ்வின் தாமரைக் கொடிகள் அவரது கால்களைப் பின்னிக் கிடப்பதைக் காணமுடிகிறது. கூடவே தாமரை பறிக்கும் அவரையும்.

போகன் சங்கரின் பல கவிதைகளில் வாழ்வின் பல இருண்மைகள் பொந்துகளிலிருந்து எட்டிப் பார்க்கும் கிணற்றுப் பாம்புகள் போல, கண்களை உருட்டிப் பார்க்கின்றன. கிணற்றில் விழுந்து நீந்திக் குளிக்கிறவன் திடீரென அவற்றைச் சந்திக்கையில் அவனை அவசர அவசரமாகப் படியேற வைக்கின்றன.

சற்றே பதம் மீறிக் / கடுத்துவிட்ட / வெந்நீரின் சுகந்தம் எழும்பி / குளிராலுறைந்த அறையை / இதமாய் அலம்புகிறது/சதா கோபக்காரப் புருஷனால் / பீடிக்கப்பட்டுத் துக்கிக்கும் / பக்கத்து வீட்டுப் பெண் / அபூர்வமாய் விடுபட்டு / குளியலறையிலிருந்து / ஒரு மலையாளப் பாடலைப் பாடுகிறாள் / நீண்ட நாள் காணாமல்ப் போயிருந்த / வாலில் வண்ணம் காட்டும் குருவி சிணுங்கும் சாரலையும் மீறி / மீண்டும் வந்து / துணிக் கொடியில் அமர்ந்து கொண்டு / ஆடிப் பார்த்துக் கொண்டிருக்கிறது

ஒருவன்/தற்கொலை செய்யவிருக்கும் நாள் / இப்படித் தொடங்கக் கூடாது என்று நினைக்கிறான் அவன்.

இந்த மாதிரியான சாவுப் படிமங்களும் பழம் படிமங்களும் Deadly and antique images என் கவிதைகளில் நிறைய வருவதாக என்னிடம் கேட்கப்பட்டதுண்டு. போகனிடமும் இருப்பதாகச் சொல்கிறார்கள்.

சிலர் நான் போகன் சங்கரை என்னுடைய வாரிசாகச் சொல்கிறேன் என்று குறிப்பிடுகிறார்கள். நான் அப்படி எதுவும் எங்கேயும் சொல்லவில்லை. அப்படி எதுவுமில்லவும் இல்லை. இருக்கவும் முடியாது. ஏனெனில் "NATURE HAS A MASTER AGENDA WE CAN ONLY DIMLY KNOW" என்று கமில் பாக்லியா கூறுவது போல நாம் எல்லோருக்கும் இயற்கை எவ்வளவையோ வழங்கியிருக்கிறது ஒவ்வொவருவருக்கும் ஒவ்வொரு தரிசனமும், சிலருக்கு ஒன்று போலான சில தரிசனங்களும் சாத்தியம். என்றாலும் அந்த விமர்சகர்கள் மனம் ஆறுதலடையும் என்றால் போகனின் கவிதை வரிகளையே அவர்களுக்குச் சொல்லி விடை பெற விழைகிறேன்,

என்னை மாதிரியே
இருக்கிறீர்கள் நீங்கள்
என்னை மாதிரியே
சிந்திக்கிறீர்கள் நீங்கள்

என்னை மாதிரியே சிரிக்கிறீர்கள் நீங்கள்
என்னை மாதிரியே அழுகிறீர்கள் நீங்கள்
என்னை மாதிரியே கவிதை எழுதுகிறீர்கள் நீங்கள்
எனக்குப் பதிலாக
எனது கல்லறையை நிரப்ப
உங்களைத் தேர்ந்தெடுத்ததின் காரணம் இதுதான்.

நன்றி வணக்கம்.

14

எல்லாமே சங்கீதம்தான்

இசைக்கு இளகாதவன் கொலையும் செய்வான் என்று ஷேக்ஸ்பியர் சொல்வது மாதிரி இசைக்கு எல்லோரும் அடிமை தானே. இசை கேட்க அதன் நுணுக்கமெல்லாம் தெரிய வேண்டிய தில்லை... தாலாட்டில் தூங்கிவிடுகிற குழந்தைக்கு ராக விந்நியாசங்கள் பற்றி என்ன தெரியும். ஆனாலும் வளர்ந்து விட்ட நம்மைக் குழந்தையாக்குகிற சில அற்புதப் பாட்டுக்காரர்கள், இசை விற்பன்னர்கள் இருக்கத்தான் செய்கிறார்கள். செப்பரை நடராஜர் கோயிலுக்கு வருடாவருடம் திருவாதிரை வீதி உலாவுக்கு வாசிக்க வருகிற ராஜரத்தினம்பிள்ளை, ஒரு வருடம் வரவில்லையாம், ‘நடராசர்’ அவருக்கு ‘குன்ம வயித்துவலி’யைக் கொண்டாந்து இறக்கிட்டாராம், அடிச்சேன் பிடிச்சேன்னு ஓடியே வந்து வாசிச் சாராம்... இது அம்மா, தாலாட்டு வயது தாண்டிய போது சொன்ன கதை.

அவ்வளாய் விபரம் தெரியாத வயதில் நெல்லையப்பர் கோயிலின் சோமவார மண்டபத்தில் காருகுறிச்சி அருணாசலம் நாதஸ்வரக் கச்சேரிக்குப் போயிருந்தோம். நாங்கள் போன தென்னவோ அப்போது அவரை மேலும் பிரபலமாக்கி இருந்த “சிங்கார வேலனே தேவா’ பாடலைக் கேட்கத்தான். “சின்னஞ்சிறு கிளியே......” என்று வாசிக்கையிலேயே எங்களை அறியாமல் அசையாமல் சமைந்துவிட்டோம். அம்மா சொன்ன ராஜரத்தினம் பிள்ளை கதை நினைவுக்கு வந்தது.

இசை பற்றி கொஞ்சம் விபரம் தெரிந்த ஒரு நாள் தற்செயலாய்க் கேட்ட காயத்ரியின் வீணை இசைதான் என்னை இசையுடனும் என் புதிய டிரான்சிஸ்டருடனும் பெரிதும் கட்டிப் போட்டது... நான் அந்த 'ப்ரிய பாந்தவி'யின் ரசிகனாகி அதற்கு காயத்ரி என்று பெயரிட்டேன், அவரது பெயரை பத்திரிகையிலிருந்து வெட்டி அதன் மேல் ஒட்டி வைத்திருந்தேன். ஒரு நண்பரும் நானும் வாய்ப் பாட்டு ஒன்றை மறு ஒலிபரப்பாக ரேடியோவில் கேட்டுக் கொண்டிருந்தோம்... கந்தர்வ இசையாக இருந்தது. இந்தக் குரலுக் குரியவர் இந்நேரம் இல்லாமலிருக்க வேண்டுமே என்பது போலச் சொன்னார் அவர், ஆமாம் எல்லோரையும் மயக்கிய அந்த அபூர்வக் குரலுக்குரிய எம்.டி. ராமனாதன் இப்போது இல்லை என்றேன். அதே போல அருணா சாய்ராம் கேட்கும் போதும் எம்.டி.ராமனாதன் நினைவுக்கு வருகிறார். மதுரை சோமுவும்.

பாரதியின் பாடல்களை சஞ்சய் சுப்ரமணியன் மதுரை ராகப்ரியா சார்பாகப் பாடும் போது கேட்டது வாழ்க்கையில் மறக்கமுடியாது. சபைக்கு என்றோ கைதட்டலுக்கு என்றோ பாடாமல் இசையை அனுபவித்துப் பாடும் வெகு சிலரில் அவரும் ஒருவர். பொதுவாக வட இந்தியப் பாடகர்களிடம்தான் அனுபவித்துப் பாடுகிற தன்மை உண்டு, அதை நியாயமாக 'தண்மை' என்று சொல்லவேண்டும். பூபேன் ஹசாரிகா எனக்குப் பிடித்த இன்னொரு பாடகர். அவரது பாடல்களை அப்போது தூர்தர்ஷன் தேசிய நிகழ்ச்சியில் மெல்லிசையாகப் போடுவார்கள். ஆஹா அற்புதம். 'ருடாலி' படத்தில் அவர் இசை அமைத்துப் பாடும் "தில் தில் ஹூம் ஹோம் கரே...." அது பூபாளத்தில் அமைந்த பாடலாம், ஆனால் மனதுக்குள் ஒரு துயர விடியலை உண்டாக்கும் பாடல் அது. இப்போது தூரமாகி விட்ட தர்ஷனின் தமிழ் நிகழ்ச்சியில் ஸ்ரீராமும் அனுராதா ஸ்ரீராமும் நடத்திய 'எல்லாமே சங்கீதம்தான்' நிகழ்ச்சி எனக்கு வெகுவாகப் பிடித்த ஒன்று... உண்மையில் எல்லாமே சங்கீதம்தானே.

15

மொழி பெயர் உலகம்

A TRANSLATOR IS A TRAITOR - AN ITALIAN PROVERB.

THE TRANSLATOR IS THE COURIER OF HUMAN SPIRIT- PUSHKIN.

நாம் இரண்டாவது சொற்கூற்றையே தேர்ந்தெடுக்கலாம் என்று திரு எம்.எஸ்.ராமசாமி அவர்கள் சொல்லுவார். அங்கொன்று இங்கொன்றாக தமிழ்க் கவிதைகள் மொழி பெயர்க்கப்பட்டு, சாகித்ய அகாடமியின் இண்டியன் லிட்ரேச்சரில் அவ்வப்போது வரும். எம்.எஸார். சுமார்60 கவிஞர்களின்300க்கு மேற்பட்ட கவிதைகளை இரண்டு காத்திரமான தொகுப்பாக ஆங்கிலத்தில் மொழிபெயர்த்திருக்கிறார். அவை 1988லும் 1995லும் வெளிவந்தன, கல்கத்தா ரைட்டர்ஸ் ஓர்க் ஷாப் வெளியீடாக. அவரின் தேர்வில் எந்த அரசியலும் இருந்ததில்லை. பிற்பாடு சில தொகுப்புகள் வந்தன, அதன் தேர்வில் முழுக்க அரசியல் இருந்தது. அது ஒரு புறம் இருக்கட்டும். என்.பி.டி ஒரு தொகுப்பு கொண்டுவருவதற்கு கவிதைகளைப் பயன்படுத்திக் கொள்ள அனுமதி கேட்டார்கள். அதோடு சரி. அப்புறம் அது வந்ததா தெரியவில்லை.

போபால் பாரத் பவனில் மூன்றாண்டுக்கு ஒருமுறை நடை பெறும் கவி பாரதி, அனைத்து இந்திய கவிஞர்களின் சங்கமத்தில் ஒரு முறை நானும் பங்கு பெறச் சென்றிருந்தேன். கவிஞர் ஞானக் கூத்தன் எனக்கு முந்தியமுறை சென்றிருந்தார்... அங்கு வாசிக்க எம்.எஸ் ராமசாமியின் மொழிபெயர்ப்புகள் பெரிதும் உதவியாக

இருந்தன. அங்கே அஷோக் வாஜ்பாயி, வெவ்வேறு மொழிகளைச் சேர்ந்த பங்கேற்பாளர்களைக் கலவையாக ஒரு அறைக்கு இரண்டு பேர் வீதம் தங்க வைத்திருந்தார். அப்படி என்னுடன் சஞ்சீவ் பட்லா என்றுஒரு இந்திக் கவிஞர். முதலில் அடடா கம்பெனியை உடைத்துவிட்டார்களே என்றிருந்தது. ஆனால் முதல் நாள் அவருடனான தட்டுத் தடுமாறிய உரையாடல் இரண்டாம் நாள் நெருக்கமான ஒன்றாக ஆகிவிட்டது அவர் நடத்தி வந்த போயட்ரி கிரானிக்கள் என்ற இலக்கிய சிறு பத்திரிகையான கவிதைப் பத்திரிகையில் எனது கவிதையின் ஆங்கில மொழிபெயர்ப்பு ஒன்றைப் பிரசுரித்தார். நகுலன் மொழிபெயர்த்த ஸ்ரீ பத்மனாபம் என்ற கவிதை, அதுதான் இதிலும் மொழி பெயர்க்கப்பட்டு பிரசுரமாகியுள்ளது. அதே போல் வங்காள மொழியில் இருந்து வந்திருந்த மல்லிகா சென்குப்தா என்கிற கவிஞர் என்னுடைய கவிதைகள் சிலவற்றை அங்கே பதிப்பித்தார். அஷோக் வாஜ் பேயி யின் நோக்கம் அப்போதே பிடிபட்டது. அவரும் கடைசி நாள் நிறைவுரையில் இதைக் குறிப்பிட்டார். “poetry is a ceasless battle waged against amnesia, it is memory” என்று. ஆமாம் மறக்க முடியவில்லை தானே.

இதேபோல் இன்னொரு நிகழ்வு. சமீபத்தில் ஹைதராபாத்தில் நடைபெற்ற கவிதை வாசிப்பில் ஒரு பார்வையாளர் ஒரு புத்தகம் வைத்திருந்தார். அதில் ஏ.எஸ். பன்னீர்செல்வம் சில தமிழ்க் கவிதைகளை ஆங்கிலத்தில் மொழி பெயர்ப்புச் செய்திருந்தார்.

அதில் என் கவிதை ஒன்றிருந்தது, அதை அந்த முகம் தெரியாத, பழக்கமில்லாத பார்வையாளர் (அவர் பெயர் ஏல நாகா) காட்டி இது நீங்களா என்று கேட்டார். அவ்வளவு மகிழ்ச்சியாக இருந்தது.

ஒவ்வொரு புது வாக்கியமும்
மொழி செய்து கொள்ளும்
சுய மைதுனம்

என்கிற என் கவிதையை,

Language masturbates itself

With every new sentence, என்று மேடையில் வாசித்த போது அவர் வெகுவாகக் கை தட்டி ஆரவாரித்தார்.

இப்பொழுது சொல்லுங்கள், THE TRANSLATOR IS THE COURIER OF HUMAN SPIRIT-. என்று புஷ்கின் சொல்வதுதானே சரி.

இந்தத் தொகுப்பினைப் பொறுத்த வரை அ.முத்துலிங்கம் முன்னுரையில் குறிப்பிடுவது போல இவற்றின் கவிதைகள் தனித்துவம் மிக்கதாகவும் தமிழ் அனுபவத்துக்கு பன்முகத்தன்மை சேர்ப்பதாகவும் இருக்கின்றன.

main land என்று சொல்லக் கூடிய தாய் நிலத்துக் கவிதைகளில் பொருள்வயின் பிரிவு காரணமாக, இடம் பெயரும் அல்லல் பற்றிய கவிதைகள் நிறைய உண்டு. ஆனால் அந்த அனுபவம், புலம் பெயர் தமிழர்களின் சொல்லொண்ணாத் துயரம் போல அத்தனைத் துயரமிக்கவை இல்லை. ("துயிர்க்குடம் உடைத்தவனும் அழுகிறான் என்று... தண்ணீர்க் குடம் உடைத்தவனும் அழுகிறான் என்று..". எங்கள் பக்கத்தில் சொல்லுவார்கள் இது துயிர்க்குடம் கூட இல்லை உயிர்க் குடம்.)

எம்.எஸ் ராமசாமி தொகுத்தது ஆங்கிலத்தில் மட்டுமே இருக்கிறது. அது பாரதியாரிலிருந்து ஆரம்பித்து நகர்கிறது. இந்தத் தொகுதி கடந்த முப்பது ஆண்டுகளில் வெளிவந்த கவிதைகளின் தொகுப்பு. இரு மொழியில் இருப்பது. இங்கே இதைக் கொண்டு வருவதில் முன்முயற்சி எடுத்திருக்கிற விகடன் குழுமத்தைப் பாராட்ட வேண்டும். அதே சமயத்தில் இன்னும் இது போன்ற பலமுயற்சிகளை மேற்கொண்டு தமிழ்க்கவிதை தற்போது உலகத் தரத்திற்கு எழுதப்படுகிறது என்பதை உலகிற்கு உணர்த்தவேண்டும் என்கிற வேண்டுகோளை முன் வைக்கிறேன். ஆர்வமுள்ள ஒத்த மனமுள்ள கவிஞர்கள், மொழிபெயர்ப்பாளர்கள் ஒன்று கூடும் ஒரு மொழிபெயர்ப்புப் பட்டறை ஒன்றை பதிப்பாளர்கள் முயற்சி மேற்கொண்டு நடத்தலாம் என்பது இன்னொரு விண்ணப்பம். இவையெல்லாம் நடக்க வேண்டுமெனில் அதற்கு இந்தத் தொகுப்பை வெற்றிபெறச் செய்யவேண்டும் என்கிற வேண்டுகோளை வாசகர்களிடம் முன் வைக்கிறேன்.

(விகடன் வெளியீடான 'மொழிபெயர் உலகம்' நூலின் அறிமுக உரை)

16
தினகரன் நேர்காணல் - பதில்கள்

உங்கள் புனைப்பெயருக்குள் ஒரு தலைக்காதல் ஒளிந்துள்ளதாமே?

ஆமாம். அது ஒரு இலக்கிய ரகசியம். "சொல்லாத சொல்லுக்கு விலையேதும் இல்லை..." என்று கண்ணதாசன் பாடியது போல் சொல்லப் படாமலே போன காதல், கோடிச் சொற்களாக, ஆயிரம் கவிதைகளாக மாறி தமிழ் நவீன கவிதையில் ஆவியாக உலவிக் கொண்டிருக்கிறது.

ஒரு காலத்தில் பேராசிரியர்கள், அடுத்து ஆசிரியர்கள் என்று தமிழ் இலக்கிய பக்கங்களை நிரப்பினர். உங்கள் காலத்தில் கணக்கு எழுதிய வங்கிப் பணியாளர்கள் பலர் (நீங்கள், வண்ணதாசன், யுவன் சந்திரசேகர், நாறும்பூநாதன், தேனுகா என...) வரிசையாக கதை, கவிதை எழுத வந்ததை எப்படி பார்க்கிறீர்கள்?

பாணர்களும், பொருநர்களும், எழுதிப் பழகிய தமிழ்க் கவிதைகளே பின்னர் புலவர்கள் கைக்கு வந்தது என்பார்கள். இன்னார்தான் இதைச் செய்ய வேண்டும் என்ற இலக்கிய விதியோ சமூக நியதியோ கிடையாது. எட்டுத்தொகை நூல்களுள் ஒன்றான ஐங்குறுநூறு நூலைத் தொகுத்த கூடலூர் கிழார் என்ற புலவர் குறுந்தொகையில் பல கவிதைகளியற்றியுள்ளார். இவர் வான் கணிதம் அறிந்த சோதிடநிபுணர். வாழ்க்கையைத் தரிசிக்கிற, அனுபவங்களை வாசிக்கிற, பிறர் வலி உணர்கிற யாரும் எழுதலாம். அப்படித்தான் நாங்கள் எழுத வந்தோம்.

கவிஞர்கள் அடைமொழிக்குள்ளும் பட்டங்களுக்குள்ளும் அடைபட்டு கிடப்பதை ஆனந்தமாய் அந்தரங்கமாய் ரசிப்பது இயல்பு தானா? (தாங்கள் கூட 'கவிஞர்களின் கவிஞர்' என்று வைரமுத்து அளித்த பட்டம் சுகமாகவும், அதே வேளை லஜ்ஜையாகவும் இருந்தாக குறிப்பிட்டுள்ளீர்கள்)

ஒரு சித்திரம் வரைந்து தாயிடமோ தந்தையிடமோ ஆசிரியரிடமோ காண்பிக்கும் குழந்தையை அவர்கள் பாராட்டினால் குழந்தைக்கு ஏற்படும் மகிழ்ச்சியைப் போலவே, கலைஞனுக்குப் பாராட்டுகள் உத்வேகமும் ஊக்கமும் தரக்கூடியவை. சிற்சில வாசகர்களுடன் பெரும்பாலும் பொதுவானவர்கள் கலந்து கொண்ட ஒரு கூட்டத்தில் வைரமுத்து அவ்வாறு பேசினார். அவ்வளவுதான். அதைக் கேட்கிற வாசகரல்லாத நண்பர்களும் உறவினர்களும் 'ஓகோ இவனும் ஏதோ பொருட்படுத்த வேண்டிய ஆள்தான் போல' என்று நினைத்துக்கொள்ள இது போன்ற பேச்சுகள் உதவி புரியும். மேலும் ஒரு புது வாசகனை உருவாக்கலாம். கவிஞனை அறிந்த வாசகனுக்கோ, தீவிரமாக எழுதுகிற யாரும் அந்தரங்கத்தில் மகிழ்ந்து கொள்கிற அளவுக்கோ இது பெரிய விஷயமில்லை. அப்படி யாரும் மகிழ்ச்சியில் மூழ்கினால் அவர்கள் அப்படியே மூழ்க வேண்டியதுதான். ஒருவகையில், காண்டேகர் சொல்வது போல "கலைஞனுக்கு, பாராட்டு மொழிகள் பழைய சோற்றுக்கு ஊறுகாயாகக் கூடப் பயன் படாது".

எனக்குள் உள்ளூர இருந்த அறம் சார்ந்த கட்டுப்பாடு அல்லது பயம் காரணமாக எனக்கான ஒரு எல்லைக் கோடு தொடர்ந்து இருந்தது என்றுள்ளீர்கள். இன்றைய எழுத்தாளர்கள் அந்த அறக்கோட்பாட்டை கடைப்பிடிக்கிறார்களா?

இந்த அறக் கோட்பாடு என்பது அவரவர் சூழல் சார்ந்தும், வாழ்வு சார்ந்தும் அனுபவம் சார்ந்தும் ஏற்படக் கூடியது. காலம் தோறும் மாறுபடக் கூடியது. நேற்றைய விழுமியங்கள் இன்றைய நிகழ்வுகளைப் பொறுத்து தன் அர்த்தங்களை மாற்றிக் கொண்டிருக் கலாம் அல்லது இழந்திருக்கலாம். ஒரு கலைப்படைப்பு இதை யெல்லாம் பொறுத்து மாறிக்கொண்டே இருக்கக் கூடியது. அதனால் இன்றைய எழுத்தாளனுக்கு என் அறக்கட்டுப்பாடு பொருத்த மற்றதாக இருக்கலாம். என் அளவுகோல்களை வைத்து இன்னொரு படைப் பாளியை அளக்க முடியாது.

நவீன கணிதத்தில் இருக்கும் Concrete theory இல் இருந்து Abstract Theoryக்கு செல்லும் அதே நுட்பத்தை கவிதைகளில் முயன்று பார்ப்பதாக ஒருமுறை சொல்லியுள்ளீர்கள். அதை விளக்குங்களேன்!

வர்ணம் பூசி
வசந்தோற்சவம்

கொண்டாடுவோரை
வேடிக்கை பார்க்கிறது
ஒரு வழி தப்பிய
மீன் கொத்தி

இது எனது ஒரு கவிதை.

ஒருவருக்கொருவர் மேலெல்லாம் வர்ணம் பூசி ஹோலிப் பண்டிகை கொண்டாடுவது ஒரு ஸ்தூலமான concrete ஆன காட்சி. இந்த யாதார்த்தத்தின் நோக்கம் வர்ணங்களை வாரியிறைக்க வருகிற, வசந்த காலத்தை, இயற்கையைக் கொண்டாடுவதுதான். இதில் தற்செயலாய்க் குறுக்கிடுகிறது ஒரு மீன் கொத்தி. இது கவிதையை ஒரு abstract, (விரிவான) தளத்திற்கு எடுத்து செல்லுகிறது. எப்போதும் உடலெல்லாம், வர்ணம் பூசித் திரியும் மீன் கொத்தி என்பதை இயற்கையே கன்னாபின்னாவென்று வர்ணம் பூசி தன்னைத்தானே கொண்டாடிக் கொள்கிற ஒரு விஷயமாகப் பார்க்கலாம். அல்லது இயற்கையிலிருந்தே, கேளிக்கை நிரம்பிய வாழ்க்கை உட்பட எல்லாவற்றையும் நாம் கற்றுக் கொள்கிறோம் என்றும் பார்க்கலாம்.

கவிதைக்குள் கதையை சுருக்கி வைக்கும் உங்களின் முயற்சி கவிதையின் சுவையை குறைக்காதா?

இல்லை குறைக்காது. இன்னொன்று, நான் எப்போதும் இப்படிச் செய்வதில்லை. அப்படிச் செய்கிற போதும் நான் ஆகச் சிறந்த வரிகளிலேயே அவற்றைச் சொல்கிறேன். அது கதை போல இருக்கும் ஆனால் கவிதைக்கான படிமம், உருவகம் போன்ற செய் நேர்த்தியும், கவிதைக்கான பொதுத் தன்மையும் வாழ்க்கையும் அதில் இயல்பாக இழையோடும்...

பேச்சுவழக்கை கவிதைக்குள் கொண்டுவந்ததன் மூலம் அடித்தட்டு மக்களின் வாழ்வியலை பதிவு செய்வது சுலபமாக இருந்ததாக உணர்கிறீர்களா? அதுவே கவித்துவத்துக்கு இடையூறு ஆகாதா?

ஆமாம். வாழ்வியலைப் பதிவு செய்ய அது சுலபமான வழி மட்டுமல்ல நியாயமான வழி கூட. விளிம்பு நிலை மனிதர்கள், அடித்தட்டு மக்கள் பேச்சு வாக்கில் புழங்கும் சொல் அகராதியை (Diction) கணக்கில் எடுத்தால் அது அதிகம் போனால் நூறு பக்கத்திற்கு மேல் இருக்காது. அவர்கள் வாழ்வியலைச் சொல்ல அது போதும். கவிதைக்கே இலக்கணம் தேவையில்லை என்று நவீன கவிதை பேசும் போது கவித்துவத்திற்கு என்ன இலக்கணம் சொல்லமுடியும் நாம். நெல்லையில் 'வெதனக் காய்ச்சலா இருக்கும்ழா,' என்பார்கள். 'வெதனம்' என்கிற வார்த்தை எத்தனையோ மருத்துவ வார்த்தைகளை

உள்ளடக்கியது. "வீடெல்லாம் குருடு வாசலெல்லாம் கிணறு" என்று ஒரு சொலவடை சொல்வார்கள். இது எவ்வளவு துயர வாழ்வை, வாழ்க்கை முரணை உள்ளடக்கியிருக்கிறது என்று பாருங்கள். "அவசரத்துல அண்டாவுக்குள்ள கூட கை போகாது", "மச்சு நெல்லும்குறையக்கூடாது மக்கமாரு மொகமும் வாடக் கூடாது..." நாய்க்கு வேலையுமில்லை உக்கார நேரமுமில்லை என்ற சொலவடைகளை விடவா கவித்துவம் நிறைந்த வரிகளை நாம் எழுதி விடப் போகிறோம்.

உங்கள் கடந்த கால நினைவின் தாழ்வாரத்தில் கவலையுடன் நிற்கும் நமது சமூகத்தின் பாவப்பட்ட பெண்கள் தற்போதைய நனவின் கூடாரத்தில் எப்படி காட்சியளிக்கிறார்கள்?

ஈழ மக்களின் துயரைப் பற்றிப் பேசுகையில் 'ஆட்சி மாறி யிருக்கிறது காட்சி மாறவில்லை' என்கிறார்களே. அது போல பெண்களைக் குறித்தும் சொல்லலாம். காட்சிகள் மாறியிருக்கின்றன, கவலைகள் மாறவில்லை.

'நூல்கள் அதிகம் படித்து படைப்புலகத்துக்கு வரவில்லை' என்று பல இடங்களில் குறிப்பிட்டுள்ளீர்கள். வார்த்தை அனுபவத்தை விட வாழ்க்கை அனுபவம் தான் படைப்புத்திறனை மேம்படுத்தும் என்ற எண்ணமா?

அப்படி எடுத்துக் கொள்ளும்படியாக நான் சொல்லவில்லை. ஒப்பீட்டளவில் என் வாசிப்பு குறைவு என்றே சொல்கிறேன். உதாரணமாக எஸ்.ராமகிருஷ்ணன் போன்றவர்கள் தங்கள் வாசிப்பு அனுபவங்களை வாரக்கணக்கில் பேசக் கூடியவர்களாக இருக்கிறார்கள். அவருக்கு சாத்தியப்பட்ட அவ்வளவு விசாலமான வாசிப்பு எல்லோருக்கும் சாத்தியப்படாது. ஆனால் அது படைப்புச் செயலுக்கு ஒரு போதும் குறைவு தராது. உதாரணமாகக் கரிசல்மேதை என்கிற 'கி.ரா'வைச் சொல்லலாம். வாழ்க்கை அனுபவம் வார்த்தைகளையும் மீறியது. உண்மையில் வார்த்தை களுக்கு முன்பே வாழ்க்கை இருந்ததே அதை எப்படி வார்த்தையில் சொல்லுவீர்கள். அதுதான் படைப்பாளிக்கான உண்மையான சவால்.

இணைய எழுத்துகள் அங்கீகரிக்க தக்கனவாக உள்ளனவா? களவுப் படைப்புகள் அதிகம் உள்ளதாகவும், அதிக பொக்குகள் அகப்படுவதாகவும் பொருமல் உள்ளதே?

இணையம் இப்போதைய அறிவியல் முன்னேற்றம் வழங்கியுள்ள ஒரு புதிய ஊடகம். அதில் அங்கீகரிக்கத்தக்க பல படைப்புகள் வராமலில்லை. பொக்குகளும் வருகின்றன. அச்சு ஊடகத்திலும்

பொக்குகள் வந்ததில்லையா என்ன. கையெழுத்துப் பிரதியாகவே வைத்திராமல், இணையத்தில் அச்சு ஊடகம் தரும் மகிழ்வுக்கு நிகரான மகிழ்வை அனுபவித்தபடி பலராலும் எழுத முடிகிறது. அவர்களைச் சரியான முறையில் எழுதப் பயிற்றுவிக்கலாம். முதலில் இணையத்தில் வருகிற நல்ல படைப்புகளை அவர்கள் கூர்ந்து வாசிக்க வேண்டும். புதிதான சிந்தனைகளை வளர்த்துக் கொள்ள அவை உதவிகரமாக இருக்கும். அப்படி ஒரு ஈடுபாடு வருகிற போது, சுயமான படைப்புகள் தாமாகவே வரும்.

உங்கள் நினைவுகளில் எம்ஜிஆர் படம் நீங்காமல் இருப்பதுபோல் யாருடைய பாடல்கள் நீங்காமல் நிலைத்திருக்கின்றன?

எனக்குப்பிடித்த இசையமைப்பாளர் என்றால் முதலில் கே.வி.மகாதேவனையே சொல்லுவேன். மருதகாசி மகாதேவன் இணைவில் வந்த பல பாடல்கள் என்னால் மறக்கமுடியாதவை. சபாஷ்மாப்பிள்ளே, அழகுநிலா, பிள்ளைக்கனியமுது, வீரக்கனல் எல்லாம் அந்த காம்பினேஷன். சி.எஸ்.ஜெயராமன் சுசிலா பாடிய மருதகாசி எழுதிய மாகாதேவன் இசை அமைத்த "காவியமா நெஞ்சின் ஓவியமா..." அப்படி ஒரு பிரமாதமான பாடல்.

கண்ணதாசன் பாடல்களில் "தூங்காத கண்ணென்று ஒன்று...'."

'வானம்பாடி' படப்பாடல்கள் அனைத்தும். கண்ணதாசன் விஸ்வநாதன் ராம்மூர்த்தி இணைவில் பல பாடல்கள், வாலி பாடல்களில் "பவளக்கொடியிலே முத்துகள் பூத்தால்...' ஜி.ராமனாதனின் இசையில் "வா கலாப மயிலே," 'இன்று நமதுள்ளமே பொங்கும் புது வெள்ளமே...' என்று ஆயிரம் சொல்லலாம், 1954 தொடங்கி 1970 வரை பொற்காலப் பாடல்கள்.

பொருநை தொடங்கி கசடதபற, வானம்பாடி, கணையாழி, தீபம் என உங்கள் கவிதைகளோடு பயணப்பட்ட அனுபவம் பற்றி கூறுங்கள். அந்த பயணத்துக் கிடையில் கவிதைகள் பக்குவப்பட்ட விதமும் அதில் அடங்கினால் நல்லது.

'பொருநை', 1969-1970இல் வண்ணநிலவன் நடத்திய கையெழுத்துப் பத்திரிகை. என்னுடைய நாற்றங்கால். அதில் அப்போது பிரபலமாக இருந்த நா.காமராசன் பாதிப்பிலான கவிதைகள் போல,

"அவள் நாடாளும் ராணியானாள்
நான் அவளுக்காய்
நடக்காத போர்க்களத்தில் வீரனானேன்..."

என்கிற மாதிரி எழுதினேன். கசடதபற இதழின் வைதீஸ்வரன், ஞானக்கூத்தன் கவிதைகள் என்னை திசை திருப்பின. அதில் வந்த, கொனிஷ் ரைசான் என்கிற ஜப்பானியக் கவிஞர் எழுதிய ஹைகு கவிதையின் மொழி பெயர்ப்பான

"நாற்று நடும் பெண்கள்
பாடும் பாட்டில் மட்டும்தான்
சேறு பட்டிருக்கவில்லை"

என்கிற கவிதை என்னை மற்றவற்றையெல்லாம் தூரப் போட வைத்தது. இறுக்கமான, அடர்த்தியும் புதுமையுமான கவிதைகள் எழுத வழி காட்டிற்று.

பா.செயப்பிரகாசம், சேவற்கொடியோன், புவியரசு போன்ற வானம்பாடி நண்பர்கள் என் கவிதைகளின் சமூக அக்கறைக்குக் காரணமாக இருந்தார்கள். 1973 முதல் தொகுப்பு வெள்ளம். அதற்கு நகுலன் போன்ற மூத்த கவிஞர்களிடம் கிடைத்த வரவேற்பு. தீபம் நா.பா தந்த உற்சாகம்... என்று ஒரு வேகமான மாறுதல் நடந்த பருவம் அது. 'அசிங்கம்' என்று பலரும் ஒதுக்கக் கூடிய விளிம்பு நிலைக் கருப்பொருட்களை நான் துணிந்து என் கவிதைகளின் உரிப்பொருளாக்கினேன். எல்லோருமே தன் சம காலப் படைப்பாளி களிடம்தான் அதிகம் செய்திகளை அறிந்துகொள்ள முடியும்... அவ்வகையில், பிரம்மராஜன் போன்ற பல நண்பர்களை நான் பெற்றது ஒரு நல்ல விஷயம். எல்லாவற்றுக்கும் மேலாக, 45 ஆண்டுகளுக்கு முன்னால், என் எழுத்து வாழ்க்கையின் அகரத்தை எழுதிய வண்ணதாசன் எப்போதுமே உடனிருப்பது என் வரம்.

17

கதைக்கு கண்ணு மூக்கு உண்டுமா...?

தஞ்சை பிரகாஷ் அடிக்கடிச் சொல்வார், மகாபாரதத்தில் சொல்லப் படாதது எதுவுமே இல்லை என்று. அவ்வளவு விஸ்தாரமான, சிறந்த புனைவு அது. அதனாலேயே அது இந்தியாவெங்கும் பரவியது. ராமாயணமும் அப்படித்தான் என்றாலும், பாரதக் கதை அளவுக்கு அது பிரபல்யமாகலை. கோயில் பிரகாரத்திலேயோ அர்த்த மண்டபத்திலேயோ, வில்லோட ஒரு சிலை இருந்தா அதை ராமன்னு சொல்றதில்லை, அர்ஜுனன்னுதான் சொல்லுவாங்க. ராமர்ன்னா அது கர்ப்பக் கிரகத்துக்குள்ளதான் இருக்கும். ஆனா எங்கியாவது மலை மேல ஒரு கல்ப் பாதம் இருந்தா அதை ராமர் பாதம்ன்னுருவாங்க. மகாபலி புரத்தில் இருக்கிற அஞ்சு மண்டபமும், பஞ்ச பாண்டவர்கள் பேரால் அழைக்கப்படுவதெல்லாம், உள்ளூர்ப் புனைவாகத்தான் இருக்கும். ஒரு இதிகாசப் புனைவின் கவர்ச்சி என்பது, அதை வாசிக்கிற ஒரு சுவாரஸ்யமான வாசகன், கண்டகண்ட பூவையெல்லாம் பறிச்சு அடுக்கி குழந்தைகள் தன் கற்பனா விசாலத்துக்கேற்ப 'அத்தப் பூக்கோலம்' உண்டாக்கற மாதிரி, அதைத் தனக்குள்ளேயே விரிச்சுப் பார்க்கிறதுலதான் இருக்கு... அதிலும் இது போன்ற இதிகாசங்கள் செவி வழியாகவே பெரிதும் பரவியிருப்பதனால, அங்கங்கே சோகமான கதைகள் இடைச் செருகலா சேர்ந்திரும். ஆனா அதுலயும் ஒரு வாசிப்புச் சோகம் இருக்கும். இருக்கணும், அப்பத்தான் அதுவும் நிக்கும்.

மகாபாரதத்தைப் பத்தி வடக்க உள்ள, படிச்சவங்க சொல்றதும் பிரகாஷ் சொல்ற மாதிரித்தான் இருக்கு. "மகாபாரதத்தில் இருக்கறது எல்லாவற்றிலும் இருக்கும். ஆனால் இதில் இல்லாதது வேறெதிலும் இருக்கவே இருக்காது" என்கிறார்கள், அவர்கள். கி.ரா.மாமாவும் நானும் பேசிக் கொண்டிருக்கும்போது மாமா சொல்லுவாக, 'எப்பா, மகாபாரதத்தில் இல்லாத பாரதக் கதைகள்ன்னே நெறைய நம்மகிட்ட உலவுதுப்பா அதெல்லாம் கூட சேகரிக்கணும்..." என்று. 'பேசும் மரம்' Speaking Tree என்று இணையத்தில் ஒரு தளம் இருக்கிறது. இதில் இப்படியாப்பட்ட கதைகள் அப்பப்ப வெளி வருது. அவங்க தமிழ் நாடோடிக் கதைகளில் வழங்கி வரும் அபூர்வ பாரதக்கதைகள்ன்னு கூட சிலதைச் சொல்றாங்க. கூவாகம் கூத்தாண்டவர் கோயிலில் வருஷா வருஷம் நடைபெறும் சித்ரா பௌர்ணமித் திருவிழா பற்றியும், அரவான் களப்பலி பற்றியும்கூட குறிப்பிடுகிறார்கள். போரின் வெற்றிக்காக அரவான் களப் பலியிடப்பட்டதும் அவன் ஒரு வேண்டுகோளை வைக்கிறான்.,' பதினெட்டு நாள் பாரதப் போரையும் நான் பார்க்கவேண்டும் அப்புறம்தான் என் உயிர் பிரியணும்' என்று. அதானல் ஒரு உயரமான கம்பத்தை நட்டு, வெட்டிய அவன் தலையை அதில் சொருகி வைக்கிறார்கள்..." அவன் தலை மட்டும் 18 நாள்ப் போரையும் பார்க்கிறது. போர் முடிந்ததும், தலை கண்ணை மூடுகிறது." இது தமிழ் நாட்டுப்புறக்கதையென்று குறிப்பிடுகிறது 'பேசும் மரம்'.

ஒரிஜினல் மகாபாரதம் முழுக்கத் தேடினாலும் பாஞ்சாலியிடம் ஐவர் மூலமாகக் குழந்தைகள் பிறந்ததாக ஒரு குறிப்புமில்லை. உண்மையில் திரௌபதி யாருடனும் கூடவில்லை என்று ஒரு வழக்கு தமிழ் நாட்டார் கதைகளில் கிடைக்கிறது... பாண்டவர்களுக் கிடையே ஒரு ஒப்பந்தம் இருக்கிறது. திரௌபதியின் மாளிகையில் ஐந்து பேரில் ஒரு சகோதரன் இருக்கும்போது மற்ற நால்வரும் நுழையக்கூடாது... யாரோ ஒருவர் இருக்கும் போது அவரது செருப்புகள் பாஞ்சாலியின் அறைக்கு வெளியே கிடக்கும். அதைப் பார்த்து மற்றவர்கள் அகன்றுவிட வேண்டும். இதைக் குறித்தே இங்கே இரண்டு கதைகள் உலவுகின்றன. ஒன்று, திரௌபதி தன் தாதிகளின் மூலம் தினமும் ஒருவர் செருப்புகள் போல் இரண்டை வாசலில் போட்டு வைத்து விடுவாள். இதைப் பார்த்த ஐவரில் ஒருவர் யாரோ பாஞ்சாலியுடன் சுகிப்பதாக நினைத்துச் சென்று விடுவார்கள். ஆனால் யாருமே இருக்கமாட்டார்கள். இப்படியே அவள் கன்னித்தன்மையைக் காத்து வந்தாள். அதனால்த்தான் இன்றும் கன்னித்தெய்வமாக 'திரௌபதி அம்மன் வழிபாடு' தமிழ் நாட்டில் பிரபலம்.

இன்னொன்று திரௌபதி குழந்தையாயிருந்து வளர்ந்து பெரியவளானவள் இல்லை. அவள் நெருப்பிலிருந்து பெண்ணாகவே வந்தவள். துரோணரைப் பழி வாங்க பாஞ்சால மன்னன், சிவ பெருமானுக்குச் செய்த வேள்வி மூலமோ என்னவோ பிறப் பெடுத்தவள். சிவனிடம் பாஞ்சாலி, தர்மம், வீரம், பலம், அறிவு, போன்ற பதினான்கு குணங்கள் நிரம்பிய கணவன் வேண்டும் என்று கேட்டதன் விளைவாகவே ஐந்து குணங்களுடைய ஐந்து கணவர்கள் கிடைத்ததாக ஒரு கதை. நல்லவேளை பதினான்கு கணவர்கள் கிடைக்கவில்லை. அப்புறம் அவளுக்கு இன்னொரு வரமும் உண்டு. அவள் ஒருவருடன் கூடி முடிந்த பின் அவளுக்கு மறுபடி கன்னித்தன்மை வந்து விடும் வரம் இருந்ததாகவுமொரு கதை உலவுகிறது. இதுவே பஞ்சாபிய நாட்டுப்புறக் கதைகளில் வேறு விதமாகப் புழங்குகிறது. பாஞ்சாலி தர்மருடன் சுகித்திருக் கையில் வாசலில் கிடந்த அவரது செருப்புகளை நாய் ஒன்று கவ்விப் போய்விட்டதாம். இது தெரியாத அர்ஜுனன், அவசரமாக அந்தப் புரத்தில் நுழைந்துவிட்டான். இப்படி அத்து மீறுபவர்கள் இரண்டு வருடம் தீர்த்தயாத்திரை போய்விட வேண்டும் என்பது அவர்களுக்குள் எழுதப்படாத சட்டம். அதனால் அர்ஜுனன், தெற்கே கிளம்பி விடுகிறான். பாஞ்சாலி, நாய் இனத்தையே சபித்து விடுகிறாள், "உங்கள் புணர்ச்சியை ஊரே கூடி வேடிக்கை பார்க்கும்," என்று. என்ன சுகமான கற்பனை. அதனாலத்தான் இன்றும் நாய்கள் தெருவில், ஜொள்ளு வடிய அலைகின்றன. நம்ம ஊரில் "கார்த்திகை மாசத்து நாய் அலைஞ்ச மாதிரி..." என்று சொல்லு வார்காள். இப்படிப் பல கதைகள்.

பீஷ்மரின் ஐந்து தங்க அம்புகள் என்று ஒரு கதை. கௌரவர்கள் தொடர்ந்து தோல்வியடைந்து வருவது கண்டு துரியோதனன் பீஷ்மரிடம் சென்று கடுமையாகக் குற்றம் சாட்டுகிறான். இதனால் கோபமடைந்த பீஷ்மர் ஐந்து தங்க அம்புகளை எடுத்து மந்திரம் ஜெபித்து, "நாளை இவற்றால் நான் பாண்டவர்களை அழிப்பேன்,' என்று சொல்கிறார். துரியோதனன் மகிழ்ந்தாலும், எங்கே மனம் மாறிவிடுவாரோ என்று எண்ணி, "இவற்றை நானே இரவு முழுதும் பாதுகாப்பாய் வைத்திருந்து காலையில் களத்துக்குக் கொண்டு வருகிறேன், என்று எடுத்துச் செல்கிறான். இங்கே ஒரு இடையீடு. முன்பு ஒரு முறை ஒரு வனத்தில் கந்தர்வர்களுடன் ஏற்பட்ட சண்டையில் துரியோதனன் தோற்று சிறைபிடிக்கப் படுகிறான். அப்போது அர்ஜுனன் கந்தர் வர்களுடன் சண்டையிட்டு துரியோதனனைக் காப்பாற்றுகிறான். ஒரு சத்திரியனாக துரியோதனன் அர்ஜுனனிடம் உனக்கு வேண்டிய

வரத்தைக் கேள் என்கிறான். கிருஷ்ணரின் யோசனையின் பேரில் அர்ஜுனன், அதை மற்றொரு சமயத்தில் வாங்கிக் கொள்வதாகச் சொல்ல துரியோதனனும் சம்மதிக்கிறான்.

பீஷ்மரின் ஐந்து தங்க அம்புகள் கதையைக் கேள்விப்பட்ட ஐவரும் பயத்தில் அலற, கிருஷ்ணன் பழைய வரத்தினை நினைவு படுத்தி, போ, போய் அந்த தங்க அம்புகளை வரமாகக் கேட்டு வாங்கி வா' என்கிறான். அர்ஜுனனும் அப்படியே சென்று கேட்க, துரியோதனன் வாக்குத் தவறாத க்ஷத்திரிய வீரனாக அம்புகளைக் கொடுத்துவிடுகிறான். மறுபடி பீஷ்மரிடம் போய்க் கேட்க, ஒரு முறைதான் அந்த மந்திரம் பலிக்கும் என்கிறார், நகைப்புடன். எவ்வளவு அழகாகப் பின்னிப் பின்னி புனைந்திருக்கிறார்கள், நாடெங்கிலும், இப்படிக் குட்டிக் கதைகளை நாட்டுப்புற மக்கள்.

துரோணர் பரத்வாஜ முனிவரின் மகன் என்று கேள்விப் பட்டிருக்கலாம். ஆனால் அவர்தான் உலகின் முதல் 'டெஸ்ட் டியூப்பேபி' என்று கூறுகிறது ஒரு கதை. பரத்துவாஜர் மாலை நேரப் பூஜை புனஸ்காரங்களை முடிக்க கங்கைக்கரைக்குச் செல்கிறார். அப்போது அந்தி வெயிலின் தகதகப்பில் ஒரு தேவலோக அப்ஸரஸ் ஒற்றை ஆடையுடன் கங்கையில் குளிக்கிறாள். இவரைக் கண்டதும் நீரைவிட்டு எழுந்திருக்கிறாள் அப்சரஸ். அந்தக் கோலத்தில் அவளைக் கண்டதுமே முனிவரின் இந்திரியம் தானாக வெளிப்பட, முனிவர் அதனை ஒரு மண்பானையில் ஏந்துகிறார். அதைப் பத்திரமாக ஒரு இருட்டறையில் வைத்துப் பாதுகாக்கிறார் பரத்துவாஜர். அதிலிருந்தே துரோணர் உருவாகிறார். துரோணம் என்றால் பானை என்று பொருள். 'துரோண'த்திலிருந்து வந்ததால் துரோணர் என்று அழைக்கப் பட்டார். பானையிலிருந்து பிறந்ததால் உலகின் முதல் சோதனைக் குழாய்க் குழந்தை அவர்தான்.

சகாதேவன் முக்காலமும் உணர்ந்தவன். ஜோதிடசாஸ்திரம் அவனுக்கு எப்படி சித்தித்தது என்று ஒரு பழங்கதை. பாண்டு மகாராஜா இறக்கும் போது தன்னுடைய மூளையின் மூன்று துண்டுகளை அப்படியே உண்டு விடும்படியும், அதனால் தனது ஞானம் பூராவும் அதை உண்பவருக்கு வந்துவிடும் என்கிறார். மற்றவர்கள் எல்லாம் தயங்கும் போது சகாதேவன் அவற்றை உண்டு விடுகிறான். முதல் துண்டை உண்டதும், உலகில் ஏற்கெனவே நிகழ்ந்தவற்றை எல்லாம் அவனால் உணர முடிகிறது. இரண்டாவது விள்ளலில் இபோது நிகழ்வதையும், மூன்றாம் துண்டில் எதிர்காலத்தில் நடப்பதையும் உணரும் சக்தி கிடைத்துவிடுகிறது.

இதனாலேயே, என்ன நடக்கப் போகிறது என்பதை அவன் அறிந்த தாலேயே அமைதியின் மொத்த உருவமாகி விடுகிறான். இப்படி ஒரு கதை

நாமெல்லாம் அறிவோம் பெருஞ்சோற்று உதியன் சேரலாதன் என்ற மன்னன் பாரதப் போரில் படைகளுக்குச் சோறு அளித்தா னென்று. இதே போல 'உடுப்பி' மன்னனும் இரண்டு புறமும் சாராமல் இரண்டு படையினர்க்கும் சாப்பாடு அளித்தானாம். இதில் வேடிக்கை என்னவென்றால், ஒரு நாளையப் போருக்கு அவன் தயாரிக்கும் உணவு எள்ளளவும் மிஞ்சாதாம். ஒரு நாள்ப் போரின் இறுதியில் இத்தனை பேர் மட்டுமே மிஞ்சுவார்களென்று எப்படி அவனுக்குத் தெரியும்.ஒவ்வொரு நாளும் இரவில் உடுப்பி மன்னன், கிருஷ்ணர் விரும்பி உண்ணும் அவித்த வேர்க்கடலை யுடன் கிருஷ்ணரின் கூடாரத்திற்குச் செல்வானாம். அவர் எத்தனை கடலைகளை உண்ணாமல் மிச்சம் வைக்கிறாரோ அத்தனை ஆயிரம் பேர் மறு நாள் போரில் இறந்து போவார்கள் என்று கணக்கெடுத்துக் கொள்வானாம். பத்து கடலைகள் மிச்சம் வைத்தால் பத்தாயிரம் பேர் நாளை இறந்து போவார்கள். அவர்கள் போக மிச்சமுள்ளவர்களுக்கு உணவு தயார் செய்யச் சொல்வானாம். இதனாலேயே இன்று பல உடுப்பி ஓட்டல்கள் நாடெங்கிலும் இருப்பதாகக் கூறுகிறது அங்குள்ள பாரதக் கதைகள். அப்படியானால் பாரதப் போரில் உடுப்பி ஓட்டல் சைவ உணவே வழங்கப் பட்டதா என்று கேட்கத் தோன்றுகிறதா... இதுக்குத்தான் 'கதைக்குக் கண்ணு மூக்கு கிடையாது'ன்னு எங்க ஊர்ல சொல்லுவாங்க.

(இங்கு பகிரப்பட்டுள்ள சில கதைகள், <http://www.speakingtree.in/public> இணைய தளத்திலிருந்து நன்றியுடன் எடுத்தாளப்படுகிறது)

18

கடலின் நகல்கள்

திரு. மம்மது அவர்களுக்கும் எனக்குமான அறிமுகம் 'எங்கள்' இடைகாலில் நடந்தது. என் குழந்தைகளிடம் எது உங்கள் சொந்த ஊரென்றால் அவர்கள் தயக்கமில்லாமல் 'இடைகால்' என்பார்கள். ஏனென்றால் அவர்கள் பிறந்த மண் அதுதான். அவர்களுக்கு நான் பிறந்த திருநெல்வேலி பற்றிய உருவகமே வேறு விதமாக இருக்கும். இடைகால் ஊருக்கான நெருக்கம் அவர்களால் அதிகரித்தது போல, மம்மது அவர்களாலும் கூடிற்று. மம்மது பற்றி நான் அறிய அறிய எனக்கு வியப்பு மேலிட்டுக் கொண்டே போனது. அவருக்கும் எனக்கும் பலவிதமான உள்ளார்ந்த நெருக்கங்களை ஒவ்வொரு சந்திப்பிலும் உணர்ந்து கொள்ளவும் தெரிந்து கொள்ளவும் முடிந்தது. அவர் பிறந்த ஊரான இடைகாலில் அவரைவிட நானே அதிக காலம் வாழ்கிறேன் என்று நினைக்கிறேன். அப்புறம் நானும் திருநெல்வேலி ம.தி.தா. இந்துக் கல்லூரியில் படித்தவன். அதுவும் நான்கு வருடங்கள். மிக முக்கியம் இருவருமே கணிதவியல் மாணவர்கள்.

ஆனால் இசையில் அவரது விற்பன்னம் அவரை என்னை விட மிக மிக உயரத்தில் வைத்து மரியாதையின் நெருக்கத்தை அதிகரித்தது என்றே சொல்லவேண்டும். ஆனால் விலக்கி, அந்நியப் படுத்தாமல் அவரது அறிவைப் பகிர்ந்து கொள்கிற பக்குவமும் 'உவப்பத்தலைக்கூடும்' உள்ளமும் எங்கள் உறவு வட்டத்தை இன்னும் சீராக்கிற்று என்றே சொல்லவேண்டும். நண்பர் அ. மார்க்ஸ்,

மம்மது அவர்களின் "தமிழிசை வேர்கள்" நூலுக்கு எழுதியுள்ள அணிந்துரையில் தன்னை இசையியல் தெரியாதவன் என்று சொல்லிவிட்டு மிகப் பிரமாதமாக அதைப்பற்றி எழுதியிருப்பார். அந்த முன்னுரையை முதலில் வாசிக்கையில் எனக்குத் தோன்றியது, "ஆகா நம்ம இசையறிவு குறைவுன்னு வருத்தப்பட வேண்டாம் போலிருக்கே..." என்று. ஆனால் மார்க்ஸ் வழக்கமான தன் விரிந்த அறிவுத்திறத்தால் அற்புதமாக அந்த முன்னுரையை எழுதியிருப்பார்.

என்னிடம் திரு மம்மது இந்த நூலுக்கு அணிந்துரை கேட்ட போது நானும் வெகுவாகத் தயங்கினேன். ஆனாலும் கம்பனின், 'பாற்கடலை நக்கிக் குடிக்க நினைக்கிற பூனையைப் போல' ஒரு சின்ன ஆசை. இதைச் சாக்கிட்டாவது அந்தக்கடலின் கரையிலாவது நின்று "டூரிஸ்ட் பஸ் புறப்படும் முன் ஏறுகிற அவசரத்துடன்" ரெண்டு துளி 'தீர்த்தம்' அள்ளித் தலையில் தெளித்துக் கொள்ளலாமே என்று கட்டுரையின் நகல்களை (கடலின் நகல்கள் என்று கூட அழைக்கலாம்) வாங்கி வைத்துக் கொண்டேன்.

படிக்கப் படிக்க அறியாமையின் அளவு கூடியதேயன்றிக் குறையக் காணும். மம்மது அவர்களின் உறவினரும் எனது அலுவலகத் தோழருமான திரு. பீர் முகம்மதுதான் முதன் முதலாக இசையைப் பற்றிக் கொஞ்சமாவது சொல்லித் தந்தார். அவரும் இடைகால்க் காரர்தான். இடைகாலில் இன்னொரு சங்கீத விற்பன்னர் உண்டு அவர், முத்தப்பா என்கிற டெயிலர். அருமையாகப் பாடுவார். தீவிரமான திராவிட இயக்கப் போராளி. பாடுவதைவிட அவருக்கு மேடையில் பேச வேண்டுமென்ற ஆர்வம் அதிகம். திரு. பீர்முகம்மது அவர்களை துரை என்று கூப்பிடுவோம். 70களில் இலங்கை வானொலியில் திரை இசைப்பாடல்களில் ராகங்கள் பற்றிய நிகழ்ச்சி ஒலிபரப்பாகும். அதுவே மறுபடி 1980 வாக்கில் ஐ.ஓ.பி விளம்பரதாரர் நிகழ்ச்சி என்று ஒலிபரப்பாகிக் கொண்டு இருந்தது. அதற்கு முழுமுதற் காரணமாக இருந்தவர். திருநெல்வேலி திரு டி.ஆர்.கள்ளபிரான் அவர்கள். அதை விரும்பிக் கேட்கிற நேயர்களில் நானும் ஒருவன். அவ்வளவுதான் என் இசை அறிவு. அதுபற்றிப் பேசிக் கொண்டிருக்கையில் கரிசல் மேதை கி.ராஜநாராயணன் ஒருநாள் நிறைய இசைபற்றிப் பேசினார். விளாத்திகுளம் சாமிகள் பற்றியும் "சொகமான சங்கீதம்" பற்றியும் பேசிக்கொண்டிருந்தார். அவர் சொன்னார், "ராஜரத்தினம் பிள்ளை சொல்லுவாராம்... தோடி ராகம் பாடுகையில் அப்படியே பாம்பு பொடை(ஒளிவதற்கு துவாரம்) தேடுத மாதிரி இருக்கும்" என்று.

இதைப் பேசும்போது லா.ச.ராவுடன் தென்காசியில் 1975 வாக்கில், வங்கியில் வைத்துப் பேசிக் கொண்டிருந்தோம். பாம்புகள் பற்றியும் அவரது 'அபிதா' பற்றியும் பேச்சு வளர்ந்த போது லா.ச.ரா சொன்னார், "பாம்புக்கு ஏதாவது காயம் ஏற்பட்டுச்சுன்னா அதுவே அதுக்கு எமனாயிடும். காயத்தில் மொய்க்கிற எறும்பைக் கொத்துகிறேன் பேர்வழியென்று தன்னைத்தானே கொத்திக் கொண்டு விஷமேறி நீலம் பாரித்து இறந்து போகுமென்றார்...." அப்படியே பேச்சு நீண்டு ராஜரத்தினம் பிள்ளை, தோடி, இசை என்று இருவரும் பேசிக் கொண்டிருந்தார்கள். நான் அலங்கமலங்க விழித்தபடி கேட்டுக் கொண்டிருந்தேன். அப்புறம்தான் நாமளும் இசை பற்றித் தெரிஞ்சுக்கணுமே என்று தோன்றியது.

"இறைவன் வருவான்... (சாந்திநிலையம்)... "ஜல்ஜல் எனும் சலங்கை ஒலி......சலசலவெனச் சாலையிலே" (பாசம்)...... "ஆடி வரும் ஆடகப் பொற்பாவையடி நீ..."(தாய் மகளுக்குக் கட்டிய தாலி).... இவற்றுக்குள் ஒரு ஒற்றுமை இருப்பதையும். "இன்று நமதுள்ளமே பொங்கும் புது வெள்ளமே...."...(தங்கப்பதுமை) "பிருந்தாவனமும் நந்த குமாரனும் "(மிஸ்ஸியம்மா) தங்கத்திலே ஒரு குறையிருந்தாலும்... (பாகப்பிரிவினை) இவற்றிடையே ஒரு ஒற்றுமை, இருப்பதையும் குறித்து நானும் என் திருநெல்வேலி நண்பர் ராமுவும் பேசிக் கொண்டிருப்போம். (ராமு, மெல்லிசை மன்னர் டி.கே ராமமூர்த்தியின் ஆத்மார்த்தமான ரசிகர். ராமுவின் வீட்டுக்கு ராமமூர்த்தி பலமுறை வந்திருக்கிறார்) இதே போல் நிறைய சினிமாப்பாட்டின் ஒரே சாயல்களைக் கொஞ்சம் நினைவுக்கு கொண்டு வந்து அடிக்கடி அலசிப் பார்ப்போம்.

இதைக் குறித்து நீண்ட நாள் கழித்து திரு. துரை அவர்களிடம் பேசியபோது அவர் சொன்னார், "ஆமாண்ணா, முன்னதில் எல்லாம் சிந்து பைரவியின் சாயல் தெரியுதண்ணா" பின்னதில் 'சாமா' ராகம் போல ஒலிக்குதண்ணா" என்று. இப்படியே சுப பந்துவராளி, மோகனம், கல்யாணி என்று கொஞ்ச ராகங்களை அறிமுகம் செய்து கொன்டேன். துரையின் மூலமாக வீ.கே.புதூர் திரு. விநாயகம்பிள்ளையின் அறிமுகம் கிடைத்தது. அவர் ஒரு சங்கீதமேதை. ஒரு ராகத்தின் பெயர் இடையிடையே வரும் பாடல்கள் அதே ராகத்தில் அமைந்திருக்குமா, (உதாரணமாக "சரச ராணி கல்யாணி..." ராஜாதேசிங்கு என்ற பாட்டு, கல்யாணி ராகத்தில் அமைந்ததா?) ஒரு ராகத்தின் பெயரிலேயே அதன் சுரங்கள் வருமா, (அடங்குமா) ஏழு ஸ்வரத்தையும் இஷ்டப்பட்ட காம்பினேஷனில்

போட்டால் புது ராகம் கிடைத்துவிடுமா என்றெல்லாம் துரையிடம் நச்சரிப்பேன். அப்பொழுதுதான் அவர் எனக்கு திரு மம்மது அவர்களை அறிமுகப்படுத்தினார். மம்மது என் பல சந்தேகங்களை நீக்கினார்.

(தங்கத்திலே ஒரு குறையிருந்தாலும் பாடல் 'சங்கராபரணம்' என்று சொல்லிய மம்மது. "ஏரிக்கரைப் பூங்காற்றே..." (தூறல் நின்னு போச்சு). "நான் ஏரிக்கரை மேலிருந்து......" (சின்னத்தாயி) எல்லாமே சங்கராபரணம்தான் என்றார். (இன்று நமதுள்ளமே பாட்டு 'கௌட மல்ஹார்' ராகம் என்று இலங்கை வானொலியில் சொன்ன நினைவு.) அத்தோடு நில்லாமல், விபுலானந்த அடிகளார் அவரது யாழ் நூலில் விளக்குவதாக, தமிழின் தொன்மையான ஏழ் பெரும்பாலைகள் பற்றியும் அவற்றுக்கான (யாழ் பற்றியும்,) இன்றைய நிகரான பண்கள் பற்றியும் சொன்னார்... நான் 'யாழ் நூல்' புத்தகம் வாங்கி பத்திரமாக வைத்திருக்கிறேன். வருடம் ஒரு முறை எடுப்பேன். சரஸ்வதி பூஜைக்கு ஏடு அடுக்கும்போது ஞாவகமாக அதையும் வைத்து அடுக்கி சுற்றி வந்து கும்பிடுவேன், அவ்வளவுதான். உள்ளே புக முடியவில்லை. அந்தக் குறையைப் போக்குகிற விதமாக எளிதான புரிதல் உள்ளோருக்கெனவே அவையெல்லாம் இந்த நூலிலுள்ள கட்டுரைகளில் காணக் கிடைக்கிறது.

அம்ருதா இதழில் வந்த அவருடைய ஒரு கட்டுரை எங்களுடைய நேர்ப்பேச்சின் தொடர்ச்சியோ என்று எண்ணத்தக்க அளவில் உள்ளது. ஒரு கவிஞரோ புலவரோ ஒரு பாடலைப் புனைகிறார். அதை ஒரு உரைநடை போல வாசிக்கலாம். வாசித்து மகிழலாம். அதை இசையோடு பாடும்போது அது சென்றடையும் மனிதர்கள் எண்ணிக்கை அதிகமாக இருக்கும். "கற்க கசடறக் கற்க....." என்ற குறளை, சாதாரணமாக, மனப்பாடம் செய்யும் குழந்தையைப் போலவும் வாசிக்கலாம்.

"கற்க கசடறக் கற்பவை கற்றபின்

நிற்க அது போல் நீயே என் மன்னா...." என்று எம்.எல்.வசந்தகுமாரி குரலில் (ராஜபக்தி படம் என்று நினைவு) சினிமா மெல்லிசையாக ரசித்தும் கேட்கலாம். பாவேந்தர் பாரதிதாசனின் "புதியதோர் உலகம் செய்வோம்" பாடலை எம்.எஸ்.விஸ்வனாதன் ஒரு ராகத்திலும், (சந்திரோதயம் படத்தில்) கே.வி.மகாதேவன் (பல்லாண்டு வாழ்க படத்தில்) இன்னொரு அருமையான ராகத்திலும் வித்தியாசமான இசையமைப்புகளில்

தந்துள்ளார்கள். பாரதியின் கவிதைகளில் சிலவற்றுக்கு அவரே ராகங்களைக் குறிப்பிட்டுள்ளார். சின்னஞ்சிறு கிளியே கண்ணம்மா பாடலுக்கு அவர் தந்திருக்கும் ராகம் பைரவி... மணமகள் படத்தில் அதை ஒரு ராக மாலையாக தந்திருக்கிறார் சி.ஆர்.சுப்பராமன், இது மம்மது சொல்லும் செய்தி. பாடலுக்கு இசையமைப்பது என்பது, ஏதோ சினிமாக்காரர்கள் காலத்தில் செய்த வேலை யில்லை. ஒரு கவிதை "பரிபாடல்" காலந்தொட்டும் அதற்கும் முன்பேயும் இசையமைத்துப் பாடப் பெற்று வந்துள்ளது என்ற செய்தியை, பல அக, புற நானூற்று, சிலப்பதிகார, பரிபாடல் வரிகளை ஆய்ந்து தேடி நிறுவியுள்ளார்.

இதே கட்டுரையில் வெறும் சினிமா விஷயங்களை மட்டும் சுவாரஸ்யமாகச் சொல்லிச் சென்றுவிடாமல், "ஒரு தாளத்தில் இசையமைப்பது சந்தம்", "பல தாளங்களில் இசையமைப்பது பந்தம்" போன்ற முக்கியமான செய்திகளை நமக்கு உணர்த்தி விடுவதுதான் மம்மதுவின் சிறப்பு. சினிமா மெல்லிசை என்பது எப்படி நாட்டார் வடிவ இசை, செவ்வியல் இலக்கியகால இசை என பயணப்பட்டு இன்றைய தலைமுறை இசையமைப்பாளர்கள் வரை வந்துள்ளது என்று விஸ்தாரமாக ஆராயும் இக்கட்டுரை, ஒரு முக்கியமான ஆவணம்.

தமிழிசையின் முதுமையையும் முதன்மையையும் பறை சாற்றுகிறாற்போல பல கட்டுரைகள் இதில் உள்ளன. அதைவிட இசையின் தோற்றம் பற்றிய பொதுவான செய்திகள் நிறையவே உள்ளன. தாளத்திற்கு முதன்மை தரும் நாட்டார் இசையிலிருந்து பண்ணிற்கு முதன்மை தரும் செவ்வியல் இசை பற்றி விரிவாகப் பேசுகிறார். மக்கள் இசையாகிய ஏற்றப்பாட்டு, தெம்மாங்கு போன்ற வற்றிலிருந்து செவ்வியல் இசை எப்படி வந்திருக்கிறது என்பதற்கு அவர் நேரில் ஒரு உதாரணம் சொல்லுவார். "போறவளே போறவளே பொன்னுரங்கம்...." என்ற மக்களைப்பெற்ற மகராசி திரைப்படப் பாடலில் எப்படி மோகனத்தின் சாயலில் உள்ளது என்பதை ராஜா முகம்மது பாட, மம்மது விளக்கிக் காட்ட, அடடா கேட்டுக் கொண்டே இருக்கலாம்." 'தொல்காப்பிய இசை' கட்டுரையில் மக்கள் வழக்கிற்கு எப்படி தொல்காப்பியர் முக்கியத்துவம் தருகிறார் என்பதை நுணுக்கமாகக் கண்டு சொல்கிறார். 'பண்ணத்தி' என்ற உரைப்பாட்டு வகையினைத் தொல்காப்பியர் சொல்லியிருப்பதைக் கண்டு பிடித்துக் கூறுகிறார். திரு. மம்மது. அது ஒரு சுவாரஸ்யமான கட்டுரை. இது 2010 உலகத்தமிழ்

செம்மொழி மாநாட்டில் வாசிக்கப்பட்ட கட்டுரை. நான் நினைக்கிறேன் அங்கு வாசிக்கப் பட்டதிலேயே இதுதான் உருப் படியான உழைப்புடன் கூடிய கட்டுரையாக இருக்கும். மம்மது விடம் பல ஆராய்ச்சி மாணவர்கள் தங்கள் ஆராய்ச்சிக்கான பல குறிப்புகளைக் கேட்டு அடிக்கடி வருகிறார்கள். (பெரும் பாலானவர்கள் வினாநிரலை(!) அனுப்பியும், தொலைபேசியிலுமே கேள்விக் கணைகளைத் தொடுத்து மொத்த ஆய்வையுமே முடித்து விடுவார்கள்.) ஆனால் முகம் சுளிக்காமல் அவர்களுக்குப் பெரிதும் உதவுகிறார். இந்த உதவிக்காகவே மம்மதுக்கு முனைவர் பட்டம் தரலாம்.

"தமிழர் பண் கண்ட முறை" கட்டுரையின் இறுதியில் ஒரு அகநானூற்றுப் பாடலைச்சுட்டுக்கிறார்.

> **"தொல் இசை நிறீஇய உரைசால்பாண் மகன்**
> **எண்ணுமுறை நிறுத்த பண்ணினுள்ளும்**
> **புதுவது புனைந்த திறத்தினும்**
> **வதுவை நாளினும், இனியெனாள் எமக்கே"__(அகம்352)**

பாணன் ஒருவன் ஏற்கெனவே நடப்பிலுள்ள பண்களைத் தவிர புத்தம்புதிய பண் ஒன்றை உருவாக்கிய நாளில், திருமண நாளை விட மகிழ்ச்சியுடனிருப்பதாகச் சொல்லுகிறது அகம். உண்மை யிலேயே அகம் மகிழவைக்கும் அவதானிப்பு இது. இதில் இசையும் கொண்டாடப்படுகிறது. காதலும் கொண்டாடப்படுகிறது. கவிதையும் கொண்டாடப்படுகிறது. ஒரு கவிஞனுக்கு இதை விட வேறு என்ன வேண்டும்.

ஆபிரகாம் பண்டிதர் எழுதிய கருணாமிர்த சாகரம் நூலை யெல்லாம் ஒரு சாதாரணன் படித்து உடனடியாக விளங்கிக் கொள்ளமுடியாது. அவர் தமிழ் இசை ஆராய்ச்சியாளர்களின் முன்னோடி. அவர் போன்றோரின் நூல்களை ஒரு Down to Earth நடையில் சட்டென்று விளங்கிப் பெருமிதம் கொள்ளும் வகையில் மம்மது தந்துள்ளார். இந்தத் தொகுப்பில் உள்ள 'செம்மலர்' இதழில் வந்த அவரது பேட்டி மிக முக்கியமானது.

ஒரு ஆங்கிலக் கட்டுரை "MUSIC AND MATHEMATICS" இத்தொகுப்பில் உள்ளது. நமது நேரத்தையும் கணித ஆர்வத்தையும் கோரும் மிக நுணுக்கமான கட்டுரை அது. இசையை நமது செவ்வியல் கணித சூத்திரங்கள், மாறிலிகள் வழியாகவே ஆராய்ந்திருக்கிறார். நவீன ("சூக்கும வடிவக்) கணித இயலி'ன்படி (Abstract Mathematics.) தமிழ் இசையை இன்னும் ஆராய நிறைய வாய்ப்பு இருப்பதாகத்

தெரிவிக்கிறார். நானும் கவிதையியலை கணிதக் கோணத்தில் அணுகுவேன். கணிதத்திற்கும் கவிதைக்கும் ஏகப்பட்ட சம்பந்தம் உண்டு.

மம்மதுவிடம் பல புதையல்கள் இன்னும் உள்ளன.இன்று தொழில் நுட்பம் முன்னேறியுள்ள நிலையில், அவரால் இசைக் கடலில் முத்துக்குளித்து இன்னும் நிறைய ஆராய்ச்சிகளைச் செய்து பல ஆவணங்களை எதிர்காலச் சந்ததியினருக்குத் தந்து செல்ல முடியும். அவற்றை அவர் கண்டிப்பாகச் செய்வார் என்ற நம்பிக்கை எனக்கு உண்டு. இந்நூலைப் படிக்கிற யாருக்கும் அந்த நம்பிக்கை ஏற்படாமல்ப் போகாது.என் மனமார்ந்த வாழ்த்துக்கள்.

(ஆதி இசையின் அதிர்வுகள் நூலுக்கான முன்னுரை- 2011டிசம்பர்)

19

கொடி அசைந்ததும் காற்று வந்ததா,

“பொதுக்குழுவில் பேச வேண்டியதை பொதுக்கூட்டத்தில் பேசி குழப்பம் விளைவித்ததால் தூக்கி எறிந்துவிட்டோம்” கடற்கரைக் கூட்டத்தில் கருணாநிதி பேச்சு. “தற்காலிக நீக்கம் செய்திருப்பதாக செயற்குழுவில் அறிவித்து விட்டு, தன்னிச்சையாக 'தூக்கி எறிந்து” விட்டதாகப் பொதுக் கூட்டத்தில் கலைஞர் மட்டும் பேசலாமா...” எம்.ஜி.ஆர் கேள்வி.... என்றும். திருச்சி சென்னையில் மாணவர்கள் போராட்டம், விருத்தாச்சலத்தில் துப்பாக்கி சூடு ஒருவர் பலி 32 பேர் காயம் என்றெல்லாம் தினசரிப் பத்திரிகைகளுக்கு ‘குவியல் குவியலாக’ நல்ல தீனி கிடைத்து வந்தது. ஆயிரம் விளக்குப் பகுதியில் நடந்த பொதுக் கூட்டத்தில் தி.மு.க பொருளாளரான எம்.ஜி.ஆர் முதன் முதலாகக் கணக்குக் கேட்டார். பொருளாளரே அவர்தானே, அவரிடம் தானே கணக்கு இருக்கும் என்று எதிர்க் கேள்விகள். அன்றிலிருந்து காலையிலும் மாலையிலும் பத்திரிகைகள் சுடச் சுட விற்பனையாகின. தென் மாவட்டங்களில் பிரபலமாக மலரும் பத்திரிகையின் விற்பனை எகிறிக் கொண்டு போயிற்று. ஆச்சரியகரமான வகையில் இம் மணியான செய்திகளை ஒரு பத்திரிகை முதல் பக்கத்தில் போட்டது. அதிகம் விற்கும் பத்திரிகை ‘நடுநிலை’ வகித்தது’. 15.10.1972 அன்று தி.மு.க பொதுக்குழு எம்.ஜி.ஆரை நீக்கியதை அங்கீகரித்தது. மொத்தப் பொதுக் குழுவையும் சில மாவட்டச் செயலாளர்களே தங்கள் கைக்குள் வைத்திருந்ததாகச் செய்திகள் கிண்டலும் உண்மையுமாகச் சுற்றி வந்தன.

பொதுவாக 1967 வரை தி.மு.க உட்கிளைகளாக இயங்கிக் கொண்டிருந்த எம்.ஜி.ஆர் மன்றங்கள், தேர்தலுக்குப் பின் கட்சியினரால் அநேகமாகக் கைவிடப்பட்டு விட்டன. ஆனால் எங்க வீட்டுப் பிள்ளையின் இமாலய வெற்றிக்குப் பிறகு எம்.ஜி.ஆரின் சினிமா ரசிகர்கள், பல தரப்பிலும் அதிகரிக்க ஆரம்பித்தனர். 67'ல் அவர் குண்டடி பட்டதும் அவரின் தனிப்பட்ட புகழ், எல்லோரிடமும், குறிப்பாகப் பெண்களிடம் பெரிதும் அதிகரித்தது. இது பல தி.மு.க தலைவர்களுக்கு ஜீரணிக்க முடியாததாக இருந்தது. ரசிகர்களை பிரச்சாரங்கள் உள்ளிட்ட அரசியல் வேலை களுக்குப் பயன்படுத்திக் கொண்டவர்கள் அவர்களை அப்புறமாக வெறும் ரசிகக் கும்பல்களாகப் பார்ப்பதாக பல ரசிகர்கள் உள்ளுக் குள்ளேயே வருந்தி வந்தார்கள். எம்.ஜி.ஆர் கட்சிக் கட்டுப்பாட்டை மீறுவதாக இரண்டாம் மட்ட, உள்ளூர்த் தலைவர்களே பெரிதும் மேடைகளில் பேசி வந்தனர்.

பொதுவாக எம்.ஜி.ஆரை பெரும்பாலான மூத்த தலைவர்கள் அரசியல்வாதியாக ஏற்றுக் கொள்வதில்லை என்று ரசிகர் களிடையே பேச்சு வரும். சினிமாவைப் பொறுத்தும் மேல் மட்ட தி.மு.கவினருக்கு எம்.ஜிஆரின் 'பாப்புலாரிட்டி' மேல் ஒரு வித அசூயையே நிலவியது. நெடுஞ்செழியன், "நடிகன்னா சிவாஜிதான் நடிகன்..." என்று பேசியதை அவரைப் போலவே பேசி கிண்டலடிப் பார்கள். 1967இல் இரண்டு சுயேச்சைகள் உள்ளிட்டு 139 இடங்களை தி.மு.க பிடித்து ஆட்சி அமைத்தது. அந்தத் தேர்தலில் எம்.ஜி.ஆர் பிரச்சாரம் செய்யவில்லை. ஆனால் அவரது ரசிகர்களின் பணிகளை யாரும் குறைத்து மதிப்பிட முடியாது. தி.மு.க கூட்டணி 179 இடங்களை வென்றது. 1971ல் சூழலே வேறு. ஸ்தாபனக் காங்கிரஸ் காமராஜர், ராஜாஜி, கூட்டணிக்கு 'சோ' போன்றவர்கள், மேல்தட்டு மக்களிடம் ஒரு மரியாதையை ஏற்படுத்தியிருந்தனர். இந்திரா காங்கிரஸ்ஸுக்கு தலைமை ஏற்கக் கூட ஆளில்லை. மூப்பனார்தான் அந்தக் கட்சியை முழு மூச்சாகக் காப்பாற்றி வந்தார். கலைஞர் இந்திரா காந்தியுடன் கூட்டணி வைத்திருந்தார். ஆனால் எம்.ஜி.ஆர் முழு மூச்சாகப் பிரச்சாரம் செய்த அந்த 1971 தேர்தலில், தி.மு.க, 184 இடங்களைப் பிடித்தது. மத்தியிலும் 23 இடங்களைப் பிடித்தது. இந்த ராட்சதப் பெரும்பான்மைதான் தமிழ்நாட்டின் பல அரசியல் தடம் புரளுதல்களுக்குக் காரணம். அதுவரை 10 (அண்ணா அமைச்சரவையில் 10) அல்லது 12 அமைச்சர்களே இருந்த அமைச்சரவையில் 14 அமைச்சர்கள் சேர்க்கப் பட்டனர். பலரையும் திருப்திப் படுத்த வேண்டிய கட்டாயம் தலைமைக்கு இருந்தது. அதுவரை காலியாகவே விடப்பட்டிருந்த

திமுக தலைமைப் பொறுப்பைக் கலைஞர் ஏற்றுக் கொண்டு நெடுஞ்செழியனைப் பொதுச் செயலாளராக்கினார். 183 இடங்களை வென்றதற்கு எம்.ஜி.ஆர் செய்த பிரசாரம் ஒரு முக்கியக் காரணம் என்பதை மறுக்கமுடியாது. தேர்தல் பிரச்சாரம் முடிந்ததும் எம்.ஜி.ஆர் 'ராமன் தேடிய சீதை, படப்பிடிப்பிற்காக காட்மாண்டு சென்றுவிட்டார். அங்கே நிறைய அரசியல் காய் நகர்த்தல்கள் நடந்ததாகச் சொல்வார்கள். அங்கிருந்து, இந்த வெற்றிக்காக எம்.ஜி.ஆர் ஒரு அமைச்சர் பதவி கேட்டதாகவும் சொல்வார்கள். பதினாலோடு பதினைந்தாக அதைக் கொடுத்திருந்தால் தமிழ்நாட்டு அரசியலே வேறு மாதிரி இருந்திருக்கும். அதை மற்ற மூத்த தலைவர்கள் விரும்பவில்லை என்றும் சொல்லப் பட்டது. ஆனால் அவர்களில் பெரும்பாலோர் பின்னாளில் எம்.ஜி.ஆர் பின்னால் அணி சேர்ந்தது அவருக்குக் கீழே பணி யாற்றியதுதான் பெரிய நகை முரண். இதனாலும் அதைத் தொடர்ந்து வந்த உள்ளாட்சித் தேர்தல்களில் தி.மு.கவின் பலத்த வெற்றியும் தமிழகமெங்கும் பல அதிகார மையங்களை உருவாக்கின. அண்ணா குறிப்பாக சிலருக்கு அமைச்சர் பதவி தாராமல் இருந்தார். அவர்களுக்கு இப்போது வழங்கப்பட்டது. அதனால் அவர்களின் ஆளுகை அந்தந்த மாவட்டங்களில் தலைமையை மீறி அதிகரித்தது,

எது எப்படியோ, மக்களுக்கும் ஆளுங்கட்சி மேல் வருகிற வெறுப்பு தி.மு.க மேல் வந்தது. எம்.ஜி.ஆர் ரசிகர்களுக்கும் வந்தது. அரசியல் சார்பில்லாமல் நிறைய 'ரசிகர் மன்றங்கள்' உருவாகின. ஒவ்வொரு பட வெளியீட்டிற்கும் அந்தந்தப் பெயரை வைத்து மன்றங்கள் உருவாகின. "என் அண்ணன்" எம்.ஜி.ஆர் ரசிகர் மன்றம், 'எங்கள் தங்கம்' எம்.ஜி.ஆர் ரசிகர் மன்றம்,; 'ஒளிவிளக்கு' எம்.ஜி.ஆர் ரசிகர் மன்றம், என்று அங்கங்கே உருவாகின. எம்.ஜி.ஆர் ஆனந்த விகடனில் நான் ஏன் பிறந்தேன் என்ற தலைப்பில் தன் வாழ்க்கை வரலாற்றை எழுதினார். அதற்கு விகடன், சினிமாப் போஸ்டர் போல விளம்பரங்கள் அச்சாக்கியது. அப்போது முசிறிப்புத் தன் தலைமையில் அகில உலக எம்.ஜி.ஆர் ரசிகர் மன்றம் அமைக்கப்பட்டு எல்லா ரசிகர் மன்றங்களும் அதில் பதிவு செய்து கொள்ளப்பட வேண்டும் என்று எம்.ஜி.ஆர் சார்பில் அறிக்கைகள் வந்தன. எம்.ஜி.ஆர் செய்திகளுக்காக 'சமநீதி' ஆசிரியர் முரசொலி சொர்ணம், ஜி.கே.துரைராஜின் 'திரைஉலகம்' போன்ற பத்திரிகைகள் வந்து கொண்டிருந்தன. அகில உலக எம்.ஜி.ஆர் ரசிகர் மன்றங்களில் பதிவு பெற்ற அனைத்து உறுப்பு மன்றங்களுக்கும் விகடன் போஸ்டர்களை அனுப்பச் செய்தார் விகடன் மணியன். அவை ஆர்வமாக ஒட்டப்பட்டன. இது மேலோட்டமாக சாதாரணமாகத்

தெரிந்தாலும் ரசிகர்களின் சக்தி என்ன என்பதை இந்த விஷயம் காட்டியதாகவே ரசிகர்கள் பேசிக் கொண்டார்கள். இது எதிர் முகாமிலும் கவனத்துடன் பார்க்கப்பட்டது. "இவ்வளவுதானே, இந்தப் பயலுக ரெண்டு போஸ்டரை வேணும்ன்னா ஒட்டுவானுக..." என்று அப்போதைய நகராட்சித் தலைவர் கிண்டலாகப் பேசியதைக் கேட்டு நிறையப் பேர் கொதித்துப் போனார்கள். அவரிடம் நியாயம் கேட்பது போலச் சண்டை போட்டு, சமாதானம் செய்தார் அவர். ஆனால் அப்படிக் கேட்டவர்கள் மேலெல்லாம் பின்னாளில் பொய் வழக்குப் போட்டார்கள்.

1972 அக்டோபர் 10 நல்ல மழை. அரசு வட்டத்தில் செல்வாக் குடைய எனது மூத்த இலக்கிய நண்பர் ஒருவருடன் அவர் அலுவலகத்தில் பேசிக் கொண்டிருந்தேன். அவர் 'மோகமுள்' நாவல் தருவதாகச் சொல்லி இருந்தார். அவரது சக ஊழியர்கள், 'மாலைமுரசு' சிறப்புப் பிரதியாக ஒரே ஒரு பக்கத்தில் வெளியிட்ட நாளிதழை அவசர அவசரமாகக் கொண்டு வந்தார்கள். "எம்.ஜி.ஆர் தி மு.க விலிருந்து விலக்கப்பட்டார். 12 மாவட்டச் செயலாளர்கள் கையெழுத்திட்ட அறிக்கையின் மீது நடவடிக்கை", என்று வந்திருந்தது. அவர் என்னிடம் உடனே அதிர்ச்சியுடன் கேட்டார், "இதனால் என்ன விளைவுகள் நடக்கும்... போராட்டம் நடக்குமா..." என்று. எனக்கு அப்படித் தோன்றவில்லை. "அதெல்லாம் ஒன்றுமிருக்காது கொஞ்ச நாட்களுக்கு லேசான சலசலப்பு இருக்கும் அப்புறம் எல்லாம் சரியாகி விடும்," என்றேன். அவருக்கு திருப்தியில்லை. "அப்படியா சொல்றீங்க..." என்றார். அவர், அவரது மதுரை நண்பர்களுக்கு டிரங்க் கால் போட்டார். 'கால்' எதுவும் கிடைக்க வில்லை. மழை விட்டதும் கிளம்பினேன். "பெரிய பிரச்னைகள் எதுவும் ஏற்பட்டால் எனக்குச் சொல்லுங்க..." என்றார். நான் சரியென்று கிளம்பினேன். ஜங்ஷனில் பதற்றமாக இருந்தது. மேம்பாலம் கட்டிக் கொண்டிருந்ததால் மீனாட்சிபுரம் வழியாகவே போக வேண்டும். அங்கே பெரிய ரசிகர் கூட்டமொன்று உண்டு. 'க்ளிமாக்ஸ்' என்று ஒரு டெயிலர், கேரளாவைச் சேர்ந்தவர், அவர் கடையில்தான் எல்லோரும் நிற்பார்கள். கடை அடைத்துக் கிடந்தது. கொஞ்சம் தள்ளி நிறையப்பேர் நின்று கொண்டிருந்தார்கள். அவர்கள் மறுநாள் நடக்கும் எம்.ஜி.ஆர் மன்றக் கூட்டத்திற்கு இரவில் சென்னை செல்ல இருப்பதாக என்னைக் கையைக் காட்டி அழைத்துச் சொன்னாகள். "என்ன இப்படி செஞ்சுட்டாங்க..." என்றும் என்னிடம் கேட்டார்கள். தச்சநல்லூரில் கலாட்டா என்றார்கள். டவுணில் ஒன்றுமில்லையாம், என்றார்கள்.

யாரோ, 'டவுனில் இவன் போய்த்தான் ஆரம்பிக்கணும்' என்றார்கள், அப்போதும் சற்றுக் கேலியாக. இன்னொருவர், 'அவன் மன்றம், அரசியலை எல்லாம் விட்டு விலகி ஒழுங்காப் படிக்கான் அது புடிக்கலையா' என்றார். உண்மையும் அதுதான். நான் ரசிகர் மன்ற விவகாரங்களிலிருந்து ஒதுங்கிவிட்டேன். இலக்கியப் பத்திரிக்கைகளில் கவிதைகள் வரத்தொடங்கிவிட்டன... உள்ளூர் அரசியல் மிக மோசமாக இருந்ததால், தி.மு.கவின் செயல் பாடுகளிலும் பிடித்தமில்லை. மறு நாள் சந்திப்பதாகச் சொல்லி விட்டுக் கிளம்பினேன். சைக்கிளில் லைட் அவ்வளவு சரி கிடையாது. நான் வேகமாக வந்துவிட்டேன். டவுனிலும் கொஞ்சம் பேர் சில இடங்களில் கூடிப் பேசிக் கொண்டிருந்தார்கள். எங்கே பார்த்தாலும் மஃப்டி போலீஸ் என்று சொன்னார்கள். சேர்மன், வீட்டு முன்னால் கொஞ்சம் போலீஸும் கூட்டமும் ஆக இருந்தது. நான் சாப்பிட்டு விட்டு வெளியே கிளம்பினேன். வழக்கமாக மௌனம் காக்கும் அப்பா சத்தம் போட்டார், 'எங்கடா போறே, என்னமாவது பண்ணி கெடுத்துக்கிடாதே...' என்று. நான் கோயிலுக்குப் போவதாகச் சொல்லிவிட்டுக் கிளம்பினேன். பஜாரில் ஒரு கள்ள மௌனம் இருந்தது. உண்மையிலேயே கோயிலுக்குப் போய் விட்டுத் திரும்பினேன்.

மறுநாள் பத்திரிக்கைகள் பூராவிலும் எம்.ஜி.ஆர் செய்'தீ'தான். மாவட்டச் செயலாளர்கள் தவிர்த்து எட்டு அமைச்சர்கள் இன்னும் ஆறு பேர் போட்டிருந்தது. இதில் பல அமைச்சர்கள் பின்னால் எம்.ஜி.ஆர் உடன் இணைந்து விட்டார்கள். காமராசர் போன்ற தலைவர்கள் இதை ஒரு ஸ்டன்ட் என்றும் இந்திரா காங்கிரஸுக்குப் போக எம்.ஜி.ஆர் செய்யும் தந்திரம் என்றும் சொல்லி யிருந்தார்கள். கலைஞரும் பின்னால் இப்படிப் பேசினார். அன்றோ மறு நாளோ மத்திய அமைச்சர் சி.சுப்பிரமணியம், கம்யூனிஸ்ட் கட்சியின் எஸ்.கல்யாண சுந்தரம், தோழர் பாலன் ஆகியோர் டெல்லியிலிருந்து சென்னைக்கு விரைந்தனர் என்று செய்தி வந்த நினைவு. சென்னை, கோவை, வேலூர் ஆரணி, உள்ளிட்ட பல இடங்களில் மாணவர்கள் கலவரம், தீவைப்பு, போலீஸ் தடை உத்தரவு, கருணாநிதி கண்டிப்பு என்று வந்திருந்தது. சென்னையில் நடைபெற இருந்த எம்.ஜி.ஆர் மன்றக் கூட்டத்திற்கு அனுமதி மறுப்பு, போலீஸ் தடை உத்தரவு என்று போட்டிருந்தது. அன்று கல்லூரிக்குப் போகவில்லை. பஸ் சரியாக ஓடவில்லை. அப்பொழுது தனியார் டவுன் பஸ்களே அதிகம். மதுரையைப் போலவே, ஜங்ஷன் க்ளிமாக்ஸ் கடையில் தாமரைக் கொடி ஏற்றி இருப்பதாகச் சொன்னார்கள். சிலர் சைக்கிளில் அங்கே போனோம். சின்னக்

கம்பம் ஒன்றில் கருப்புப் துணியில் சிகப்பு நாடாவை தாமரை போல் தைத்து ஒரு கொடி ஏற்றி இருந்தது. நான்கைந்து போலீஸ், சைக்கிளில் வரவும் மக்கள் கூட்டத்தோடு நாங்கள் தள்ளி நின்று கொண்டோம். கடையை அடைத்துவிட்டு போலீஸ் சிலரை அழைத்துப் போனார்கள். எங்களை நோக்கி எச்சரித்து, போகச் சொன்னார்கள். மரியாதையாக நகர்ந்தோம். கொடியை ஒன்றும் செய்யவில்லை.

மாலையில் அந்த நண்பரைப் பார்த்து இதைச் சொல்லலாம் என்று போனேன் அவர் இல்லை... சென்னை சென்றுவிட்டதாகச் சொன்னார்கள். அவர் நான்கைந்து நாட்கள் கழித்தே வந்தார். அதற்குள் பொதுக்குழு 15ம்தேதி ஒப்புதல் வழங்கிவிட்டது. அதை எம்.ஜி.ஆர், கலைஞர் இருவருமே எதிர் பார்க்கவில்லையாம் என்று அந்த நண்பர் சொன்னார். எப்படியாவது கடைசி வினாடியில் சமரசமாகி விடலாம் என்றே இருவரும் நம்பினார்களாம். நாஞ்சில் மனோகரன், சத்தியவாணி முத்து ஆகியோர் இரண்டு தலைவர் களிடமும் சமாதானத் தூது போனதாக நாளிதழில் செய்திகள் வந்த வண்ணம் இருந்தன. மனோகரன் அதை இல்லையென்று மறுத்திருந்தார்... நண்பர் சொன்னார்," கலைஞருக்கு நாட்டில் நடக்கும் கலவரங்கள் பற்றிய செய்திகள் முழுமையாகச் சேர வில்லையாம், ஒரு தென் மாவட்ட எம்.எல்.ஏவும் தஞ்சைப் பகுதி எம்.எல்.ஏ ஒருவரும்தான் பொதுக் குழுவுக்கு கிளம்பிக் கொண்டிருந்த கலைஞரிடம் முதன் முதலாகச் சொன்னார்களாம்." எந்தக் கை தி.மு.க கொடியை கட்டியதோ அதே கைதான் வெட்டுகிறது, யார் வாழ்க என்றார்களோ அவர்களே ஒழிக என்கிறார்கள், எங்களால் உங்களை நெருங்க முடியவில்லை என்று. கலைஞர் முகத்தில் பலத்த அதிர்ச்சி ரேகைகள் தோன்றியதாம். அப்போது அங்கே வந்த சமாதானத் தூதுவர் கலைஞரைத் தனியே அழைத்துப் போய் நான் அவரை அழைத்து வருகிறேன். நீங்கள் இருவரும் தனியே அமர்ந்து பேசுங்கள்... விஷயம் தீர்ந்துவிடும்..." என்று சொன்னாராம். ஆனால் அறிக்கையில் கையெழுத்திட்ட அனைவரும் அது கூடாது என்று தடுத்துவிட்டார்களாம். (அதில் முக்கியமானவர் பின்னாளில் எம்.ஜி.ஆருடன் இணைந்து, அவருக்காக ஒரு நகரை மீட்டுக் கொடுத்தார் எம்.ஜி.ஆர்.)

நண்பருடன் பேசிக்கொண்டிருந்து விட்டு வந்த போது ஒரு பத்திரிகையின் போஸ்டர் நகரமெங்கும் ஒட்டப்பட்டுக் கொண்டிருந்தது. "புதிய கட்சி, 'அண்ணா தி.மு.க', எம்.ஜி.ஆர் தொடங்கினார். கட்சிக் கொடியையும் அறிவித்தார்," என்று.

ஆனால் எம்.ஜி.ஆர் கட்சியை ஆரம்பிக்கத் தயக்கம் காட்டிய தாகவும், கே.ஏ.கே, முசிறிப்புத்தன், போன்ற சிலரின் வற்புறுத்தலும் பாலதண்டாயுதம், கல்யாணசுந்தரம் போன்றோரின் தைரிய மூட்டலுமே அந்த முடிவுக்குக் காரணமென்றும் எம்.ஜி.ஆர் கட்சிக் கொடியை அறிமுகப்படுத்தும் போது அருகில் இருந்த ஒரு ரசிக நண்பர் சொன்னார். அவர் முசிறிப் புத்தனையும் திருச்சி சௌந்தரராஜனையும் நன்றாக அறிந்தவர்.

இந்தச் செய்திகளெல்லம் உண்மையா பொய்யா என்பதை விட அப்படி ஏதாவது நடந்து இருந்திருக்கலாமே என்பதே இரண்டு பேரையும் விரும்புகிற எங்களைப் போன்ற அடி மட்டத் தொண்டர்களின் அங்கலாய்ப்பாக இருந்தது. இது நடக்காமலே இருந்திருக்கலாமே, கொடி அசைந்ததும் காற்று வந்ததா, காற்று வந்ததால் கொடியசைந்ததா. என்று கண்ணதாசன் பாடியது போல, இதற்கு யார் காரணம், எது காரணம், யாரைக் குற்றம் சொல்வது. ஆனால் நல்லகாலம், ஒன்று நிகழவில்லை, கண்ணதாசன், சம்பத் போல காங்கிரஸ்ஸில் சேர்ந்து காணாமல்ப் போகவில்லை. தனது ரசிகர்களை ஒரு பெரிய அரசியல் சக்தியாகத் திரட்டினார் எம்.ஜி.ஆர். அவரை உச்சத்தில் வைத்தார்கள் அவரது ரசிகர்கள்.

20

தாகூரும் பாரதியும்

1. தங்களுக்கு தாகூர் இலக்கியத்தில் எப்படி பரிச்சயம் ஏற்பட்டது?

1968ஆம் ஆண்டு. என் வாழ்வில் பல திருப்பங்கள் அப்போது ஒன்று போல நிகழ்ந்தன, காதலுட்பட. காதலுற்ற மானுடன் கவிஞன் ஆகிறான் என்று பாரதி பாடியது போல் காதலுறுகிற பருவம்தான் அது. என் இளம்பிராயத்துத் தோழி என்னைக் கவிஞனாக்கினாள், காதலனாக்க மறுத்துவிட்டாள். அடைய முடியாப் பொருளின் மீது ஆசை தீராது அபிமானம் மாறாது என்று சோகம் சுமந்து திரிந்த நாட்கள் அவை. முதன் முதலாக தாகூரின் கனி கொய்தல் (Fruit Gathering) மொழிபெயர்ப்பு, வி.ஆர்.எம்.செட்டியார் வாசித்தேன்.

'அழுகை ஏழைகளின் பிதுரார்ஜித சொத்து, கண்ணீர் விட வசதியில்லாத சொர்க்கம் எனக்கு வேண்டாம்..' என்ற வரிகள் என் சோக மனநிலையை இன்னும் வலுவாகத் தாக்கின. எனக் குள்ளான சோக பாவத்தை, ஒரு தரிசனமாக மாற்றியது அந்தத் தொகுப்பு. வண்ணதாசன் வீட்டில், அப்பா தி.க.சி யின் சேகரமாக, மாக் மில்லன் பதிப்பகம் வெளியிட்ட நீலக் கலர் அட்டையுடன் கூடிய தாகூரின் அத்தனை தொகுப்புகளும் இருந்தன. பெரிய பொக்கிஷமாக உணர்ந்தேன். அதிலிருந்து எடுத்து Gardener தொகுப்பைப் படித்தேன். Fruit gathering தொகுப்பை ஆங்கிலத்திலும் படித்தேன். சில கவிதைகளை மொழி பெயர்த்தேன். அது

நா.காமராசனின் மொழி நடைக்கு நெருக்கமாக வந்தது. அதே போல் 'poems of Kabir' பாடல்கள் சிலவற்றை மொழிபெயர்த்தேன். கீதாஞ்சலியின் பாடல்கள் பலவற்றை சக்தி கீதாஞ்சலி என்ற தலைப்பில் தமிழில் மறு ஆக்கம் செய்தேன். அதை trans creation என்றுதான் கூறவேண்டும்.

2. தாகூரை எந்த மொழியில்வாசித்தீர்கள்?

கனிகொய்தல் ஒன்றைத் தவிர அநேகமானவற்றை ஆங்கிலத் திலேயே படித்தேன். அவரின் சிறு கதைகளை த.நா.குமாரஸாமி மொழிபெயர்ப்பில் தமிழில் படித்தேன். தாகூரின் கவிதைகளை ஆங்கிலத்தில் படிப்பதே நல்லது. அவை அவராலேயே ஆங்கிலத்தில் மொழிபெயர்க்கப்பட்டதால் உயிர்ப்புடன் இருந்தன.

3. தமிழில் யாருடைய மொழி பெயர்ப்புகள் உங்களைக் கவர்ந்தன?

வீ.ஆர்.எம்.செட்டியாரின் கனி கொய்தல், கீதாஞ்சலி,ஆகியன தமிழில் வாசித்தவை. எனக்கு அவை உவப்பாக இல்லை. ஆனால் சிறுகதைகளைப் பொறுத்து குமாரஸ்வாமியின் மொழிபெயர்ப்புகள், வங்காளத்திலிருந்து தமிழுக்கு வந்ததால் நன்றாகவே இருந்தன.

4. தாகூரின்படைப்புகளில் தங்களைக் கவர்ந்தது?

கீதாஞ்சலியும், Stray Birds (தனித்தலையும் பறவை) ஆகியன மிகவும் பிடித்தன. இரண்டினுள்ளும் ஸ்ட்ரேபேர்ட்ஸ் அபார மானது. அவற்றை அவர் ஜப்பானிய ஹைகுவின் பாதிப்பில் இந்தியத் தன்மையுடன் எழுதியிருக்கிறார். அதை அவர் "TO HARA OF YOKOHAMA" என்று ஒரு நண்பருக்கு சமர்ப்பித்திருக்கிறார். அதிலிருந்தே ஜப்பானிய ஹைகுக்கள் மீது அவருக்கு பெரிய ஈடுபாடு இருந்திருக்கக் கூடும் என்று புரிகிறது. அல்லது அந்த நண்பர் அவற்றை அவருக்கு அறிமுகப்படுத்தி இருக்கலாம். ஸ்ட்ரே பேர்ட்ஸ்ன் பலகவிதைகளை நான் மொழி பெயர்த்து வைத்திருக்கிறேன். அவை என்னில் பலமான பாதிப்பை உண்டு பண்ணியவை. "சிறந்தவைகளை நான் தேர்ந்தெடுப்பதில்லை சிறந்தவைகள் என்னைத் தேர்ந்தெடுக்கின்றன,' "I can not chose the best The best chose me" என்று அவரே சொல்லி யிருப்பது போல, 'Stray Birds' என்னைத் தேர்ந்தெடுத்துவிட்டது என்றே சொல்லவேண்டும். தாகூரின் நூறாண்டுகளுக்கு முந்திய இந்தக் கவிதைகளில் சில என்றைக்கும் பொருந்துகிற யதார்த்தமும், மயக்க மொழியும் கொண்டவை.

'Take my wine in my own cup, friend.

It loses its wrath of foam when poured into that of others' (Stray birds-61)

'என் சினேகிதனே
இந்த இளஞ்சாராயத்தை
என்னுடைய கோப்பையிலேயே
எடுத்துக் கொள்
இன்னொன்றிற்கு மாற்றுகையில்
அதன் நுரைகளின் வீரியம்
மறைந்து விடக் கூடும்'

இது என்னுடைய மொழிபெயர்ப்பு. இதைப் படித்த பலரும் தாகூரா இதை எழுதியிருக்கிறார் என்று ஆச்சரியப் பட்டார்கள். அந்த அளவுக்கு சிறப்பான கவிதைகள் கொண்ட, எல்லோரும் படித்தே ஆக வேண்டிய தொகுப்பு அது.

தாகூரின் கீதாஞ்சலியில் ஒரு விதமான சோக பாவம் இழையோடும் அது என்னை வெகுவாக ஈர்த்தது. ஏற்கெனவே குறிப்பிட்டது போல் என் melancholic mood க்கு அவை சரியான தீனி போட்டு, என் தனிப்பட்ட சோகத்தை மடை மாற்றி, உலகின் சோகங்களைப் பார்க்க வழி கோலிற்று என்றால் மிகையில்லை. என்னைக் கவிஞனாக்கிய இரண்டு எழுத்துகளில் ஒன்று தாகூருடையது, இன்னொன்று ராகுல்ஜியின் 'வால்காவிலிருந்து கங்கை வரை'

6. தாகூரின் தனித்துவம் என்று எதைச் சொல்வீர்கள்?

ஒருவர் தன்னுடைய கவிதைகளையே எழுதுவாரென்றால் அதுவே சிறந்த கவிதையாக இருக்கும். அப்படி எழுதுபவர்கள் குறைவு. பலரும் நகல்க் கவிதைகளையே எழுதுவார்கள். அவரவருடைய பட்டறிவு சார்ந்து பிற கவிதைகளின் சிறிய பாதிப்புடன் எழுதலாம். ஆனால் ஒருவர் தன்னுடையதேயான தனித்துவம் மிக்க கவிதைகளை சீக்கிரமே எழுதிவிட வேண்டும். அந்தச் சவாலை சிறப்பாக முடித்துக் காட்டியவர் தாகூர்.

உதாரணமாக

"I have lost my dew drop" cries the flower to the morning sky that has lost all its stars"-

"நான் என்னுடைய பனி முத்தை இழந்துவிட்டேன் என்று தன் எல்லா நட்சத்திரங்களையும் தொலைத்து விட்டு நிற்கும் அதி காலை வானத்திடம் அழுகிறது பூ." இது என்னுடைய மொழி பெயர்ப்பு. (இதில் ஒன்றைக் கவனிக்க வேண்டும் தாகூர் மலர், கூறுவதாகச் சொல்லவில்லை. அழுவதாகச் சொல்கிறார்.)

இது ஸ்ட்ரேபேர்ட்ஸ் கவிதை (199) இது ஹைகு கவிதையின் இலக்கணங்கள் தோன்றக் கூடியது. பாதிப்பு என்று கூடச் சொல்லலாம்.

ஆனால்

'A mind all logic is like a knife all blade .

It makes the hand bleed that uses it'

("தர்க்கங்கள் நிறைந்த மூளை, கைப்பிடியில்லாத கத்தி போல, அது கையை ரத்தக் களறியாக்கி விடுகிறது") இது தாகூரின் கவிதையாகி விடுகிறது. மண்ணின் கவிதையாகி விடுகிறது. இதுதான் தாகூரின் சிறப்பு.

6. தாகூர் பாரதி இருவரையும் எப்படி மதிப்பீடு செய்வீர்கள்?

பாரதியும் தன் கவிதையைத் தானே எழுதிய இன்னொரு மகாகவி.பாரதி காசிக்குச் சென்று அங்குள்ள பல கலைகளையும் கற்றபின் எழுதுகிற கவிதைகள் மிக வித்தியாசமானவை. பாரதி ஒரு மகத்தான வாசிப்பாளன், தாகூரைப்போலவே. அவன் தாகூரையும் வாசிக்கிறான். ஹைகு பற்றியும் வாசிக்கிறான். உண்மையில் ஹைகுவை தமிழுக்கு முதலில் அறிமுக செய்தவன் பாரதி தான். (பார்க்க: பெரியசாமி தூரன் தொகுத்த 'பாரதி தமிழ்' கட்டுரைகள்) மாடர்ன் ரிவ்யூ கல்கத்தா பத்திரிகையில் வந்த ஒரு கட்டுரையை மேற்கோள் காட்டி பாரதி ஹைகு பற்றி எழுதுகிறார். அதை அவர் 'ஹொாக்கு' என்கிறார்.

அவரின் நடையில் ஒரு ஹைகுவை மொழிபெயர்க்கவும் செய்கிறார்.

'தீப்பட்டு எரிந்தது

வீழும் மலரின் அமைதி என்னே?'

பாரதிக்கு தாகூர் ஒரு பெரிய உத்வேகம் மட்டுமல்ல. அவரைத் தன் (ஆரோக்கியமான) போட்டியாளராகவே (Rival) கருதுகிறார். அவருடன் நோபல் பரிசுக்குப் போட்டி இடப் போவதாகச் சொல்கிறார். அவரைப் போலவே கவிதை சிறுகதை, நாவல் என பல தளங்களிலும் பாரதி தடம் பதித்துள்ளார். தாகூர் தன் 90வது வயதில் ஓவியம் பயின்று சிறப்பான ஓவியராகவும் விளங்குகிறார். பாரதி குறுகிய ஆயுளுக்குள், தன் 39 வயதிற்குள் இறந்து போகிறார். இல்லையென்றால் பாரதி தாகூரை மிஞ்சியிருக்கலாம். ஆனாலும் தாகூரை பாரதியை விட சிறிது மேலாகவே மதிக்கிறேன், ஒரு

படைப்பாளியாக. சிறிய உதாரணமாகச் சொன்னால் பாரதியின் கண்ணன் பாட்டும் ஒரு கீதாஞ்சலிதான். ஆனால் இதைப் படிக்கையில் கண்ணனது உருவம் மனக்கண்ணில் நிழலாட ஆரம்பிக்கிறது. தாகூரின் கீதாஞ்சலியில் வரும் 'இறை'க்கு உருவமே இல்லை. அங்கேதான் தாகூரின் கவித்துவம் ஒரு படி உயர்கிறது. அதனாலேயே அது ஆங்கிலத்தில் அவரால் எழுதப் படும்போது நோபல் பரிசைப் பெற்றுத் தருகிறது. இது என்னுடைய கருத்து.

• • •

அற்புதமான பாரதியின் நடைக்காக அவரின் கட்டுரையை நன்றியுடன் இணைக்கிறேன்.

சமீபத்திலே மார்டன் ரிவ்யூ என்ற கல்கத்தாப் பத்திரிகையில் உயோநே நோகுச்சி என்ற ஜப்பானியப் புலவர் ஒரு லிகிதம் எழுதி யிருக்கிறார். அவர் அதிலே சொல்வது என்னவென்றால், இங்கிலாந்து, அமெரிக்கா என்ற தேசங்களிலுள்ள இங்கிலீஷ் கவிதையைக் காட்டிலும் ஜப்பானியக்கவிதை சிறந்தது. காரணமென்ன?

மேற்குக் கவிதையில் சொல் மிகுதி. எண்ணத்தை அப்படியே வீண் சேர்க்கை இல்லாமல் சொல்லும் வழக்கம் ஐரோப்பியக் கவிதையிலே இல்லை. எதுகை, சந்தம் முதலியவற்றைக் கருதியும், சோம்பற் குணத்தாலும், தெளிவின்மையாலும், பல சொற்களைச் சேர்த்து, வெறுமே பாட்டை அது போகிற வழியெல்லாம் வளர்த்துக் கொண்டு போகிற வழக்கம் ஐரோப்பாவிலும் அமெரிக்காவிலும் அதிகமிருக்கிறது. தம்முடைய மனதில் உள்ள கருத்தை நேரே வெளியிடுவதில் மேற்குப் புலவர் கதைகள் எழுதுவோரைக் காட்டிலும் சக்தி குறைந்திருக்கிறார்கள்.

ஜப்பானில் அப்படியில்லை. வேண்டாத சொல் ஒன்று கூடச் சேர்ப்பது கிடையாது. கூடை கூடையாகப் பாட்டெழுதி அச்சிட வேண்டும் என்ற ஒரே ஆவலுடன், எப்போதும் துடித்துக் கொண்டிருப்பவன் புலவனாகமாட்டான். கவிதை எழுதுபவன் கவியன்று. கவிதையே வாழ்க்கையாக உடையோன், வாழ்க்கையே கவிதையாகச் செய்தோன் அவனே கவி. புலவனுக்குப் பணம் ஒரு பொருளன்று. வானத்து மீன், தனிமை, மோனம், மலர்களின் பேச்சு, இவற்றிலே ஈடுபட்டுப்போய் , இயற்கையுடன் ஒன்றாகி வாழ்பவனே கவி.

ஜப்பானிய பாஷையில் பதினேழசை கொண்ட ஹொக்கு என்ற பாட்டு ஒரு தனிக் காவியமாக நிற்கும். முப்பதோரசையுள்ள உத்தா என்பதும் அங்கனமே. உயோநே நோகுச்சி தமது கருத்தை விளக்கும்

பொருட்டுச் சில திருஷ்டாந்தங்கள் காட்டியிருக்கிறார். அமெரிக்காவில் மிஸ் ரீஸ் என்பதோர் கவிராணியிருக்கிறார். வேண்டாததைத் தள்ளிவிடுவதில் அந்த மிஸ் ரீஸ் என்ற பெண் புலவர் பெயர் வாங்கியிருக்கிறார். அநாவசியமான பதச் சேர்க்கை, அநாவசியமான கருத்து விளக்கம் என்ற இரண்டுமில்லாமல், முத்துப் போல பதங்கள் கோர்க்கும் நல்ல தொழிலாகிய அக் கவிராணி, இங்லீஷ் பாஷையில் எழுதியிருக்கும் அடிகள் சிலவற்றை நோகுச்சி எடுத்துக் காட்டுகிறார்.

மழை

மிஸ் ரீஸ் எழுதியதன் மொழிபெயர்ப்பு மாதிரியடிகள்

1. ஓ! வெண்மையுடையது மழை! இளையது. கூரை மேலே சொட்டுச் சொட்டென்று விழுகிறது. வீட்டுக்குள் நூறு வஸ்துக்கள் ஓடி வருகின்றன. பூண்டுகளின் மணம், பழமையின் நினைவு, இவையெல்லாம் புல்லாந்தரையிலே குணந் தெரிகிறது, உடைந்த கண்ணாடித் துண்டு போல.

2. சிறிய வெளிக்கதவு புடைக்கிறது பார். அதுவரை செவந்த கொடிப் பூண்டுகள் நேர ஓடிச் செல்லுகின்றன.

3. ஓ! வீட்டுக்குள் நூறு வஸ்துக்கள் நுழைகின்றன. கற்பூரச் செடியின் மணம், பழைய மகிழ்ச்சி, பழைய துன்பம், இளைய வெண்மழையிலே கிடைத்தன.

மேற்கூறிய பாட்டை எடுத்துக் காட்டிவிட்ட பிறகு நோகுச்சி சொல்கிறார்:

வெண்மையுடையது மழை; இளையது என்ற முதலடியில் வியப்பில்லை. அதி சாமான்யமான வார்த்தை. கடைசி விருத்தம் வயிரம் போலிருக்கிறது. அதை மாத்திரம் தனிக் கவிதையாக வைத்துக் கொண்டு மற்றதைத் தள்ளிவிடலாம். ஜப்பானியப் புலவன் அப்படியே செய்திருப்பான். சிறிய பாட்டுப் போதும். சொற்கள், சொற்கள் சொற்கள், வெறும் சொற்கள் வளர்த்துக் கொண்டு போய் என்ன பயன்?

ஜப்பானிலே பதினெட்டாம் நூற்றாண்டில் பூஸோன் யோஸாஹோ என்ற ஜப்பானியக் கவிராயர் ஒரு ஹொக்கு (பதினேழசைப்பாட்டு) பாடியிருக்கிறார். அதன் மொழிபெயர்ப்பு:

பருவ மழையின் புழையொலி கேட்பீர் இங்கென்
கிழச் செவிகளே

இந்த வசனம் ஒரு தனிக்காவியம். பாட்டே இவ்வளவுதான்.

மேற்படி ஹொக்குப் பாட்டைப் படித்துவிட்டுத் திரும்பத் திரும்ப மனனம் செய்யவேண்டும். படிப்பவனுடைய அனுபவத் திற்கேற்ப அதிலிருந்து நூறுவகையான மறைபொருள் தோன்றும். பலபலப் பதங்களை அடுக்கி ஏடுகளைப் பெருக்குவது சிறந்த கவிதையன்று. கேட்பவனுள்ளத்திலே கவிதை உணர்வை எழுப்பி விடுவது சிறந்த கவிதை.

மற்றுமொரு நேர்த்தியான ஹொக்குப் பாட்டு, வாஷோ மத்ஸுவோ என்றொரு ஜப்பானியக் கவியிருந்தார்.அவர் வறுமையே விரதமாகப் பூண்டிருந்தாராம். ஒரு சீடன் இவரிடம் கல்வி கற்று முடித்து வீட்டுக்குத் திரும்புகையிலே இவரிடம் மூன்று ரியே, அதாவது ஏறக்குறைய முப்பது வராகன், காணிக்கையாகக் கொடுத்தான். இவர் ஒரு நாளுமில்லாதபடி புதிதாக வந்த இந்தப் பணத்தை வைத்துக் காப்பது தமக்குத் தொல்லையாதலால், வேண்டியதில்லை என்று திரும்பக் கொடுத்துவிட்டாராம்..

இவருக்குக் காகா என்ற ஊரில் ஹொகுஷி என்றொரு மாணவர் இருந்தார். இந்த ஹொகூஷியின் வீடு தீப்பட்டெரிந்து போய்விட்டது. அந்தச் செய்தியை ஹொகூஷிப் புலவர், தமது குருவாகிய வாஷோ மத்ஸுவோ என்பவருக்குப் பின்வரும் பாட்டில் எழுதியனுப்பினார்:

தீப்பட்டெரிந்தது;
வீழும் மலரின் அமைதி என்னே!

மலர் தனக்கு வாழுங்காலம் மாறிக் கீழே விழும் போது எத்தனை அமைதியோடியிருக்கிறதோ அத்தனை அமைதியோடு வரும் துன்பங்களை நோக்குகிறான். வீடு தீப்பட்டெரிந்தது. ஆனால் அது பற்றித் தன் மனம் அமைதி இழந்து போகவில்லை என விஷயத்தை ஹோகூஷி இந்தப்பாட்டின் வழியாகத் தெரிவித்தார்.

“சுருங்கச் சொல்லி விளங்க வைத்தல்” ஜப்பானியக் கவிதையின் விசேஷத் தன்மையென்று நோகுச்சிப் புலவர் சொல்வதுடன் ஆங்கிலேயர் கவிதை இதற்கு நேர்மாறாக இருக்கிறதென்றும் சொல்கிறார். நமக்குள்ளே திருக்குறள் இருக்கிறது. ‘கடுகைத் துளைத்தேழ் கடலைப் புகட்டிக் குறுகத்

தரித்த குறள்'. கிழக்குத் திசையின் கவிதையில் இவ்விதமான ரசம் அதிகந்தான். தமிழ் நாட்டில் முற்காலத்திலே இது மிகவும் மதிப்பெய்தி நின்றது. ஆனாலும் கவிதை ஒரேடியாகச் சுருங்கியே போய்விட்டால் நல்லதன்று. ஜப்பானிலே கூட எல்லாக் கவிதையும் ஹொக்குப் பாட்டன்று. நோகுச்சி சொல்வதிலே அருமையான உண்மையிருக்கிறது.

எப்பொருள் யார்யார் வாய்க்கேட்பினும் அப்பொருள்
மெய்ப்பொருள் காண்பதறிவு...

21

ஒரு எம்.ஜி.ஆர் ரசிகனின் இனிய முத்தம்

அன்பான நண்பர்களே வணக்கம்,

இசையின் நான்காவது கவிதைத் தொகுப்பு இது. பன்னிரெண்டு வருட கால கட்டத்தில் சராசரியாக மூன்று வருடத்திற்கு ஒரு தொகுப்பு என்ற கணக்கு. நான்கு தொகுப்புகளின் கவிதைத் தரத்தை சேர்த்துப் பார்த்தால் இது ஒரு சாதனையான நிகழ்வு, என்று தைரியமாகச் சொல்லலாம். (சுகுமாரன் சொல்வது போல்) எப்போதுமே கவிதையாட்டத்தில் அபாயகரமான ஆனால் வீரேந்திர ஷேவாக் போல தன் இயல்பான, ஆட்டத்தை வெளிப்படுத்தும் இசை, நான்கு இன்னிங்ஸிலும் தொடர்ந்து நல்ல ஸ்கோரை எட்டுவது என்பது ஆச்சரியமான விஷயம்தான். தவிரவும் இசை, சுடலையப் பனான, எங்க பாஷையில் சரியான சொள்ள மாடனான கிரிஷ் கெயிலுக்குப் பந்து வீசவும் செய்யும் ஆல் ரவுண்டர். இந்த ஒப்புமை இத்தொகுப்பின் அவரது கவிதையிலிருந்தே உருவானது.

அந்தக் கவிதை, க்ரிஷ் கெயிலுக்குப் பந்து வீசுதல்,

நான் இந்த ஆட்டத்திலேயே இல்லை
சொல்லப்போனால் ஒருபார்வையாளனாகக் கூட இல்லை
மைதானத்திற்குள் தரதரவென இழுத்து வரப்பட்டு
பந்து வீசுமாறு பணிக்கப்பட்டிருக்கிறேன்
எதிரே கிரிஷ்கெயில் நின்று கொண்டிருக்கிறார்
அணித்தலைவர் ஓடி வந்து

பந்து அந்தரத்திலேயே இடப்பக்கம் சுழன்று
மறுபடியும் வலப்பக்கம் சுழன்று
விழுமாறு வீசச்சொல்கிறார்.
நான் அவரது முகத்தையே பார்த்தேன்
அவர் திரும்பி ஓடி விட்டார்
எதிரே க்ரீஷ் கெயில் நின்று கொண்டிருக்கிறார்.
அவரின் சடாமுடி ருத்ர தாண்டவனைக் குறித்து நிற்கிறது
அடேய் சுடலையப்பா
இந்தப் பந்தை வானத்திற்கு அடி
திரும்பி வரவே வராதபடிக்கு
வானத்திற்கு அடி.

இவ்வளவுக்கும் இசை அந்த ஆட்டத்திலேயே, தான் இல்லை யென்கிறார். தான் இல்லாத ஆட்டத்தில், அரூபமாக வாசக உருவை எடுத்துக் கொண்டு விளாசு விளாசென்று விளாசுவதுதான் அவரது கவிதைகள் என்பதே உண்மை. இசையின் கவிதைகளைப் போலவே அவரது முன்னுரைகளும் கெட்ட ஆட்டம் போடுபவை. இந்தத் தொகுப்பின் முன்னுரையில் அவர் சொல்லியிருப்பது போல, எந்தப் பார்வையையும், அல்லது எதையும் தராத தன் பஸ்ஸில் வரும் பயணியான ஒரு பெண்ணுக்கு அதன் கண்டக்டர் டிக்கெட் கேட்காதது போல, இசை தானும் கவிதையிடம் அது எதையும் தராத போதிலும் அதனிடம் டிக்கெட் கேட்பதில்லை என்கிறார்

எனக்குத் தெரிந்து, தன் படைப்பிடம் எதையும் கோராதவனே ஒரு நல்ல கலைஞன் என்று நினைக்கிறேன். படைப்புக்கான உந்துதல், படைத்தலின் மீதான Passion என்பதே அதனிடம் எதையும் கோராதிருப்பதே. அதனலேயே அவரால் தொடர்ந்து இயல்பான கவிதைகளைத் தரமுடிகிறது. இசையைப் பொறுத்து, பொழுது களையும் நிகழ்வுகளையும் ஒரு வளர்ப்பு மிருகத்தின் மீதான அன்போடு பேணுகிறார். அதனாலேயே அவர் அவற்றை எங்கே விட்டு வந்தாலும் அவர் கவிதை வாசலில், ஊர்ச் சகதியை யெல்லாம் உடம்பில் பூசிக் கொண்டு வந்து வாலாட்டியபடி நிற்கின்றன அவை.

அப்படி ஒரு வளர்ப்பு மிருகம் ‘ஞாயிற்றுக்கிழமை’. இசைக்கு விடுமுறை மீதும் விடுமுறைப் பொழுதுகள் மீதும் கவித்துவமான காதல் இருக்கிறது. சென்ற தொகுப்பில் அவை நிறைய வந்தன. இதில் கொஞ்சம் விடுமுறை எடுத்துக் கொண்டிருக்கிறது. இதில், அவரே சொல்வது போல, அவரது பல கவிதைகள் தன் உடை வாளையும் கவசங்களையும் கழற்றி வைத்துவிட்டு வாசகனோடு ஒன் பை டூ டீ அருந்துபவைதான். பொதுவாகவே இசையின் சிறப்புத்

தன்மையாக, சமீபத்திய கவிஞர்களிடையே அவரை முக்கியமான வராக நிறுவுவது இந்த மனப்போங்குடைய கவிதைகளும் அவரும் தான். ஆனால் என்ன, நான்கு பேரல் சாராயத்தை தன்னுடன் வைத்துக் கொண்டு ஊறுகாய் மட்டையை திருவனந்தபுரத்தில் வைத்துவிடுகிறார். அது ஒரு புறமென்றால் வாழ்வின் அவலங்களை ஒரு போதும் கை விடுபவரில்லை அவர். 'ஒரு கழிவிரக்கக்கவிதை' என்று ஒருகவிதை,

ஒருகழிவிரக்கக் கவிதை

கண்ணை கசக்கிக்கொண்டு
என் முன்னே வந்து நிற்கிறது
அதன் மேனியெங்கும் கந்தலின் துர்நாற்றம்
ஊசிப் போன வடையை தின்று வாழும் அதை
கண்டாலே எரிச்சலெனக்கு
'போய்த் தொலை சனியனே...கண்ணெதிரே இருக்காதே'
கடுஞ்சொல்லால் விரட்டினேன்
காலைத் தூக்கிக் கொண்டு உதைக்கப் போனேன்
அது தெருமுக்கில் நின்று கொண்டு
ஒருமுறை திரும்பிப் பார்த்தது
நான் ஓடோடிப்போய் கட்டிக் கொண்டேன்.

கழிவிரக்கத்தை ஓடிப் போய் கட்டிக் கொள்கிறார் இசை. அலைக் கழிகிறவனே நல்ல கலைஞனாக இருக்க முடியும். கழிவிரக்கம் கொள்கிறவனே மனிதனை எழுத முடியும்

நினைவில் காடுள்ள மிருகம் என்ற (சச்சிதானந்தனின்) பிரபல வரிகளை மாற்றி நினைவில் வீடுள்ள மனுஷனென்று வாழ்க்கையைப் பகடி செய்யும் கவிதையொன்று சுவாரஸ்யமானது. இந்தத் தொகுப்பில் எனக்கு மிகவும் பிடித்தமான 'லக்ஷ்மிராய் கவிதை,'

'நளினக்கிளி'

அந்த சிமெண்ட் லாரிக்கு வழி வேண்டும்
டிரைவரின் கீழ்ப் படியும் 'கிளி'
தன் ஒற்றைக் கையை வெளியே நீட்டுகிறது
விரைத்து நீண்ட ஒரு உலக்கையைப்போல அல்ல
அய்யா..... அவசரம்...... என்று கெஞ்சுகிற பாவனையில் அல்ல....
அது கையை நீட்டியதும்
அதன் மணிக்கட்டில் உதித்த சாம்பல் நிறப் பறவை
அலையலையாய் நீந்துகிறது
நான் காண்கிறேன்

இம் மீப் பெருஞ்சாலையின் அந்தரத்தில்
ஒரு அற்புத நடன முத்திரை.
இதன் நளினத்தின் முன்னே
உலகே நீ வழி விட்டு ஒதுங்கு.

பிரபஞ்சனுக்குப் பிடித்த 'வாணி ஸ்ரீ கவிதைகள்', உட்பட்ட, இசையின் எல்லாக் கவிதைகளுமே சுவாரஸ்யமான நட்சத்திரக் கவிதைகள்தான். அதன் மொழி, எந்த மெனக்கெடலுமற்ற மிக மிக ஆதாரமான புழங்குமொழி. மிகச் சாதாரணமாக அடுக்கப் பெறுகிற சாதராண வார்த்தைகளின் உச்சமாக, ஒரே ஒரு வரி மட்டும் சற்றே செவ்வியல் ஒழுங்குடன் ஒலித்து உன்னதமான கவிதையாக்கி விடும். 'இப்பிறப்பு' என்கிற கவிதை இதற்கு ஒரு உதாரணம். பொதுவாக இசையின் எல்லாக் கவிதைகளும் ஆவியில் எளிமையும் பொருளில் பாக்கியமும் கொண்ட கவிதைகள். அவை டாஸ்மாக்கின் பக்கத்து மேசைக்காரனுடன் ஒரு நாளும் சண்டை போடுகிறவையில்லை. சண்டையோ சமாதனாமோ சங்கீதமோ, முத்தமோ எல்லாம் தங்கள் மேஜைக்குள்ளேயே. ஆனால் அவர் கவிதைக்கு யாரும் தர மறுக்க மாட்டார்கள் முத்தத்தை.

இசை, சபையறிய இதோ ஒரு எம்.ஜி.ஆர் ரசிகனின் இனிய முத்தம் உனக்கு

22
நினைவுகள்... நினைவுகள்...

Poetry is a ceaseless battle waged against amnesia , It is memory- w.b.Yeats

"சிறந்தவைகளை நாம் தேர்ந்தெடுப்பதில்லை, சிறந்தவைகள் நம்மைத் தேர்ந்தெடுக்கின்றன", என்று தாகூர் சொல்லுவார். இதை நாம் வாழ்வின் எந்தக் கணத்திலும் உணரலாம். நல்ல பொருள், நல்ல இசை, நல்ல காட்சி என்று எங்கேயும் எப்போதும் இதை உணரமுடியும். அதைப் போலவேதான் எழுத முற்படுகிற யாரையும் முதலில் தேர்ந்தெடுப்பது கவிதைதான். எந்த மொழியிலும் கவிதை தான் ஆதி இலக்கிய வடிவமும் சிறந்ததும் ஆகும். நம்முடைய புராண இதிகாச காவியங்களை, கிரேக்க இதிகாச காவிங்களை நான் பெரும் புனைவாகவே பார்க்கிறேன். ஆதிகாலங்களில் காவியங் களைக் கற்போர் அவற்றை நினைவு கொள்ளத்தக்க வகையில் சந்தம், எதுகை மோனை எல்லாம் பயன் பட்டிருக்கின்றன. பின்னால் அதுவே பிரமாதமான அழகியலாகி மொழி அதை இலக்கணமாக அமைத்துக் கொண்டது. பின்னால் காவியங்கள் அல்லாமல் தனிக் கவிதைகளின் காலம் வருகிற போது கவிதை எழுதுவதற்கான காலமும் நேரமும் குறைவாக மாறி அது சற்று எளியது என்கிற தோற்றமும் உண்டானது. இதனாலும் நாம், எழுத வருகிற யாரும், முதலில் கவிதையைத் தேர்ந்தெடுக்கிறோம். பலரிடமும் இது ஒரு குழந்தைகள் விளையாட்டுப் போலவே பெரும்பாலும் ஆரம்பிக் கிறதை நான் கவனித்திருக்கிறேன். அதிலும் இருக்கிற பொம்மைகள்

செப்புச் சட்டி பானைகள் ஆகியவற்றை வைத்து விளையாடும் விளையாட்டு. ஒரு சிறிய கம்பு / அல்லது வாரியல்குச்சி மட்டும் போதும், பெரிய குழந்தைகள் தங்களை டீச்சராகப் பாவித்து, சிறியவர்களை மாணவர்களாக்கி 'ஒரு வகுப்பறை விளையாட்டு' தொடங்கிவிடுவார்கள். நான் ஒருகவிதை எழுதியிருந்தேன்,

'தங்கையையும் சேர்த்து விளையாடு
என்று சொன்னால்
அக்காக் குழந்தைகள்
தேர்ந்தெடுப்பது டீச்சர் விளையாட்டை'

என்று. அது போல எழுத ஆரம்பிக்கிறவர்கள் கவிதையைத் தேர்ந் தெடுப்பது இயல்பானது. ஆனால் கவிதை அவ்வளவு எளிமை யானது இல்லை என்பதைப் போகப் போகப் புரிந்து கொள்கிறோம்.

நானும் அதனாலேயே முதலில் கவிதை எழுத ஆரம்பித்தேன். இது ஒருவருக்கு கவிதை எழுத உள்ளுக்குள் ஆர்வம் எழுவதன் உள்ளார்ந்த அல்லது தனிப்பட்ட காரணம். புறக்காரணங்கள் என்று பார்த்தால் கவிதை மீது ஆர்வம் தோன்ற, மொழி மீதான பற்று மிக முக்கியமான காரணம். இது என்னவோ தமிழனுக்கு மட்டும்தான் இப்படி என்று நினைக்க வேண்டாம்.

A poet is, before anything else, a person who is passionately in love with language. எனது மொழிப் பற்றுக்கு தீவிரமான காரணங்களாக நான் அல்லது என் தோள் மட்ட நண்பர்கள் வாழ்ந்த, ஏற்றுக் கொண்ட திராவிட இயக்கச் சூழல் ஒரு காரணம். 1965இல் நடந்த இந்தி எதிர்ப்புப் போராட்டம், அப்போது கேட்ட பரப்புரைகள், பாரதியார் மீதும், மிக அதிகமாக பாரதிதாசன் மீதும் பற்று மிகுந்து வந்தது. அந்த 1965–66ஆம் ஆண்டுகளில் வந்த திரைப்படங்களில் திரையிசையாக ஒலித்த பாரதிதாசனின் பாடல்கள், தமிழுக்கும் அமுதென்று பேர், சங்கே முழங்கு போன்றவை பாரதிதாசனை விரும்பிப் படிக்க வைத்தது. அவை எனக்குள் அதே போல் எழுதும் ஆர்வத்தை உண்டு பண்ணியது. ஒரு உதாரணம்.

காவல் தெய்வமே

குயிலென்ன அதன் குரலென்ன
குழந்தை வாய்மொழி கூறுகையில்
குழலென்ன கொடி நரம்பு யாழென்ன
கொஞ்சும் மழலை குரலெடுக்கையில்
முழவென்ன மோன வீணை ஒலியென்ன

மொட்டின் சழக்குரை முகிழ்க்கையில்
என்று ஆன்றோர் இயம்பிய காரணத்தால்
இன்று நான் ஏடெடுத்தேன்

குன்றணைய கவிஞர் பலர் இருக்கையில்சிறு
கன்றெனவே நானும் கவிதை சொன்னேன்
கவிதா வாழ்வில் கவைதா மழலை நான்
காலம் வென்ற கன்னித்தாயே
காவல் கொள்ளும் தமிழே எந்தன்
கற்பனைத் தீவில் கரையாகி அருளேன். (5.04.1969) தமிழே

இந்தப் புறக்காரணங்கள் தவிர இயல்பான அகக்காரணம் ஒன்று அது பாரதி சொல்வானே காதலினால் மானுடர்க்கு கவிதை உண்டாம்... என்று. அது எனக்கும் வாய்த்தது. அரசனை வர்ணித்தால் வெகுமதி கிடைக்கும், பெண்ணை வர்ணித்தால் காதல் கனியலாம். உதையும் விழலாம். இரண்டில் ஒன்று கிடைத்திருந்தாலும் மரியாதையாக விலகியிருப்பேன் எனக்கு காதலும் கிடைக்கவில்லை, உதையும் கிடைக்கவில்லை, அதனால் கவிதை நீடித்துவிட்டது. அது ஒருதலையோ இருதலையோ அல்லது பத்துத் தலையோ ஏதோ காதல் வாய்த்தது. கொஞ்சம் கவிதையும் வாய்த்தது.

காதல் செத்து கவிதை பிழைத்து விட்டது.

சுஜாதா சொல்லுவார், "கவிதையை ரசிக்க சில ஆண்டுகளாவது வாழ்க்கை வாழவேண்டும். ஒரு சாவையாவது பார்க்க வேண்டும். ஒரு காதலாவது செய்திருக்க வேண்டும். ஓர் ஏமாற்றமாவது, ஒரு துரோகமாவது சந்தித்திருக்க வேண்டும். ஒரு ஆஸ்பத்திரியிலாவது படுத்திருந்து ஒருமுறையாவது மரணத்தினருகில் சென்றிருக்க வேண்டும் ஒரு பொய்யாவது சொல்லியிருக்க வேண்டும். ஒரு துரோகமாவது செய்திருக்க வேண்டும். ஒரு முறையாவது தற்கொலையை யோசித்திருக்க வேண்டும். இயற்கையை ரசித்திருக்க வேண்டும்." கிளி ஜோசியத்தில் கிளி எடுக்கும் சீட்டில் உள்ள பலன்கள் அபூர்வமாக நமக்குப் பொருந்துவது போல, சுஜாதா சொல்லுகிற எல்லாமும் அவரைப் போலவே சொன்னால் மேற்படிச் சொன்ன எல்லா கல்யாண குணங்களும் எனக்கு அச்சசலாகப் பொருந்தியது, அதுவும் இருபது வயதிலேயே. சுஜாதா சொல்வது மோசே சொன்ன பத்துக் கட்டளைகள் போல அல்ல.

நல்ல கவிதைகள் மட்டுமில்லை, நல்ல கதைகளும், பொதுவாகவே நல்ல எழுத்துக்கள் தமிழில் வரவேண்டும் என்பதில் சுஜாதா மிகுந்த ஆர்வம் உள்ளவர். அதனால் கொஞ்சம் ஆழ்ந்தும் தீவிரமாகவும் சொல்லி இருக்கிறார். ஆனால் அவர் சொல்லி

யிருப்பது போல் கவிதை வாழ்க்கையிலிருந்துதான் வருகிறது. எந்த எழுத்தும் அப்படித்தான். நாம் எவ்வளவு தனியாக இருக்க விரும்பினாலும் சமூகத்தோடு பிணைக்கப் பட்டவர்கள்தான். அதனால்த்தான் சமூகச் செயல்பாடாகிய மொழியை 'சமூகக் கருவி' (social tool) என்று அழைக்கிறோம். எல்லா வாழ்க்கையையும் ஒருவரே வாழ்ந்துவிட முடியாது. ஆனால் வாழ்க்கையை, அனுப வங்களைப் பகிர்ந்து கொள்ளலாம். ஒரு சிறிய சம்பவம் பலரது வாய் வழியாகப் பரவும்போது அதற்கு எப்படி காது மூக்கு கண் எல்லாம் வருகிறது என்பது நாம் அறிந்ததுதானே. (உம்) அனுபவப் பகிர்வில் கொஞ்சம் கொஞ்சம் புனைவும் சேரும் போது, சுவாரஸ்யம் மிக்க ஒரு படைப்பாக மாறிவிடுகிறது. கி.ரா.. ஒருகடிதம் எழுதுவது போல கதை எழுதலாம் என்பார். எவ்வளவு யதார்த்தமான எழுத்தாளனாய் இருந்தாலும் கூட புனைவு கலக்காமல் உண்மையை வைக்க முடியாது. உதாரணமாக ஜி.நாகராஜன்.

ஆக வாழ்க்கை அனுபவம் என்கிற பட்டறிவு படைப்பாக மாறி வாசிப்பவனுக்கு படிப்பறிவாக மலர்கிறது. நல்ல படைப்பாளி எப்போதுமே தேங்குவதில்லை. ஆரம்பத்தில் மொழிப்பற்று மிகுந்த கவிதைகள், காதல் கவிதைகள் எழுதுவதில் இருந்து அடுத்த கட்ட நகர்வு என்பது சமுதாயம் பற்றிய கரிசனம், சமுதாயக் கோபம் என்று வெளிப்படும். இரந்தும் உயிர்வாழ்தல் வேண்டின் பரந்து கெடுக உலகியற்றியான், என்றும் தனியொருவனுக்கு உணவில்லை யெனில் ஜகத்தினை அழித்திடுவோம் என்றும் சிலரைப் பொங்க வைக்கிறது. சிலரை அவதிப் படுவோருடன் சேர்ந்து அவர்களது வலியை உணர்ந்து வருத்தப்படுபவனாக மாற்றுகிறது. இப்படிச் சொல்வதனால் காதல்க் கவிதையோ, மொழி அபிமானம் மிக்க கவிதைகளோ கொஞ்சம் முதிர்ச்சியான கவிஞனை விட்டு முற்றாக விலகிப் போய் விடும் என்று அர்த்தமில்லை. பாரதியே இதற்கு சிறந்த உதாரணம்.

ஒரு கவிஞனின் வளர்ச்சியில் அவனைச் சுற்றி இருக்கும் சக இருதயர்கள் மிக முக்கியம். அவனுக்கு அருகே, முன்னத்தி ஏர் பிடித்த சொல்லேருழவர்களும் அவர்களது படைப்பும், வாசிப்பனு பவமும் கிடைக்குமானால் அதுவும் அவனுக்கு மிக உதவிகரமாக அமையும்.

எனக்கு திரு வண்ணதாசனும் அவரது அண்ணனும் அப்படிக் கிடைத்தவர்கள். அவருக்கு வல்லிக்கண்ணன் கிடைத்தார். ஆனாலும் வண்ணதாசன் சுயம்பாக உருவானார் என்றே சொல்ல வேண்டும். வல்லிக் கண்ணன் போலவோ தி.க.சி போலவோ

அவர் எழுதவில்லை. அவர் தனக்கான ஒரு விஷயத்தைக் கண்டு கொண்டார். அது முக்கியம். அவரைப் பார்த்து நானும், ஒரு ஒரு குயர்நோட்டில் கவிதைகள் எழுத ஆரம்பித்தேன். அவர்தான் முதல் வாசகர். கொஞ்ச காலத்திற்கு கவிதையில் சிற்சில மாற்றங்களைச் சொல்லுவார். இப்படி இருந்தா நல்லாருக்கும்ல்லா என்பது போல. அதுதான் ஒரு வளரும் பயிருக்கு சரியாக நீர் வார்க்கும் முறை. உண்மையில் அவரது வீடான அன்பகம்தான் என்னை உருவாக்கிய கவிதைப் பட்டறை. அங்கே தான் நான் பல நூல்களை பத்திரிகைகளைப் படித்தேன். குறிப்பாக தாகூரைப் படித்தேன். ராகுலசாங்கிருத்தியாயன் என்கிற ராகுல்ஜியின் வால்காவிலிருந்து கங்கைவரை பற்றித் தெரிந்து கொண்டேன். அது ஒரு அற்புதமான நூல். அதைப் படிக்காதவர்களின் வாழ்நாள் சுத்த வேஸ்ட் என்பேன்.

1969இல் முதலில் படித்த கவிதையை எழுதியவன் 1970இல்

சசி

உன் சிரிப்புகள்
சாந்திநிகேதனின் ஆலமரங்கள்
தாகூரின் கவிதைச் சந்ததிகள்
என் வாழ்க்கையின் சத்தியங்கள்

என்று எழுதினேன். இது நா.காமராசனின் பாதிப்பு. பொதுவாக அறிவுஜீவிகள் இவரை ஒத்துக் கொள்வதில்லை. ஆனால் அவர் மரபிலிருந்து நவீனத்துக்கு ஒரு சிறிய கடல்ப்பாலமாக இருந் திருக்கிறார். கடல்ப்பாலம் என்றால் உங்களுக்குத் தெரியும்தானே. கவிதையின் வடிவமாற்றத்திற்கு அவர் ஒரு காரணி, குறிப்பாக வானம்பாடிக் கவிதைகளுக்கு. ஆனால் அவரைத் தாண்டியும் கவிதை இருக்கிறது என்பதை கசடதபற இதழ் மூலம் அறிந்தேன். ஞானக்கூத்தன், எஸ் வைதீஸ்வரனின் கவிதைகள் என்னை வெகுவாகப் பாதித்தன. காமராசன் பாதிப்பில் எழுதிய ஒரு கவிதை,

நாங்கள்....

நாங்கள் பிறந்த உடனே
இணைந்துவிட்டோம்
அந்தப்பாவத்திற்காக
காதலிக்கத் தொடங்கும் போது
'அடி'மைகளாகி விட்டோம்
மனிதர்கள் உறங்கும்போதுதான்

நாங்கள் சிரித்துப் பேசிச்
சேர முடிகிறது
மீதி நேரங்களில்
ஒரே திசையில் ஒரே பாதையில்
அருகருகே போனாலும்
அணைத்துக் கொள்ள முடிவதில்லை
எங்கள் வாலிபத்தை
மனிதர்கள் மிதித்தே
சிதைத்து விடுகிறார்கள்
வீதி உமிழ்ந்த தார் எச்சில்களிலும்
வீதியில் உமிழ்ந்த மனித எச்சில்களிலும்
எங்கள் சோகங்ளுக்காய்ப்
புலம்புகிறோம் புரள்கிறோம்
வீதிகளே சொந்தமான
விபச்சாரிகள் நாங்கள்
வீடுகளுக்குள் புகவே முடியாது
"நாங்கள்....
ஒரு ஜோடி செருப்புகள்"

(7.10.70)

இது கசடதபற 71 பிப் இதழில் வந்தது. தலைப்பை மாற்றி 'செருப்புகள்' என்று வைத்து, கடைசி வரியான, நாங்கள்....ஒரு ஜோடி செருப்புகள் என்பதை நீக்கி விட்டு, சில வரிகளைக் குறைத்து அனுப்பி இருந்தேன். வெளி வந்தது.

இப்படிக் கூட்டாமல் குறைக்காமல், எழுதும் போதே மிகச் சரியான வரிகள்/வார்த்தைகளில் எழுதி வெளி வந்த ஒரு கவிதை

என்னுடைய மேட்டு நிலம்

என்னுடைய மேட்டு நிலம்
நேற்றுப்பெய்த மழையில்
குளிரில் நடுங்கிக் கொண்டிருந்தது.

என்னுடைய மேட்டு நிலத்தை
இன்றைய வெயில் நெருப்பாய்
வருத்திக் கொண்டு இருக்கிறது

என்னுடைய மேட்டு நிலம்
நாளைய வெறுமையில்
தவம் புரிந்து கொண்டிருக்கும்

என்னால் அதன் எல்லா
அனுபவங்களையும் உணர
முடிகிறது

ஏனென்றால் இறந்துவிட்ட
என்னை அதில்த்தான்
புதைத்திருக்கிறார்கள்

இதுதான் முதலில் பிரசுரமான என் கவிதை. என் மீது நல்ல வெளிச்சத்தைப் பாய்ச்சிய கவிதை. அப்போதுதான் புரிந்து கொண்டேன் தேவையான அளவுக்கு மட்டுமே ஒரு கவிதை நீளமாக இருக்க வேண்டும். அதற்காகப் பல வரிகளை கவிஞன் தியாகம் செய்ய வேண்டியிருக்கும்.

இன்னொரு உதாரணம் சொன்னால் உங்களுக்கு உபயோகமாக இருக்கும். காவியம் என்ற தலைப்பில் எழுதிய நீளமான கவிதை. இது காதலின் இரண்டாம் ஆண்டு விழாவுக்காக எழுதப்பட்ட கவிதை.

காவியம் ஒரே வினாடியில்

உள்ளத்தில்கருவாகி
உணர்வுகளில் சீரெடுத்து
உயிரில் தளையிட்டு.....
இரண்டு ஆண்டுகள்
24மாதங்கள்
730 நாட்களாகியும்
என்னால் முடிக்க முடியாத
ஒரு காவியத்தில்
ஒரே வரிதான்
இரண்டே வார்த்தைகள்தான்
அந்தக்
காவியத்தின் முதல்ப் பாடல்
'கருப்பு அன்னம்'
அதன் கருப்பொருள்
"அகலின் வெளிச்சம்
திரியைத் தின்று கொண்டிருக்கிறது
ஆனாலும் ஒளியின் நடனத்திற்காய்திரி
உயிரை விட்டுக் கொண்டிருக்கிறது..."

இப்படி நீளமாகப்போய் கடைசியில்.....
இரண்டு ஆண்டுகள்
24மாதங்கள்
730 நாட்களாகியும்
என்னால் முடிக்க முடியாத
ஒரு காவியத்தில்
ஒரே வரிதான்

இரண்டே வார்த்தைகள்தான் அது
'சசி கலா'

என்று முடியும். இதில் இந்தப் புலம்பல்கள் அனைத்தையும் விட்டு விட்டு.

"அகலின் வெளிச்சம்
திரியைத் தின்று கொண்டிருக்கிறது
ஆனாலும் ஒளியின் நடனத்திற்காய்திரி
உயிரை விட்டுக் கொண்டிருக்கிறது..."

என்பதை மட்டும் தோழி இந்துமதியின் 'அஸ்வினி'பத்திரிகைக்கு அனுப்பினேன். அவருக்கு அவ்வளவு பிடித்துப் போய் அற்புதமாக லே அவுட் செய்து வெளியிட்டார்.

இதை எழுதிய அதே 10.10.1970 அன்று ஒருகவிதை எழுதினேன்.

விதி

அந்திக் கருக்கலில்
இந்தத் திசை தவறிய
பெண் பறவை,
தன் கூட்டுகாய்
தன் குஞ்சுக்காய்
அலை மோதிக் கரைகிறது
எனக்கதன் கூடும் தெரியும்
குஞ்சும் தெரியும்
இருந்தும்
எனக்கதன் பாஷை புரியவில்லை'

இன்று வரை பலராலும் பாராட்டப்படுகிற ஒரு கவிதை, ஆங்கிலம், ஃப்ரெஞ்ச், இந்தி,மலையாளம்,பெங்காலி பல மொழிகளிலும் மொழி பெயர்க்கப் பட்ட கவிதை. இதை எழுதிய போது நான் நினைத்துக் கூடப் பார்த்ததில்லை இப்படி. பொதுவாகவே நாம் எழுதுவது என்ன வகையான பாதிப்பை ஏற்படுத்துமென்று நமக்குத் தெரியாது. அது வரவேற்பைப் பெறும் போது ஏற்படும் மகிழ்ச்சிதான் நம்மை உயிர்ப்போடு வைத்திருக்கிறது.

1970களில் வெளிவந்த கசடதபற இதழ்கள் பல விதமான கவிதைகளை அறிமுகப்படுத்தியது. அதில் 1971 வாக்கில் ஒரு ஹைகு வந்தது.

நாற்று நடும் பெண்கள்/பாடும் பாட்டில் மட்டும்தான் / சேறு பட்டிருக்கவில்லை. 45வருடங்களுக்கு முன் மிகச் சரியான

மொழிபெயர்ப்பில் வந்த, இப்படி ஒரு கவிதையைப் படித்ததும் அப்படியே ஆடிப் போய்விட்டேன். நீலமணி என்பவரும் அப்போது கசடதபற இதழில் இப்படிக் கவிதைகள் எழுதினார்.

"வண்டோடு
சம்போகம் செய்து விட்டு
குளிக்காமல் கடவுள் தோள் ஏறும்
மாலைப் பூ."

• • •

"ஒண்டுக் குடித்தனக்
கூட்டுக் குடும்பி
கண்டு பிடித்தது
ரப்பர் வளையல்."

இப்படிப் பல கவிதைகள். இதன் பாதிப்பில் நான் நிறைய எழுதினேன்.

"தொலைவில் புணரும்
தண்டவாளங்கள்
அருகில் போனதும்
விலகிப்போயின."

இதைப் படித்துவிட்டு ஞானக் கூத்தன் ஆஹா தமிழுக்கு ஹைகு வந்துவிட்டது என்று பாராட்டியதாக பால குமாரன் கடிதம் எழுதினான். நான் வளரும் போது பலரின் பாராட்டுகளும் எனக்கு கிடைத்தன. அது எனக்கு பெரிய உந்து சக்தியாக இருந்தது. நாங்கள் கவிதைகளுக்குத் தலைப்புக் கொடுத்து எழுதினோம்.

அவளின் பார்வைகள் என்ற தலைப்பில் நான் எழுதிய

காயங்களுடன் கதறலுடன்
ஓடி ஒளியுமொரு
பன்றியைத் தேடிக்கொத்தும்
பசியற்ற காக்கைகள்.

இதுவும் எனக்குப் பேர் வாங்கித் தந்த கவிதை.

கல்யாண்ஜி எழுதினார்.

கூண்டுக்கிளிகளின்
காதலில் பிறந்த
குஞ்சுக் கிளிக்கு
எப்படி எதற்கு வந்தன சிறகுகள்.

இந்தச் சூழலில் தாகூரின் ஸ்ட்ரேபேர்ட்ஸ் படிக்க வாய்ப்பு கிடைத்தது. அதுவும் ஒரு பொக்கிஷம். உங்களுடைய மொழிக் கூர்மையை வளர்த்துக் கொள்ள அது பெரிதும் உதவும். தாகூர் ஒரு மகாமேதை.

அவரைப் படிக்கும் போது எவ்வளவு வார்த்தை விரயங்களைச் செய்திருக்கிறோம் என்று புலப்பட்டது. தாகூரின் கெட்ட பாதிப்புக் குள்ளானது bad influence எனக்கும் புரிய வந்தது. நண்பர்களும் சொன்னார்கள். வார்த்தைச் சிக்கனத்தோடு கொஞ்சம் நீளமான கவிதைகள் எழுதினேன். இந்தக் கால கட்டத்தில் வாழ்க்கையின் பல அடிகள், சில நானாக வரவழைத்துக் கொண்டவை, சிலவை தானாக வந்தவை. எல்லாமாகச் சேர்ந்து எனக்கு இந்த வாழ்வு நாம் தேர்ந்தெடுக்கிற வாழ்வில்லை. நம் மீது திணிக்கப்படுகிற வாழ்வு என்று உணர வைத்தது. மகாபாரதத்தை தீவிரமாக வாசித்த காலமும் அதுதான். அதன் தொன்மச் சித்திரங்கள், பின்னிப் பின்னி வளர்கிற புனைவு எல்லாம் ஒரு வித்தியாசமான கவிதை மனதைக் கட்டமைத்தது. அதில் வருகிற திரௌபதையின் சுயம்வரம், உண்மையில் சுயம்வரமா என்ற கேள்வியின் பின் புலத்தில், 'நாம் சுயம் வரித்திருக்கிற வாழ்க்கை நாம் வேண்டாம் என்று தவிர்த்த வைகளையே நமக்கு தந்திருக்கிறது என்கிற மையச்சரடுடன், 'சுயம்வரம்'என்ற குறுங்காவியமொன்று எழுதினேன். பல மகாபாரதக்கதைகள் பலவிதமான தொல் படிமங்களாக என் மற்ற கவிதைகளிலும் வந்தது. அது ஒருவகையான நவீன கவிதை உத்தி. அந்த உத்தி வெளிப்படும் ஒரு கவிதையையும் அது உருவான விதத்தையும் சொல்லி முடிக்கலாம் என நினைக்கிறேன்.

துர்வாச முனிவரின் சாபத்தால்,சகுந்தலையை துஷ்யந்தன் மறந்து போய்விடுகிறான். அவளை யாரென்றே தெரியாது என சபையிலும் சத்தியம் செய்துவிடுகிறான். இதனால் கோபமுற்ற, கருவுற்றிருக்கிற சகுந்தலை தன் கர்ப்பத்தை 40 மாதங்களாகியும் வைராக்கியமாகத் தாங்கிக் கொண்டிருக்கிறாள். இயற்கைக்கு விரோதமான இச்செய்கையால் இயற்கையே தடம் புரண்டு பருவ நிலைகள் எல்லாம் பாதிக்கப்பட்டு உலகமே தலை கீழாகி விடும் என்று அஞ்சி தேவாதி தேவர்களும் முனிவர்களும் சகுந்தலையிடம் கெஞ்சிக் கூத்தாடிய பின்னரே அவள் கருவை இறக்கி வைக்கிறாள். இது ஒரு சரடு

பேருந்து நிலையத்தில் பஸ் வந்து நின்றதும்,ஓரமாகக் குழந்தைக்குப் பால்கொடுத்துக் கொண்டிருந்த பிச்சைக்காரி பட்டென்று குழந்தையை முலையிலிருந்து பிடுங்கி பிச்சை கேட்க பஸ்ஸை நோக்கி ஓடி வந்தாள். இது ஒரு காட்சி.

என் காதலை ஏற்றுக் கொள்ளாத சசி என் கவிதைகளை ஏற்றுக் கொள்வாளா என்று ஒரு (வழக்கமான) எண்ணம். இது ஒரு சரடு. மூன்று தனித்தனி விஷயங்களும் ஒவ்வொன்றாக நினைவில் அலை மோதுகிறது, ஒரு கவிதை எழுத அமர்கையில். பெண்ணைப் புரிந்து கொள்ளாத விதி, பசியைப் புரிந்து கொள்ளாத மானுடம், என்னைப்புரிந்து கொள்ளாத சசி என்று ஒரு உக்கிரமான கவிதை உருவாகிறது. அது: பசி என்ற தலைப்பில் வந்த இந்தக் கவிதை,

பசி

உங்களுக்குப் புரியாமலே போகட்டும்
சாகுந்தலக் கர்ப்பமாய்
நான் தாங்கிக் கொண்டேயிருப்பேன் இதை
பேசப்பழகும் முன் குழந்தைக்கு
தெய்வம் தெரியும்
புதையலிருக்குமிடம் தெரியுமாம்
பிச்சைக்காரியின் பிள்ளைகள்
பேசத் தொடங்கும் முன்னையே
விறைத்துச் சாகும்
பசிக்கு வழி சொல்ல பாஷையின்றி
இந்தக் கவிதை பேசத் தொடங்கும் முன்
சசி இதை வீசியெறிவாள்.
இந்தக் கவிதை உங்களுக்கும்
புரியாமலே போகட்டும்.

23

இன்று ஒன்று நன்று

(ஆனந்த விகடன் வாசகர்கள் தொலைபேசியில் கேட்ட வினாக்களுக்கு பதில்கள்)

1. கவிதை மீதான ஆர்வம் வந்தது எப்படி?

சாதாரணமாக நண்பர்கள் உரையாடிக் கொண்டிருக்கும் போது யாராவது இரண்டு வார்த்தைகளைக் கச்சிதமாகச் சொல்லி விட்டால், உடனே நாம் சொல்லுவோம் 'மாப்பிளை கவிதை மாப்ளை கவிதை...' என்று. அந்த அளவுக்கு, நம் அன்றாட வாழ்வில்க் கூட கவிதையை ஒரு மதிப்பு மிக்க இலக்கிய வடிவமாகவே கருதி வருகிறோம். செடியைப் பார்ப்பதை விட கண் பூவையே ரசிக்கிறது. மரத்தைப் பார்ப்பதைவிட கனியையே விரும்புகிறது. கால காலமாகக் கவிதை ஒவ்வொருவர் மனதிலும் ஒரு நிலவைப் போல, தாமரைபோல அமர்ந்திருக்கிறது. அதனால்த்தான் நிலவையும் தாமரையையும் பார்க்கையில் மனம் அவ்வளவு உவகை கொள்கிறது. எழுத ஆரம்பிக்கிற யாருமே முதலில் தேர்ந்தெடுப்பது கவிதையைத் தான். கவிதை ஒரு குழந்தை. பார்த்தவுடன் கவர்ந்து விடுகிற அழகான குழந்தை. அதுவும் நெய் பெய்த, பருப்பு மணக்கும், சோற்றை மேல் காலெல்லாம் தேய்த்து வைத்திருக்கும் குறும்புக் குழந்தை. கவிதை எல்லாவற்றையும் கவர்வது போலவே சாதாரண மாகவே என்னையும் கவர்ந்தது. பொதுவான திராவிட இயக்க ஈடுபாடுகாரணமாகவும்,இந்தி எதிர்ப்பு போராட்ட சமயத்தில்

பாரதிதாசனின் புரட்சி வரிகளில் மனதைப்பறி கொடுத்ததாலும் கவிதை பால் ஆர்வம் அதிகமாகியது. குறிப்பாக அண்ணாவுக்கு அஞ்சலியாக வானொலியில் வாசித்த கலைஞரின் வசனகவிதை என்னை வெகுவாகப் பாதித்து ஈர்த்தது. கூடவே காதலுற்ற மானுடன் கவிஞனாகிறான் என்று பாரதி சொன்னதற்கேற்ப காதலில் வேறு விழுந்தேன். அது வளர வளர, வாசிப்பு அதிகரிக்க அதிகரிக்க படித்த பல கவிதைகள் பசுமரத்தாணி போல எளிதில் இறங்கி என்னுடன் பச்சக் என்று ஒட்டிக் கொண்டன. அவற்றை என்ன செய்தாலும் நம்மை விட்டுப் பிரிக்க முடியாது. பசுமரத்து ஆணி என்பதே எவ்வளவு கவித்துவமான சொல்லாடல். மனம் சோம்பலா யிருந்த ஒரு பொழுதில் தற்செயலாய் கவிஞர் நா.காமராசனின் ஒரு கவிதை வரி ஞாபகத்துக்கு வந்தது. "பனிக்கட்டி என்பது தண்ணீரின் சோம்பேறித்தனம்". என்று. மனம் அதைப் பின் தொடரத் தொடங்கியது. ஆற்றில் ஓடாமல், குளத்திலோ கடலிலோ அலையாடாமல் ஒரே இடத்தில் அசையாமல் கிடக்கும் பனிக்கட்டி, தண்ணீரின் தன்மையையே மாற்றி 'சோம்பேறி' ஆக்கி விடுகிறதே, வாஸ்தவம்தானே, என்றெல்லாம் மனதில் சிந்தனைகள் ஓடியது. உறைந்து கிடந்த மனம் ஓடத்தொடங்கி விட்டது. சிந்தனைகள் ஆறாகப் பெருகி மனம் உற்சாகமானது. இதைத்தான் "நினைவின் விருந்தாளியாக ஒரு கவிதை பிரவேசிக்கும்போது நம்முடைய உலகமே மாறிப்போகும்" என்பார்கள். அது ஒரு மகத்தான உண்மை. அதிகாரம் நம்மைக் கறைப் படுத்துகிற போது கவிதை நம்மை சுத்தம்செய்யும் என்று கென்னடி சொல்வதும் மாபெரும் உண்மை.

2. பிடித்த புத்தகங்கள்?

"நாம் சிறந்தவைகளைத் தேர்வு செய்வதில்லை, சிறந்தவைகள் நம்மைத் தேர்வு செய்கின்றன" என்பார் தாகூர். எவ்வளவு எளிய, ஆனால் அழுத்தமான உண்மை. ஆனால் அவர் எடுத்துச் சொன்ன பிறகல்லவா நமக்கு விளங்குகிறது. எல்லாமே ஏற்கெனவே இருக்கிறது, ஒரு நல்ல புத்தகம் அதை நமக்கு எடுத்துத் தருகிறது. எட்டாத கோயில் மணியை அப்பா தூக்கிக்கொள்ள, குழந்தை அடித்து அழகான அதன் ஓசையில் மயங்குவது போல், மகிழ்வது போல. தாகூரின் புத்தகங்கள் எனக்கு மிகவும் பிடிக்கும். அதிலும் கீதாஞ்சலியும், ஸ்ட்ரே பேர்ட்ஸ் என்கிற கவிதைத் தொகுப்பும் மிக மிகப்பிடிக்கும். ஸ்ட்ரே பேர்ட்ஸ் என்கிற தொகுப்பு ஜப்பானிய ஹைகு தந்த பாதிப்பில் எழுதப்பட்டிருக்கும் என்று நினைக்கிறேன். ஆனால் அற்புதமான இந்தியத் தன்மை செறிந்த கவிதைகள்.

குட்டிக் குட்டியான கவிதைகள். இதுவரை யாரும் படிக்கவில்லை யென்றால் அவர்களின் வாழ்நாள் வீண் என்று கூடச் சொல்வேன். அதே போல இன்னொரு புத்தகம் ராகுல சாங்கிருத்தியாயன் என்கிற ராகுல்ஜி எழுதிய 'வால்காவிலிருந்து கங்கை வரை' என்கிற புத்தகம். அவரின் சிந்து முதல் கங்கை வரை புத்தகமும் எனக்குப் பிடித்தது. இவையெல்லாம் என்னை தீவிர வாசிப்புக்கு உட் படுத்தியவை. புதுமைப்பித்தன் கதைகள், தி.ஜானகிராமனின், அநேகமான நாவல்கள் குறிப்பாக மோகமுள், உயிர்த்தேன், செம்பருத்தி, அம்மா வந்தாள். நாவல்களை விடவும் அவரது சிறுகதைகள் அபாரமானவை. ஜெயகாந்தனின் பாரிஸுக்குப் போ. வண்ணநிலவனின் கடல்புரத்தில் நாவல், வண்ணதாசனின் மொத்தக் கதைத் தொகுப்பு, பூமணியின் பிறகு நாவல். கோணங்கியின் மதினிமார் கதை, பிதிரா நாவல். எஸ்.ராமகிருஷ்ணனின் நெடுங்குருதி. ஜெயமோகனின் அறம் கதைகள் ஏழாம் உலகம் நாவல், சி.மணி மொழிபெயர்ப்பில் வந்துள்ள லாவோட்சு எழுதிய 'தாவோ தே ஜிங்' என்கிற தாவோயிசம் பற்றிய தத்துவநூல், புவியரசு மொழி பெயர்ப்பில் மிர்தாதின் புத்தகம்... ஞானக்கூத்தன், ஆத்மாநாம், நகுலன்,சுகுமாரன், மனுஷ்யபுத்திரன், உமா மகேஸ்வரி, குட்டி ரேவதி, சுகிர்தராணி, தமிழச்சி, கனிமொழி கவிதைகள். இன்னும் இருக்கிறது.... பானை நிறையச் சோறு.

3. சந்தித்த, சுவாரஸ்யமான மறக்கமுடியாத மனிதர்கள்?

மானுட வாழ்க்கையின் சம்பாத்தியம் என்பதே மனிதர்களைச் சம்பாதிப்பதுதான். அதிலும் இலக்கியவாதியான பின் ஒத்த கருத்து ஒத்த ரசனை உடைய சக இலக்கியவாதிகளை, சக இதருயர்களைத் தேர்வதும் சேர்வதும்தான் சுவாரஸ்யம் மிக்கது. நான் தேர்வு பற்றிக் கூட என்றுமே கவலைப் பட்டதில்லை. ஏனென்றால் தெரிந்தோ தெரியாமலோ நான் யாருடனும் சேர்ந்து கொள்ளும் ஜனநாயகக் குணம் ஒன்றை வளர்த்துக்கொண்டேன். அது தானாக வளர்ந்தது என்று கூடச் சொல்லலாம். இலக்கிய நண்பர்களில் மிக இயல்பான மனிதர் என்று நா.முருகேசபாண்டியனை முதலில் சொல்லலாம். எந்த இலக்கியக் கூட்டத்திற்குப் போனாலும் அவர் தலை தெரிந்ததும் நானும், கூடவே அவரும் உற்சாகமாகிவிடுவோம். அவர் அருகிலிருந்தால் கூட்டத்தில் என் கருத்துகளை இன்னும் கொஞ்சம் தைரியமாகவே சொல்லுவேன். இன்று எழுத வந்திருக்கிற இளைய எழுத்தாளர்கள் எல்லோரும் என் நண்பர்கள்தான். எல்லோருமே சுவார்ஸ்யமிக்கவர்கள்தான். இவர்களில் எல்லாம் மூத்தவரென்றால் அது கி.ராஜநாராயணனைத்தான் சுட்டும்.

வண்ணதாசனையொட்டி மாமாவென அழைக்க ஆரம்பித்த கி.ரா.மாமா நான் எழுத ஆரம்பித்த 1970களில் பிரமாதமாக எழுதிக் கொண்டிருந்தவர். அப்போதுதான் முதல் நாவலான கோபல்ல கிராமம் நாவலை எழுத ஆரம்பித்திருந்தார். பேச்சுன்னா பேச்சு அப்படிப் பேசிக் கொண்டிருப்போம். ஆதி புராணமான ராமாயணம், மகாபாரதத்திலிருந்து அடல்ட்ஸ் ஒன்லி கதை வரைக்கும் ஒன்னையும் விட்டு வைக்க மாட்டோம். நாம ஒன்னு சொன்னா அவர் பத்து சொல்லுவார். தாயக்கட்ட விளையாட்டில் ஐந்து, ஆறு பன்னிரண்டு என்று போட்டால், இன்னொரு வாய்ப்பாக, தொடர்ந்து பகடையை உருட்டலாம். அதற்கு விருத்தம் என்பார்கள். நாம ரெண்டும் மூனுமாப் போட்டு தாயக்கட்டத்தில அங்குலம் அங்குலமா காயை நகர்த்திக் கொண்டிருந்தால், அவர் மூவாறு மூவஞ்சு, முப்பண்ணிரண்டு மூனு என்று விருத்தங்களாகப் போட்டு சீக்கிரம் ஜெயித்துவிடுவார். இன்று என்னுடைய உரை நடைத் தொகுதிகள் ஆறு வந்திருக்கின்றன என்றால் அதற்கு அவர் தந்த உத்வேகமும் உற்சாகமும்தான் காரணம். அதே போல தொ.பரமசிவன், சுந்தர ராமசாமி, சுஜாதா, கோணங்கி, ஜெயமோகன், எஸ்.ராமகிருஷ்ணன், ரவி சுப்ரமணியன் என்று பலருடனும் விடிய விடிய பேசி சேகரித்த மகிழ்ச்சியும் செய்திகளும் கொஞ்ச நஞ்சமல்ல. இது தவிர எம்.ஜி.ஆர், கலைஞர் ஆகியோருடனும் அபிமானியாகச் சந்தித்து ஓரிரு வார்த்தைகள் பேச முடிந் திருக்கிறது. கலைஞர் என்னை ஒரு கவிதைக்காரரானாக நன்றாகவே அறிவார்.

4. திரைப்பட சுவரொட்டிகள் பற்றி அறிந்து கொள்ள எப்படி விருப்பம் வந்தது என்ன விஷயங்கள்?

திரைப்பட சுவரொட்டிகள் பற்றிய ஆர்வம் சினிமா ஆர்வத்தின் தொடர்ச்சிதான். இந்த ஆர்வத்தின் காரணமாகவே என்னுடைய தமிழ் சினிமா பற்றிய ஒரு கட்டுரைத் தொகுப்புக்கு ‘சுவரொட்டி’ என்று தலைப்பு வைத்தேன். அந்தக் காலத்தில் காலையில் விடிந்ததும் திருநெல்வேலி சந்திப் பிள்ளையார் முக்கிற்கு விரைவதுதான் முதல் வேலை. தினத்தந்தியில் என்ன சினிமா விளம்பரம் வந்திருக்கிறது என்று பார்க்கத்தான் அவ்வளவு அவசரம். அதிலும் வெள்ளிக் கிழமை என்றால் நிறைய புது விளம்பரங்கள் வரும். வண்ணதாசன் வீட்டிலும் எங்கள் வீட்டிலும் பல பழைய சினிமாப்பாட்டுப் புத்தகங்கள் பைன்ட் செய்தவை நிறைய உண்டு. அவையெல்லாம் படத்தயாரிப்பாளர்களே வெளியிட்டவை. எனது அண்ணன்களும் நிறைய சினிமா பத்திரிகைகள் வாங்குவார்.

சுழலும் படிப்பகங்கள் என்று தினமும் எல்லா வாராந்திர மாதாந்திர பத்திரிகைகளும் வீட்டுக்கு வரும். கலை என்று ஒருசினிமா பத்திரிகை. பாலு, சீனு என்று இரண்டு சகோதரர்கள் நடத்தியது. இருவரும் சிறந்த ஓவியர்கள். சினிமாவிலும் கலைஇயக்குநர்களாகப் பணி புரிந்திருக்கிறார்கள். அதற்கு முன்னால் குண்டூசி, அப்புறம் பேசும்படம். அப்போதைய ஒரே பொழுது போக்கு சினிமாதானே. இதனால் சினிமா விளம்பரங்களை யார் வடிவமைப்பு செய்கிறார்கள் என்று மனப்பாடமாகத் தெரியும். எங்களுக்கு விபரம் தெரிந்த 1960களின் ஆரம்பத்தில் ஜி.ஹெச்.ராவ்,கே. நாகேஸ்வரராவ்., பக்தா ஆகியோர் பிரபலம். அதற்கு முன் வேந்தன் பப்ளிசிட்டீஸ் சுவரொட்டிகள் பிரபலம். அவரவர்களின் எழுத்துகளை வைத்தே சொல்லி விடலாம் யார் போஸ்டர் டிசைன் என்று. குறிப்பிட்ட கம்பெனிகளுக்கு குறிப்பிட்ட ஓவியர்கள்தான் டிசைன் செய்வார்கள். ஏ.வி.எம் என்றால் ஜி. ஹெச்ராவ், மாடர்ன் தியேட்டர்ஸ் என்றால் எஸ்.ஏ.நாயர். இவர் மலையாளப் படங்களின் தனிப்பெரும் டிசைனர். சிவாஜி எம்ஜிஆரின் பெரும்பாலான படங்களுக்கு கே. நாகேஸ்வரராவ், பக்தா.

'வருகிறது', 'விரைவில் வருகிறது' என்ற போஸ்டர்களில் பெரும் பாலும் போஸ்ட்டரை நிறைத்துக் கொண்டு படத்தின் பெயரே இருக்கும். அந்தப் போஸ்டரை அது வெளிவரப்போகும் தியேட்டரில் ஒட்டியிருக்கிறார்கள் என்று யாராவது சொன்னால் அதற்குக் கூட உடனே அங்கே ஓடிப்போய் பார்ப்போம். அது ஒரு கிலோமீட்டர் தூரமென்றாலும் ஓட்டம்தான். இந்த மூன்றுபேர் காலங்களுக்குப் பின் சீநிசோமு போஸ்டர்கள் பிரபலம். அவரை ஸ்ரீதர் அறிமுகப் படுத்தினார். அதே போல அவர் பரணி, உபால்டு, பாண்டு ஆகியோரையும் அறிமுகப்படுத்தினார். பரணி டிசைன்கள் பல புரட்சிகளை உண்டு பண்ணியது. அவரைப் போலவே மனோகர், உபால்டு ஆகியோர் டிசைன் வரைந்தனர். பாரதிராஜாவின் மண் வாசனை படத்திற்கு, சஜ்ஜெஸ்டிவாக சில மழைத் துளிகளும் ஒரு வானவில்லும் மட்டும் பெரிதாக வரைந்து எந்த நடிக நடிகையர் படமுமில்லாமல், 'வருகிறது' போஸ்டர் டிசைன் போட்டிருப்பார் பரணி. பெரிதும் பேசப்பட்ட டிசைன் அது. அவரைத் தொடர்ந்து குழந்தைக்காக படத்திலிருந்து 1967,19 68 வாக்கில் ஈஸ்வர் டிசைன்கள். அவர் ராசியான டிசைனராகப் பார்க்கப்பட்டார். அவர் போஸ்டர் வரையாமல் படங்களே வராது என்று அவ்வளவு பிரபலமான வராக இருந்தார். இந்தி சினிமா போஸ்டர்கள் பற்றி, பிரபல போஸ்டர்களின் படங்களுடன், பெரிய புத்தகமே வந்திருக்கிறது. இங்கேயும் யாராவது போடலாம்.

5.இசை மீதான ஆர்வம்?

யார் தாலாட்டு கேட்காமல் தூங்கியிருக்கிறோம். அதனால் இசை மீது ஒரு ஆதாரமான ஆர்வம் யாருக்கும் இருக்கத்தான் செய்யும். மேலும் சரிகமபதநி என்ற ஏழு ஸ்வரங்களே இயற்கை யிலிருந்து வந்தவைதான். ச மயிலின் அகவலிலிருந்து பிறந்தது, ரி காளைமாடு அல்லது வானம்பாடியின் அழைப்பொலி, க ஆட்டின் குரல், ம புறாவின் ஓசை ப குயிலின் இசை ஒலி த குதிரையின் கனைப்பு, நி யானையின் பிளிறல். அதனால் எல்லோருக்கும் எல்லா ஆர்வமுமிருக்கும். அதை சிறப்பாகப் பயில, சிறிது ஆர்வம் வேண்டும். எனக்கு சினிமா மெல்லிசையிலிருந்துதான் இசை மீதான ஆர்வம் உண்டானது. சில சினிமாப்பாடல்களின் மெட்டு இதை எங்கோ கேட்டிருக்கிறோமே, இதே போல ஒரு பழைய பாடல் உண்டே என்று யோசிப்பதில், நண்பர்களிடையே பேசியதில் ஒரு பிடிப்பு ஆரம்பித்தது. தங்கத்திலே ஒரு குறையிருந்தாலும் தரத்தினில்குறைவதுண்டோ, அன்று வந்ததுமிதே நிலா, கண்ணன் பிறந்தான் எங்கள் கண்ணன், பிறந்தான் இந்தப் பாடல்களில் ஒரு ஒற்றுமை இருக்கிறதே என்று யோசிப்பதுண்டு. இந்தக் கேள்வி களுக்கு விடை நண்பர் ரவி சுப்ரமணியன், நா.மம்மது போன்ற இசை தெரிந்த நண்பர்களிடம் பேசியபோது பிடிபட்டது. இவை மூன்றுமே சங்கராபரண ராகத்தை அடிப்படையாகக் கொண்டவை என்று. இசை பற்றி கொஞ்சம் விபரம் தெரிந்த ஒரு நாள் தற்செயலாய்க் கேட்ட காயத்ரியின் வீணை இசைதான் என்னை இசையுடனும் என் புதிய டிரான்சிஸ்டருடனும் பெரிதும் கட்டிப் போட்டது... பாரதியின் பாடல்களை சஞ்சய் சுப்ரமணியன் மதுரை ராகப்ரியா சார்பாகப் பாடும் போது கேட்டது வாழ்க்கையில் மறக்கமுடியாது. சபைக்கு என்றோ கைதட்டலுக்கு என்றோ பாடாமல் இசையை அனுபவித்துப் பாடும் வெகு சிலரில் அவரும் ஒருவர். பொதுவாக வட இந்தியப் பாடகர்களிடம்தான் அனுபவித்துப் பாடுகிற தன்மை உண்டு, அதை நியாயமாக ‘தண்மை’ என்று சொல்ல வேண்டும். பீம்சென் ஜோஷி அப்படி அற்புதமாக ராக ஆலாபனை செய்வார் என்று சமீபத்திய காலச்சுவடு இதழில் படித்த போது இதுதான் நினைவுக்கு வந்தது. சௌராஸ்யாவின் புல்லாங்குழல், ஜோக் அவர்களின் வயலின், சிவகுமார் ஷர்மாவின் சந்தூர் இசை எல்லாம் அப்படியே நம்மை காரணமில்லாமல் கட்டிப் போடுபவை. இதைக் கேட்க, இந்த வெள்ளத்தில் திளைக்க நமக்கு இசை தெரிந்திருக்க வேண்டும் என்று எந்தக் கட்டாயமும் இல்லை. வெள்ளத்தை எதிர்த்துப் போராடத்தான் நீச்சல் தெரிந் திருக்கவேண்டும். அப்படியே இசை வெள்ளத்தில் இழுத்துப் போகப்பட என்ன கற்றுக் கொள்ள வேண்டும்.

6 இளைய தலைமுறை எழுத்தாளர்களில் கவனம் கவர்பவர்கள்?

நான் இளம் எழுத்தாளர்களென்று பார்ப்பதில்லை. புதிய எழுத்துகளையே பார்க்கிறேன். பட்டியல் போட விருப்பமுமில்லை. முன்பே சொன்னது போல "சிறந்தவைகளை நாம் தேர்ந்தெடுப்ப தில்லை சிறந்தவைகளே நம்மைத் தேர்ந்தெடுக்கின்றன" என்ற தாகூரின் வார்த்தைகளுக்கு ஏற்ப . சிறந்த எழுத்துகள் புதிது புதிதாக வந்து கொண்டிருக்கின்றன.கவிதை என்று எடுத்துக் கொண்டால் எப்படிப்பட்ட விஷயங்களெல்லாமோ பிரமாதமாக எழுதப்படுகின்றன. தூரன் குணா, ஒருமாதிரிஎன்றால் இளங்கோ கிருஷ்ணன் ஒரு மாதிரி, நேசன் மித்ரன் ஒரு மாதிரி என்றால், கதிர்பாரதி வேறு மாதிரி. கவிஞர் இசை ஒரு மாதிரி என்றால் போகன் சங்கர் ஒருமாதிரி, மாலதி மைத்ரி ஒரு ரகம் என்றால் தாராகணேசன் ஒருவிதம். ஆக பலதளங்களில் கவிதைகள் வருகின்றன. இவை அனைத்தும் செய்யும் ஒரு வேலை நம்மை புதுப்பித்துக் கொள்ள வேண்டிய அவசியத்தை அவை உணர்த்துவதுதான். இதே போல பலதளங்களிலும் புதிது புதிதாக எழுதுகிறார்கள். சு.தமிழ்ச்செல்வியின் நாவல்கள் ஒரு விதமென்றால் லக்ஷ்மி சரவண குமார் இன்னொரு தளத்தில் எழுதுகிறார். கண்மணி குணசேகரன் ஒரு ரகம் என்றால் கீரனூர் ஜாகிர் ராஜா இன்னொரு அற்புதம் படைக்கிறார். அப்படியே தமிழ்மகன் எழுதும் நாவல் ஒரு ரகம் என்றால் விநாயக முருகன் இன்னொரு ரகம். ஸ்ரீராம் ஒரு விதமான சிறுகதைகளெழுதினால் ஜே.பி சாணக்யா ஒரு ரகம். இப்படிப் பலரும் பலவிதங்களில் சுவர்கிறார்கள். புதியவர்களின் எழுத்துகள் மூத்தவர்களுக்கு சவாலாக இருப்பது மொழிக்குக் கொண்டாட்டமான விஷயம். மகிழ்ச்சியாகச் செழுமை பெறும் தமிழ்

7. இலக்கிய வட்டங்கள் நடத்துவதன் அவசியமென்ன?

நடக்க விரும்புகிறவனுக்கே நடை வண்டி அவசியம் என்று ஒரு கவிதைக் குறிப்பு எழுதின நினைவு வருகிறது. நடை, குழந்தையின் வளர்ச்சியில் ஒரு இயல்பான அம்சம் என்றாலும் தானாகவே அது நடக்கும் என்று நாம் சும்மா இருந்து விடுகிறோமா. நடை வண்டி வாங்கித் தருகிறோம். வசதி இல்லையென்றால் கையைப் பிடித்துப் பழக்குகிறோம். அதுபோல புது விஷயங்களைப் புதியவர்களுக்கு அறிமுகப்படுத்த, நமக்கு நாமே தெரிந்துகொள்ள இலக்கிய வட்டங்கள் பெரிதும் துணை போகின்றன. 1985இல் சென்னையில் நடைபெற்ற 'இலக்கு' கருத்தரங்கின் நீட்சியாகவும், போபால் பாரதபவனில் மூன்றாண்டுகளுக்கு ஒருமுறை நடைபெறும் அகில இந்தியக் கவிஞர்களின் சங்கமத்தில் கலந்து

கொண்டதின் விளைவாகவும், நானும் கவிஞர் பிரம்மராஜனும் இணைந்து குற்றாலத்தில் 1987 தொடங்கி பற்பல கால கட்டங்களில் சுமார் எட்டு கவிதைப் பட்டறைகளும் இலக்கியக் கருத்தரங்குகளும் நடத்தினோம். அதில் ஸ்ட்ரக்சுரலிசம்,பின் நவீனத்துவம் போன்ற பல புதிய இலக்கியக் கோட்பாடுகளை, செய்திகளை நாகார்ஜுனன் பிரேம் ரமேஷ், சாரு நிவேதிதா, ஸ்ரீரங்கம் கண்ணன், பா.வெங்கடேசன், கோணங்கி போன்றவர்கள் விளக்கியதைப் பலரும் ஆவலுடன் கேட்டுப் பயன் பெற முடிந்தது. அதே குற்றாலத்தில் என் உதவியுடன் ஜெயமோகன் நடத்திய மலையாள தமிழ் மொழிபெயர்ப்பு பட்டறை மிகப் பிரபலமானது. அதில்கலந்து கொண்ட நவீன மலையாளக் கவிஞர்கள் தமிழ் நவீன கவிதையிலிருந்து தாங்கள் பின் தங்கி யிருக்கிறோம் என்பதைத் திறந்த மனதுடன் ஒப்புக் கொண்டதுடன், அவர்களது கவிதைகளில் மாற்றங்களை மேற்கொண்டார்கள். புதியவற்றை எப்போதுமே ஏற்காத சிலர் எங்குமே இருப்பார்கள் தானே, அப்படியான சில மலையாள விமர்சகர்கள் 'இதை குற்றாலம் எஃபெக்ட்' என்று வர்ணித்த அளவுக்கு அந்தப்பட்டறை அது கூட்டப்பட்ட பயனை அடைந்தது. புதிய எழுத்தாளர்களின் எழுத்துகளை அறிமுகம் செய்யவும் மெலிதான விமர்சனத்துடன் அவர்கள் வளர வேண்டிய திசையினைச் சுட்டிக் காட்டவும் இலக்கியக் கூட்டங்கள் பெரிதும் உதவுகின்றன. பொதுவாக இலக்கியங்களின் உரைகல்லாகவே அப்போதைய பட்டிமன்றங்கள் தோன்றி பயன் கண்டிருக்கவேண்டும். இன்று அது நகைச்சுவை மன்றமாக மலினப்பட்டு விட்டது. ஈடுபாட்டுடன் நடத்தப் பெறும் இலக்கியக் கூட்டங்கள் எப்போதுமே பயன் தருபவைதான்.

24

கவிஞர் கலாப்ரியா நேர்காணல்

சந்திப்பு : கீரனூர் ஜாகிர்ராஜா, புத்தகம் பேசுது,ஜூன் 2015 இதழ்.

1. மரபுக்கவிதை அதன் பிறகு புதுக்கவிதை அதனுடைய இன்னொரு பரிணாமமாக நவீன கவிதை என பாவிக்கப்படும் தமிழ்க்கவிதை மரபில் நீங்கள் நவீன கவிஞராக நிலைகொண்டவர். உங்கள் பார்வையில் இன்றைய தமிழ்க்கவிதையின் போக்கு எவ்வாறு உள்ளது?

கவிஞர் மோகன ரங்கன், எளிதில் விளங்கிக் கொள்கிற மாதிரி கவிதையியல் பற்றிப் பேசுவதில் சிறப்பான செயல்பாடுகளை நிகழ்த்தியுள்ளவர். அவரது 'சொல் பொருள் மௌனம்' ஒரு முக்கியமான நூல். அதில் அவர் சொல்கிறார், "கவிதை கிளர்த்தும் உணர்வுநிலை அல்லது அனுபவத்தை மொழிக்குச் சற்று முந்தைய நிலையில் உள்ளதே போல் வார்த்தைக்குள் கொண்டு வருவது என்பதுதான் ஒரு கவிஞனின் முன்னுள்ள நிரந்தர சவால் என்று படுகிறது. ஓசை,படிமம், கற்பனை போன்ற இன்ன பிற உத்திகள் பலவற்றையும் இச்சவாலை எதிர் கொள்ளும் முகமாகவே கவிஞன் கையாளுகிறான்." இப்படி சவால்களை எதிர் கொண்டு நகரும் கவிதைகள் இன்று நவீனத்திற்குப் பின்னான இடத்தில் வந்திருக்கிறது. (ஆனால் அவற்றுக்கு முந்திய எல்லாமும் இங்கே உயிர்ப்புடன் இருந்து கொண்டேதான் இருக்கிறது.) இந்த நிரந்தர சவாலை இன்றையக் கவிஞர்கள் அவர்கள் காலத்துக்குரிய உத்தி

களுடன் சிறப்பாகவே செய்கிறார்கள். இதைப் பிரதிநிதித்துவப் படுத்துவதில் முக்கியமானவரும் முன்னோடியுமாக ரமேஷ் பிரேதனைச் சொல்லலாம். கடந்த 25 ஆண்டுக் (கால் நூற்றாண்டு செழிப்புடன் கழிந்திருக்கிறது என்பதே தமிழ்க் கவிதையின் வளர்ச்சியைச் சொல்லும்) கால கட்டத்தில் சங்கர் ராம சுப்ரமணியன், யவனிகாஸ்ரீராம், இளங்கோ கிருஷ்ணன், இசை, தேவேந்திர பூபதி, றியாஸ்குரானா, மனோ மோகன், நரன், போகன் சங்கர், மாலதி, சுகிர்தராணி, தமிழச்சிதங்கபாண்டியன், தாரா கணேசன், அனார், ஷர்மிளா செய்யித், சுஜாதா செல்வராஜ் என்று நிறையப் பேரைச் சொல்லலாம். சிலரது கவிதைகள் ஒரு பூரணமடையாத வாசிப்பு அனுபவம் நல்கி அதற்காகவே அவற்றை மீண்டும் மீண்டும் வாசிக்க வைப்பவை. உதாரணம்நேசமித்ரன், பாம்பாட்டிச் சித்தன்,தூரன் குணா போன்றவர்கள். நவீன ஓவியரான பிக்காஸோ இப்படிச் சொல்கிறார். "There is no abstract art. You must always start with something. Afterward you can remove all traces of reality." சொல்லுக்கும் இது பொருந்தும்.

2. உங்கள் கவிதைகளில் 'இடம்' ஒரு முக்கியப்புள்ளியாக அமைகிறது. இது சங்கப்பாடல்களிலிருந்து தொடர்ந்து வருகின்ற ஒரு அம்சம்தான். தாமிர வருணிக்கவிஞராகவே நீங்கள் அறியப்படுகிறீர்கள். இவ்வாறு ஒரு வட்டாரக் கவிஞனாக அடையாளம் பெறுவதை விரும்புகிறீர்களா?

என்னுடைய கவிதைகளில் 'இடம்' இடம்பெறுவது சங்கப் பாடல்கள் உள்ளூர ஏற்படுத்தியிருக்கும் பாதிப்பினால் என்பதை ஒரு வகையில் ஏற்றுக் கொள்கிறேன். என் கல்லூரிக் காலங்களில் என்னை சங்க இலக்கியத்தில் மிகவும் கவர்ந்தது பொருநராற்றுப் படை. (அதில் வருகிற 'ஈர்க்கிடை போகா வேரிள வனமுலையும்', 'வண்டிருப்பன்ன பல்கா(ழ்) அல்குல்...' போன்ற பாடினி வர்ணனை ஈர்த்ததோ என்னவோ). கூத்தர், பாணர், பொருநர் வாழ்வும் விறலியர் வாழ்வும் ஒரே இடத்தது என்று சொல்ல முடியுமா. நான் இடத்தைக் குறித்து என் கவிதைகளில் சொல்வதை விடவும் இடங்களின் மனிதர்களையும் அவர்கள் வாழ்வையுமே அதிகம் சொல்கிறேன். நவீன கவிஞர்களின் அலையும் மனோ நிலையைப் பாணர்களுடன் ஒப்பிடலாம். மனித வாழ்வின் அடிநாதமான உணர்வுகள் அனைத்துமே இடம் சார்ந்தோ, திணை சார்ந்தோ குறிப்பிட்ட வகையில் இல்லாமல் ஒரு வகைப் பொதுமைத் தன்மையுடனேயே இருக்கிறது. துல்லியமாகச் சொன்னால் மரணமும் காமமும் எங்கும் பொதுவானதுதானே. மன உணர்வுகள் கலாச்சாரம் தாண்டியவை. ஒரு ரஷ்ய நாவல் படிக்கும் போது, அந்தச் சமூக வெளியின் அரசியலமைப்புகள் வேண்டுமானால்

மாறுபாடு உடையதாகத் தோன்றலாம் ஆனால் மனித உறவின் கஷ்ட நஷ்டங்களும் ஆழ் மனச்சிக்கலும் மாறுபடுவதில்லை என்றே நினைக்கிறேன். அதனால் நான் தாமிரவருணிக்காரனாக இருந்தாலும், கவிதைகளில் வட்டார மொழி அதிகம் பேசப் பட்டாலும் நான் வட்டாரக் கவிஞன் இல்லை. மேலும் நான் கவிதைகளைப் பொதுமைப் படுத்தி சமூக வெளியில்தான் வைக்கிறேன்.

3. புறவயக்காட்சி சித்தரிப்புகளிலிருந்துதான் பெரும்பாலும் உங்கள் கவிதைகள் உருவகம் பெறுகின்றன அல்லவா?

ஆமாம். புறவயக்காட்சி என்பது சமூக வெளியின் நாள்தோறும் கணந்தோறும் நடக்கும்/சிதைவுறும் நிகழ்வுகள். இந்நிகழ்வுகளின் ஒருங்கமைவற்ற நெகிழ்வுத் தன்மையான பாதிப்புத்தான் எல்லாக் கவிதைகளின் புறப்பாட்டுச் சாத்தியமும். யாரானாலும் நவீன கவிஞனோ அதற்குப்பின் வருகிறவரோ யாரோ ஒருவரைத் திடீரென்று கவிதை எழுதச் சொன்னால் அல்லது அவர் எழுத அமர்ந்தால், எங்காவது ஒரு புள்ளியில் அவரது, இறந்தகால மனப்பதிவுகள் ஒன்றாவது இல்லாமலிருக்காது. (உதாரணமாக இந்த உரையாடலின் கடைசியில்வருகிற உடனடிக் கவிதை) இந்த மனப்பதிவின் காரணியாக அக வாழ்க்கையை விட புற வாழ்க்கையின் பாதிப்பே அதிகமும் இருந்தாலும் அக வாழ்வும் புற வாழ்வும் பிரிக்கப்பட முடியாத இருமைகள். (Unresolved dichotomy) பாதிப்புகள் சற்று முன் நிகழ்ந்ததாகவோ அல்லது எப்போதோ நிகழ்ந்ததாகவோ இருக்கலாம், ஏனெனில் கடந்து விடுகிற ஒவ்வொரு நொடியும் இறந்த காலம்தான். ஆழ் மனதின் சுரங்கத்தில் என்னென்ன வெல்லாமோ எந்த ஒழுங்குமின்றி அடுக்கப் பட்டுள்ளன. அவை எந்த ஒழுங்குமின்றி வெளிக்கிளம்பி இந்த 'உருவக'ங்களுக்கு 'அணி' சேர்க்கின்றன. "கவிஞன் கண்டு பிடிப்பதில்லை, அவன் கவனிக்கிறான்" என்கிறார் ழீன் காக்தே. (The poet doesn't invent, He listens"- Jean coctaeu).

4. 1985இல் மீட்சி வெளியீடாக வந்த உங்கள் 'சுயம்வரம் மற்றும் கவிதைகள்' தொகுப்பில் "படிம, உருவக, குறியீட்டு இடையீடில்லாத நிர்வாண கவித்வம் வேண்டி நீ எப்போது தியானிக்கப்போகிறாய்" என்று எழுதியிருப்பீர்கள். அந்த நிர்வாண கவித்வம் குறித்து சொல்லுங்கள்...

ஆமாம் அப்போதைய என் நீளக் கவிதைகள் சில, அவற்றின் படிம உருவக நெருக்குதல்களில் மூச்சுத் திணறிக் கொண்டிருந்தன. ஒருவகையான 'Plain poetry' எழுத முடிந்தால் நன்றாக இருக்குமே என்று தோன்றியது. ஆனால் அதைப் பிரக்ஞை பூர்வமாக, அந்தச்

சட்டகத்தை மனதில் இருத்திக் கொண்டு எழுத முடியாது என்றும் உணர்ந்தேன். சமீபத்தில் செய்கிற சில முயற்சிகளில் தானாகவே இவை கொஞ்சம் கை வந்திருப்பதாகப் பட்டது.

உச்சி வெயிலில்
இரண்டு
வண்ணத்துப் பூச்சிகள்
மேல் கீழாய்
கீழ் மேலாய்ப்
பறந்து
ஒன்றுக்கொன்று
நிழல் தந்து கொண்டு'

"இதில் நேரடியாக உணரப்படும் ஒன்றைத் தவிர வேறு எதுமில்லை, இது போன்றவையே நான் தேடுவது, எனக்குப் பிடித்திருக்கிறது," என்று ராணி திலக் சொன்னார். அவர் சொன்னது எனக்கும் பிடித்திருக்கிறது.

'தற் செயலாகத்தான்
கவனித்தேன்
தாண்டவக் கோனுக்கும்
புத்தனின் சாயல்'

என்கிற கவிதையும் எனக்கு என் கூற்றை நினைவுறுத்துகிறது. ஆனால் சுமார் 45 வருடங்கள் கழிந்திருக்கிறது இடையில்.

5. இந்து மதத்தொன்மங்களை கவிதைக்கு அதிகமாகப் பயன்படுத்துகிற நீங்கள் இடையிடையே விவிலியத்தையும் விடுவதில்லை. ஆனால், இஸ்லாமியத் தொன்மங்களை எடுத்தாள்வதில்லையே... என்ன காரணம்?

'விலக்க'க் காரணங்கள் என்று கண்டிப்பாக எதுவுமில்லை. அவை எனக்கு அவ்வளவு பரிச்சயமானதாக இல்லை என்பதே காரணம். நான் எஸ்.எஸ்.எல்.சி வரை பதினோரு வருடங்கள் கிறித்துவப் பள்ளியிலேயே படித்ததால் அதன் தொன்மங்கள் எனக்கு பரிச்சயமாகி உள்ளன. அப்படியும் 'எட்டயபுரம்' எழுதும் போது 'அரேபியாவுக்குக் கப்பல் ஏறும் சிதம்பரங்கள்' பற்றிக் குறிப்பிட நேர்கையில் கொஞ்சம் இஸ்லாமியத் தொன்மங்களைத் தேடிப் போனேன். ஆனால் அவற்றைப் பொருத்தமாக உபயோகிக்க முடியவில்லை. 'குரான்' என்பதன் பொருள் "அவன் சொன்னது" என்று படித்த நினைவு, அதை வைத்து ஓரிரு கவிதைகளை எழுதினேன், அவற்றைச் சேர்க்கவில்லை. அப்புறம், நபி வரலாறு புத்தகம் தந்த ஒரு மார்க்க நண்பர், 'அப்படியெல்லாம் பொருள் இல்லை, நீங்க அது கிட்ட போக முடியாது,' என்று

வேறு சொல்லி விட்டார்.அப்போது அவர் இன்னும் சொன்னார், “கண்ணதாசனாலேயே முடியலை...” இது 1980ல். இப்போது நிலைமை வேறு. “அவன் சொன்னது” என்ற தலைப்பில் ஒரு கவிதைமட்டும் எழுதினேன்.

6. உங்கள் அபிமான 'சசி'யைக் குறித்து புதிதாய் என்ன எழுதியிருக்கிறீர்கள்?

“எழுதியதெல்லாம் உன் புகழ்பாடும் எனக்கது போதும் வேறென்ன வேண்டும்.” என்ற சினிமாப் பாடல்களின் வரியில் எல்லாவற்றையும் கரைக்கப் பழகிக்கொண்டேன்.என்றாலும்

”ஏன்
உன் வரிகள்
நீலம் பாரித்துக் கிடக்கின்றன?

நஞ்சை
அமுதூரட்டிய
அந்த யட்சியிடம்
போய்க் கேள்”

என்று சமயா சமயங்களில் எட்டிப் பார்க்காமலும் இல்லை. “கலையாத ஆசைக் கனவும், கருத்தை விட்டகலா நினைவு” மல்லவா அது.

7. “காயங்களுடன் கதறலுடன் - ஓடி ஒளியுமொரு பன்றியைத் தேடிக் கொத்தும் பசியற்ற காக்கைகள்”, “வாசலோரம் வந்து நிற்கும் வசந்தத்தை வரவேற்கிறது நேற்றைய கடைசிப்பனியில் செத்துப்போன சொறிநாய்” இவ்வாறு நிறைய உதாரணங்களை அடுக்கிக்கொண்டே செல்லலாம். அட... இது கலாப்ரியாவின் கவிதை... என சட்டென அடையாளம் கண்டுகொள்ளலாம். இந்த பாணி எப்படிக் கைவரப்பெற்றீர்கள்?

அது தோல்விகளின் காலகட்டம். வீடு, காதல், அவை கை நழுவிப் போனதாலுண்டான சோகத்திற்கு கல்வியைப் பறி கொடுத்த காலகட்டம். மனதின் இருண்மைக்கு தீக்குச்சி கிழித்த படிமங்கள் இவை. சோகபாவம் ஊடாடும் நினைவு மேட்டிலிருந்து பாயும் நீரோட்டம் இயல்பாக இப்படி அழுக்குப் பாறைகளின் மீதே மோதி ஓடி, அப்புறம் அதுவே ஆறோடும் பாதையாக மாறி விட்டது.

8. அங்கதம், ஒளிவுமறைவற்றத் தன்மை, விமர்சனத்தொனி இவற்றைக் கொண்டு கவிதையில் ஞானக்கூத்தனின் தொடர்ச்சியாக உங்களைப் பார்க்கலாம் தானே?

கண்டிப்பாக. நானே பல இடங்களில் இதைச் சொல்லி இருக்கிறேன். என் கவிதை வடிவத்தில் ஒரு வகையான லிரிசிசம்

இருப்பதும்,என் கவிதைகளின் சர்ரியலிசத் தன்மையும் கூட அவர் பாதிப்புத்தான். ஆனால் அவருடைய அரசியலும் என் அரசியலும் சற்றே வேறுபட்டது. அவருடைய 'எனக்கும் தமிழ்தான் மூச்சு ஆனால் அதைப் பிறர் மேல் விடமாட்டேன்' என்கிற கவிதையில் அவ்வளவு உடன் பாடு கொள்ளாதவன் நான். அதில் ஒரு மேட்டிமைத் தொனி இருப்பதாகப் படும். மேலும் மூச்சைவிடாமல் பிடித்து வைத்துக் கொண்டு,எவ்வளவு நேரம் யாரால் இருக்க முடியும். அவரே, சமயத்தில் அவரது விமர்சனங்களில் குறிப்பிடுகிற மாதிரி அது ஒரு டெக்னிகல் தவறு கூட. அவர் அப்போதைய தமிழ் தேசியர், நான் வேறு.

9. ஆழ்மனத் துழாவல், தத்துவார்த்தமின்மை என்கிற விமர்சனத்தை எவ்வாறு எதிர்கொள்கிறீர்கள்?

என் சமகாலக் கவிஞர்கள் சிலரிடமிருப்பது போன்ற தத்துவார்த்தம் என்னிடம் இல்லாமல் இருக்கலாம். ஆனால் இல்லவே இல்லையென்று சொல்ல முடியாது. என்னுடைய பல கவிதைகளை தமிழ்ச் செல்வன் எடுத்து விளக்கி அதன் இடது சாரித் தன்மையைச் சுட்டி இருக்கிறார். இதைச் சித்தாந்தம் என்று கூட யாரும் சொல்லலாம். ஜே.கிருஷ்ணமூர்த்தியின் பாதிப்புடன் பல கவிதைகள் என்னில் உருவாகி இருக்கின்றன. ஆழ்மனத் துழாவலின் சூக்கும வெளிப்பாடாக என்னுடைய பல கவிதைகள் உள்ளன என்றே நினைக்கிறேன். ஆனால் எனக்குத் தத்துவார்த்தத் தேடல்கள் பால் பெரு விருப்பு இருந்ததில்லை என்பதையும் மறுப்பதற் கில்லை. இவ்விரண்டுமிருப்பதாகச் சொல்லப்படுகிற சிலரின் கவிதைகள் வெறும் தத்துவத் தேற்றங்களின் துருத்தலாக இருப்பதையும் என்னால் காண முடிகிறது.

10. நவீனக் கவிஞர்களில் பலர் அரசியல் கவிதைகள் எழுதத் தயங்குகின்றனர். நீங்களும் விக்ரமாதித்யனும், மனுஷ்யபுத்திரனும்தான் தொடர்ந்து எழுதுகிறீர்கள். கவிஞர்களின் அரசியல் எழுதாத மனநிலையை எவ்வாறு எடுத்துக் கொள்ளலாம்?

சமூகவெளியின் கால அடுக்குகளை உணராதவர்களால் அரசியல் கவிதைகள் எழுத முடியாது என்று தோன்றுகிறது. இதற்கு வாழ்வின் பல படி நிலைகளிலும் துயரத்தை அல்லது போராட்டத்தை எதிர் கொள்ளாமையும் ஒரு காரணம். பொதுவாகவே நாம் சர்வ பத்திரமான வாழ்க்கையைத்தான் வாழ்கிறோம் அதிலும் புதிதாக எழுத வருகிறவர்கள் தங்கள் இடம் பலரின் சமூகநீதி வேண்டிய போராட்டங்களின் பலனே என்பதைக் கூட உணராதவர்களாக இருக்கிறார்கள். அதற்கு அவர்களின் வாழ்வு முறையும் வளர்ந்த

காலமும் கூடக் காரணமாயிருக்கலாம். நான் வங்கிப் பணியிலிருந்து ஓய்வு பெறும் நேரத்தில் புதிதாகப் பணியில் சேர்ந்த பலர் ஏன் போராட்டம், என்ன போராடினீர்கள், என்கிற மாதிரியாகவே பேசினார்கள். 'ஆமாம் என்ன போராடினோம், ஒன்றுமில்லை, எல்லாம் தானாகவே நடந்திருக்கும்தானே' என்ற மனச்சோர் வுடனேயே வெளியே வந்தோம். இன்னொரு உண்மை எங்களுக்கு விடுதலைப் போராட்டத்தின் அருமை அவ்வளவு உறுத்தலாய், இல்லைதானே. இன்றைக்கும் உலகமயமாக்கலின் மாயப் பயன்களை அனுபவித்துக் கொண்டே அதன் தீமைகள் குறித்துப் பேசுகிற ஹிப்போகிரட்சுகளே அதிகமென்று தோன்றுகிறது. ஆனாலும் யவனிகா ஸ்ரீராம், செல்மாபிரியதர்சன், லிபி ஆரண்யா, இளங்கோ கிருஷ்ணன், ரவிக்குமார் போன்றவர்கள் அரசியல் கவிதைகள் எழுதத்தான் செய்கிறார்கள். பெண் அரசியல் குறித்து நிறையப் பெண்கவிஞர்கள்,குட்டி ரேவதி, மாலதி, சுகிர்தராணி என்று எழுதிக் கொண்டுதான் இருக்கிறார்கள். பெயர்கள் விட்டுப் போகும் ஞாபகப் பிசகை நண்பர்கள் பொறுத்துக் கொள்ள வேண்டும்.

11. இலங்கையில் திட்டமிட்டு நிகழ்த்தப்பட்ட தமிழின அழிப்புக் குறித்து தமிழிலக்கியச் சூழலில் பெரிய அதிர்வலைகள் எழுந்ததாக தெரியவில்லை. குறிப்பாக தமிழ் நவீனக் கவிஞர்கள் பொருட்படுத்தும்படியான பங்களிப்பை செலுத்தவில்லையே?

ஆமாம். இது மிகவும் துரதிர்ஷ்டமானது. நமக்கு வலுவான அரசியல் கட்சிகளின் துணையிருந்தால், இருந்தால்த்தான், ஒரு வேளை உரத்துக் குரல் கொடுத்திருப்போமோ என்று கூடத் தோன்றுகிறது. இந்திய மைய அரசின் கொள்கைகளுக்கு எதிர்ப் பாகக் கிளம்ப முடியாமல் ஒரு வகை கையாலாகாத்தனத்தில்தான், தங்கள் அளவில் எந்தக் கூட்டு முயற்சியும் மேற்கொள்ளாதவர்களாகத் தான் தமிழ்க் கவிஞர்கள் இருக்கிறோம்.

12. பாஜக. ஆட்சிக்கு வந்தபிறகு அரங்கேறும் காவிமய, இந்துத்துவ பாசிச நடவடிக்கைகள் குறித்து...

அவர்கள் தாங்கள் தந்த எந்த வாக்குறுதிகளையும் பற்றிக் கவலை கொள்ளாமல், தங்களது உள்ளார்ந்த பழைய கொள்கை களையே, பாராளுமன்றத்தில் தங்கள் முரட்டுப் பலத்துடன் மறு அரங்கேற்றம் செய்ய முயல்கிறார்கள். தாய் மதம் திரும்புதல், கலாச்சாரக் காவலராகுதல், இந்தித் திணிப்பு என்று தங்கள் பூர்வாசிரம அஜெண்டாக்களை நிறைவேற்றுகிறார்கள். உலகப் பொருளாதாரத்திற்கு கதவு திறந்து விடுவதில் காங்கிரஸ் அரசையும்

மிஞ்சி நிற்கிறார்கள். சாதாரணக் குடிமகனுக்கு இந்த அரசால் எந்தப் பயனுமில்லை, என்பதை உணர்த்த வேண்டும். இதை மோடியே உணர்ந்து கொண்டுதான் உலகப்பயண அனுபவங்களைத் தேடிப் போகிறார் என்று நினைக்கிறேன். ஒவ்வொரு மாநிலமும் தன் சுய அடையாளத்தை இழந்து விடப்போகிற அபாயம் தூரத்தில் இல்லை.

13. அரசியலில் 'திராவிடம்' என்கிற சொல்லாடல் அதன் சுயத்தன்மையை இழந்து வரும் சூழலில், திராவிட இயக்க மரபில் வந்த கவிஞராகிய உங்கள் மனநிலை எவ்வாறு உள்ளது?

உவப்பான சூழலில்லை. தமிழ்த் தேசிய ஆர்வலர்கள் முன்னெடுக்கும் போராட்டங்களை ஆதரிக்கக் கூட திராவிட இயக்கங்கள் தயாராயில்லை. இரண்டுக்குமான முரண்பாடுகள் மிகச் சிறியவையே. எத்தனையோ தேர்தல் கூட்டணிகள் உருவாகின்றன, இப்படி ஒரு கொள்கைக் கூட்டணி உருவாகுவதில் என்ன சிக்கல் என்று புரியவில்லை. தி.மு.க வின் அடுத்த கட்ட தலைவர்கள் இந்தச் சூழலைப் புரிந்து கொண்டு, பெரியார், அண்ணா காலத்திய போராட்ட உணர்வை மீட்டெடுக்க வேண்டும் என்று தோன்றுகிறது. கலைஞர் இதற்கு வழி காட்ட வேண்டிய கட்டாயத்திலிருக்கிறார்.

14. எட்டயபுரம், சுயம்வரம் போன்ற குறுங்காவியங்கள் உங்கள் கவிதைப் பங்களிப்பில் முக்கியமானவை. சமகாலக் கவிஞர்கள் அதுபோன்ற முயற்சிகளில் ஈடுபடுவதில்லையே?

உங்கள் பாராட்டுகளுக்கு நன்றி. ஏனென்றால் என் குறுங்காவியங்கள் பரந்துபட்ட கவனிப்பு பெறவில்லையோ என்று யோசிக்கிறவன் நான். அவை எழுதப்பட்ட காலத்திலும் அம் முயற்சிகளை வெகு சிலரே செய்தனர் அல்லது செய்திருந்தனர். பிரமிள், கோவை ஞானி ஆகியோர் எனக்கு முன்பும் நகுலன் எனக்குப் பின்னாலும் எழுதினார்கள். எட்டயபுரம் படித்து விட்டு ஒரு மூத்த எழுத்தாளர் இதில் ஒரு யூனிட்டி இல்லை என்றார். க.நா.சு, 'அது தேவையில்லை, இனிமேல் காவியங்கள் தனித்தனிக் கவிதைகள் மூலமே எழுதப்பட முடியும்' என்று சொன்னார். (எல்லாமே நேர்ப்பேச்சில் நிகழ்ந்தவை) க.நா.சு 'இந்தியன் எக்ஸ்பிரஸ்' கட்டுரை ஒன்றில் தமிழில் நீண்ட கவிதைகள் எழுதுபவர்களில் ஒருவராக என் பெயரைக் குறிப்பிட்டிருக்கிறார். ந.ஜெயபாஸ்கரனின் கவிதைகளிடையே ஒரு பொதுச் சரடு ஓடும். நான் அவரிடம் சொல்லியிருக்கிறேன், "நீங்கள் உங்கள் இந்தக் கவிப்பொருளை வைத்து ஒரு நீண்ட கவிதை / குறுங்காவியம்

எழுதிப் பார்க்கலாம் என்று. சமகாலக் கவிஞர்கள் இந்த நோக்கில், அதாவது தனித்தனிக் கவிதைகள், பொதுவான ஒரு அடிச்சரடு என, குறுங்காவியங்கள் எழுதிப் பார்க்கலாம். இல்லை, புது மாதிரியாகவே எழுதிப் பார்க்கலாம்.

15. இது நாவல்களுக்கான காலம்' என்பதை ஒப்புக் கொள்கிறீர்களா? எல்லாக் கவிஞர்களும் நாவல் எழுத வந்துவிட்டதை வைத்து, கவிதை பின் தங்கி யிருப்பதாகச் சொல்ல முடியுமா?

இல்லை அப்படிச் சொல்ல முடியாது. கவிதை தனக்கேயான தன் அழகியலைக் கொண்ட ஒரு இலக்கிய வடிவம். மேலும் நகுலன், சுந்தர ராமசாமி, பிரமிள் போன்றோர்களே, கவிதை நாவல் சிறுகதை என எல்லா வடிவங்களையும் முயன்றிருக்கிறார்கள். ஏன், பாரதியும் அவருக்கு 'செல்ல எதிரி'யுமான தாகூருமே எல்லா வடிவங்களையும் வெற்றிகரமாக முயன்றவர்தான். நாவல்கள் வெகுவாகவும் எளிதாகவும் வாசிப்பவர்களை அடைகிறது என்று பொதுவாகச் சொல்லலாம். நல்ல கவிதைகள் எழுதப் பட்டுக் கொண்டேதான் இருக்கின்றன. முக நூலில் சமீபமாக எஸ்.சண்முகம் அற்புதமான மொழி பெயர்ப்புகளைத் தந்து கொண்டிருக்கிறார். வண்ணதாசன், கரிகாலன், போகன்சங்கர் போன்றோர் நிறைய எழுதுகிறார்கள். நானும்.

16. எம்.ஜி.ஆர். வெகுஜன சினிமாவின் பிரதான குறியீடு. 'நான் எம்.ஜி.ஆரின் தீவிர ரசிகன்' என வெளிப்படையாக அறிவித்துக்கொண்டவர் நீங்கள். இன்னும் அதே போன்ற ரசனை மனோபாவத்துடன்தான் உள்ளீர்களா?

இல்லை. நான் அந்த ரசனை மனோபாவத்திலிருந்து வெளி வந்துவிட்டேன். நான் அப்படி இருந்தவன் என்பதைச் சொல்வதில் என்ன தயக்கம் வேண்டியிருக்கிறது,என்றே அப்படி அறிவித்துக் கொள்கிறேன். ஆனால் இன்னும் சிலவற்றை உள்ளூர ரசிக்காமலும் இல்லை. தீவிர இலக்கியம் அல்லது தீவிர சினிமா என்பது படிப் படியான ஈடுபாடு மூலம் யாராலும் நெருங்கக் கூடியதே, ஒரு எம்.ஜி.ஆர் ரசிகன் போன்ற 'ஆசாமி'களால் நெருங்க முடியாதது என்ற மாயத்தை நான் என்னளவில் உடைக்க நினைத்தேன். ஒரு வேடிக்கை என்னவென்றால் நான் இப்படிச் சொன்ன பிற்பாடு பல ஆளுமைகள் நானும்தான் என்று சொல்லிக் கொள்கிறார்கள். பெரும்பாலான நாவல்களில் 'எம்.ஜி.ஆர் காலம்' எப்படியாகிலும் வந்து போவதை இப்போது காண முடிகிறது. விளிம்பு நிலை மனிதர்களின் வாழ்வை அவதானிக்க என் எம்.ஜி.ஆர் மற்றும் அவரது ரசிகர்கள் மீதான பிரியம் பெரிதும் உதவியிருக்கிறது.

17. நினைவின் தாழ்வாரங்கள், உருள்பெருந்தேர் ஆகிய உங்கள் இரண்டு தன்வரலாற்று நூல்களையும் சாகித்யஅகாதமி விருதுக்காக, ஜெயமோகன் தி இந்து தமிழ் இதழில் பரிந்துரைத்திருந்தார். இந்த வரிசையில் இன்னும் சில நூல்களையும் எழுதியுள்ளீர்கள். கவிதைக்குள் சொல்ல இயலாத பல விசயங்கள் இவற்றுள் பதிவாகியுள்ளன...

ஆமாம்.கவிதைகளில் சொல்ல முடியாத பல விஷயங்களையும் கவிதைகளுக்கு ஆதாரமாக இருந்து கவிதைக்கு இட்டுச் சென்ற பல நினைவுகளையும் சொல்லும் முகமாகவே இவற்றை எழுத ஆரம்பித்தேன். எப்படியோ ஒரு உரை நடை மொழி வசப்பட்டு விட்டது.

18. நடுத்தரவர்க்க வாழ்க்கைச் சூழலிலிருந்தவாறு உங்களால் விளிம்புநிலை வாழ்வை அவதானிக்க முடிந்திருக்கிறது. நீங்களும் வண்ணநிலவனும் விக்ரமாதித்யனும் ஒருபாட்டையில் பயணிக்கிறீர்கள்...

ஆமாம் மூன்று பேருமே 'வாழ்ந்து கெட்ட வீட்டுப் பையன்கள்' எனலாம். ஆனால் மூன்று பேர் வாழ்க்கையும் வேறு வேறு விதமானதுதான். எனக்கு பட்டமேற்படிப்பு வரை படிக்க வாய்த்தது. ஓய்வுகாலம் வரை வங்கிப் பணியில் நீடித்தேன். வண்ணநிலவன் வாழ்க்கை வேறு விதமானது. விக்ரமாதித்யன் முற்றிலும் சுதந்திர மானவர். அதன் பலத்தையும் பலவீனத்தையும் சந்தித்தவர். இவை அந்தந்த விகிதாச்சாரத்தில் படைப்புகளில் பிரதிபலிக்கலாம். எனக் கென்னவோ வண்ண நிலவனின் சாதனைகளை நோக்கி நான் நிறைய முன்செல்ல வேண்டும் என்று நினைக்கிறேன்.

19. பாலியல் விஷயங்களை படைப்பில் கையாள்வதில் ஒரு விதத் தயக்கமும் அருவறுப்பும் கொண்டுள்ள எழுத்தாளர்கள், அவ்வகை எழுத்துகளை ஒவ்வாமையுடனே அணுகும் வாசகர்கள்... இந்நிலை தமிழிலக்கியச் சூழலில் தொடர்ந்து நீடிக்கிறதே?

பாலியல் விஷயங்களை அனுபவிப்பதில் இங்கே யாருக்கும் அருவறுப்பு கிடையாது. மறைவாய் நடக்கும் அவற்றை மறைவாகவே வைத்துக்கொள்ள எண்ணுவதாலேயே போலி ஒவ்வாமையாகக் காட்டுகிறார்கள் என்பேன். ஜெயகாந்தன் ஒரு முறை பாடிக் காண்பித்ததாகச் சொல்லுவார்கள், "பத்தினிக் கதைகள் படிப் போரே உம் மச்சினி கிடைத்தால் விடுவீரா" இது ஒரு குரூர நிதர்சனம். (ஜெயகாந்தன் இறந்து விட்டதனால்ச் சொல்லப் பட்டதில்லை இது, அவர் ஆசிரியராக இருந்த ஞான ரதம் இதழில் கூட வந்திருந்ததாக நினைவு.) நாட்டார் பாலியல்க் கதைகளை மட்டும் சேர்த்தால் ஏகப்பட்டவை வரும். அதெல்லாம் கூச்ச நாச்சமில்லாமல் மகிழ்ச்சியாகப் பரிமாறிக் கொள்ளப்பட்டவை

தான். கி.ராஜநாராயணன் மாமா, தஞ்சை பிரகாஷ், நான் மூன்று பேரும் ஒரு சமயம் அமர்ந்து 'தனி' நாட்டார் கதைகளாக விளங்கும் பாலியல்க் கதைகளைப் பேசிச் சேகரித்தோம். அவை எப்படி நிலத்திற்கு நிலம் வேறுபடுகின்றன என்றெல்லாம் பேசினோம். இங்கேயுள்ள ஒரு கதை 'டெக்கமரான்' கதைகளில் இருப்பதைப் பகிர்ந்து கொண்டோம். எல்லா நாடுகளிலும் உள்ளதுதான் இது.

20. சமீபமாக சாதி அபிமானிகளால் எழுத்தாளர்கள் தொடர்ந்து தாக்கப்பட்டு வருகின்றனர். இந்த கருத்து சுதந்திரத்துக்கு எதிரான போக்கை எப்படிப் பார்க்கிறீர்கள்?

சாதியத்தால் தங்கள் இருப்பையும் 'ஜீவனோபாயத்தையும்', அதிகாரத்தையும் தக்கவைத்துக் கொள்கிறவர்களின் பிற்போக்கான செயலிது. இவர்கள் கலைஞர்களை மட்டுமல்ல அரசையுமே ஆட்டிப் படைக்கிறார்கள். அதை அரசியலாளர்கள் உணர வேண்டும். உணர்த்த வேண்டும்

21. கவிதைகள் எழுதி வந்த நீங்கள் பிறகு கட்டுரைகள் எழுதினீர்கள். இப்போது நாவல்... சிறுகதைகளை மட்டும் விட்டுவைத்திருப்பதன் காரணம்?

ஒரு கதையைச் சொல்லிவிடலாம். அதை நல்ல சிறுகதையாக்க ஒரு அபூர்வ கலைத்திறன் வேண்டியிருக்கிறது. உருள்பெருந்தேர் கட்டுரைகள் நினைவும் புனைவும் சேர்ந்தவைதான். அதிலேயே ஏகப்பட்ட கதைகள் இருக்கின்றன. ஆனால் அவற்றில் ஒன்று கூட சிறுகதையாகவில்லை. ஏதோ ஒரு போதாமை இருக்கிறது. கதை சொல்வது என்பது கயிற்றில் நடப்பவனை வியப்பது, சிறுகதை எழுதுவது என்பது கயிற்றில் நடப்பது, என்று எங்கோ படித்தது ஓரளவு பொருந்தி வருகிறது. இருந்தாலும் முயற்சிப்பதில் குற்றமில்லை. முயற்சிப்பேன்.

22. சமீபத்தில் பார்த்த தமிழ்சினிமா, ரசித்த பாடல்...?

பெயரை உள் வாங்காமாலேயே நிறையப்படங்கள் உள்ளூர் டி.வி.களில் பார்க்க முடிகிறது.

தியேட்டரில் சென்று பார்த்த படங்கள், வசந்தபாலனின் 'காவியத்தலைவன்' இன்னும் சிறப்பாகச் செய்திருக்கலாம். மிஷ்கினின் பிசாசு பிடிக்கவில்லை. ப்ளாக் காமெடிப் படங்களான சூது கவ்வும், மூடர் கூடம், ஜிகர்தண்டா போன்றவை பிடித் திருந்தது. சமீபம் என்றில்லை, மூன்று நான்கு வருடங்களுக்கு முன் வந்த மௌன குரு குறிப்பாக இன்ஸ்பெகடர் பழனியம்மாள் கேரக்டர் மிகவும் பிடித்திருந்தது.

பாடலென்றால் 'ஒரு பாதிக் கதவு நீயடி மறு பாதிக் கதவு நானடி தாண்டவம் படத்தில்.

23. சுடலை மாடன் குறித்து ஒரு instant கவிதை...?

'நடக்கவே சீத்துவம்
இல்லாதவன் போலிருப்பான்
சந்நதம் வந்து ஆடுகிறான்
சுடலைக்கு முன்னால்
இவனுக்குள்ள
இம்புட்டு பலமாய்யா
புடிக்கவே முடியலையே
வியப்பவர்கள் மத்தியில்
சலிப்புடன் சொல்கிறாள்
மனதுக்குள் அவன் மனைவி
இந்தச் சாமி
அந்தச் சமயத்தில
வந்து தொலைக்காதா'

25
மனதின் சிறகுகளும் கனவின் திசைகளும்

(மலேசிய இலக்கிய நண்பர்களிடையே நடை பெற்ற உரை யாடலுக்கு முன்னோட்டமாகப் பேசிய உரை)

நினைவின் விருந்தாளியாக ஒரு கவிதை பிரவேசிக்கும் போது நம்முடைய உலகமே மாறிப் போகிறது. இதை நான் நினைத்துக் கொள்ளாத நாளுமில்லை சொல்லாத மேடையுமில்லை, அவ்வளவு பிடித்தமான ஒரு வாசகம், திரு வாசகம்.

எல்லோரும் ஏற்றுக் கொண்டிருப்பது போல், படைப்பாளியும் வாசகனும் விமர்சகனும் எல்லோரும் ஏற்றுக் கொண்டிருப்பது போல், கவிதையை வரையறை செய்ய முடியாது என்பதிலிருந்து துவங்கலாம் என்று நினைக்கிறேன்.

அன்றன்று புதுமையடி குன்றனைய தமிழ்ச்சுவை என்றான் பாவேந்தன். ஈராயிரமாண்டு கடந்து இன்று உலகத்தரத்துக்கு இணையாகத் தமிழில் கவிதைகள் எழுதப்படுகின்றன. தமிழ், புதுப்புது அமைப்பில், திசையில் பல சமூகத்தளத்தினரின் பலரின் குரலிலும் இலக்கியம் படைத்து வருகிறது. இதில் ஒடுக்கப் பட்டவர்களின் குரல் தற்போது ஒரு அறை கூவலாக, சனாதன வாதிகளை, சமூக அநீதிக்கு எதிரானவர்களை வெட்கமுறச் செய்து வருகிறது. ஆதிக்கவாதிகளின் சதிகளுக்கு எதிராக மேட்டிமை மனத்தினரின் (Elitist) சமரசம் செய்து கொள்ளும் போலிச் சார்புகளுக்கு எதிராகப் பல கலகக்குரல் தமிழ்க் கவிதையில்

ஒலித்து வருகிறது. பல அவலங்கள் பதிவாகின்றன. பல மையங்களும் உடைகின்றன. பல பீடாதிபதிகள் காணாமல்ப் போய்க் கொண்டிருக்கிறார்கள்.

இயற்கை விளைவுகளாலும், செயற்கை மாறுதல்களாலும் இந்த உலகம், ஒவ்வொரு கணமும் புதிதாய்ப் பிறப்பெடுத்துக் கொண்டே இருக்கிறது. இயற்கையோ எப்போதும் தன் சம நிலையுடன்தான் இருக்கிறது. விஞ்ஞானமும் அறிவுலகமும் இயற்கையைப் பகுத்து உணர்ந்து (explore) அதை ஒரு நியதிக்குள், ஒரு மாதிரிக்குள், some what mathematical model உட்படுத்த முயல்கிறது,. ஆனால் நிகழ்வுகள் எந்த மாதிரியையும் புறந்தள்ளி, சிதைத்து புது மாதிரியாக உரு வெடுக்கிறது. இந்தத் தொடர்ந்த சிதைவு மூலம் அந்தச் செதுக்கல் மூலம், புது அவதாரம் எடுக்கிறது சமூகம். கூடவே சமூகத்துடன் மக்களை இணைக்கிற மொழியும் புது உருவமெடுக்கிறது.

இதைத்தான் மூாக் ப்ரேவர் சொல்லுகிறார் போலும். "மொழியை மக்கள் உருமாற்றம் செய்கிறார்கள், அறிவுலகவாதிகள் அதை ஒழுங்கு படுத்துகிறார்கள்,' என்று. மொழி நம் வாழ்வில் முக்கிய பங்கு வகிக்கிறது.நாம் சிந்திப்பதே மொழி வழியாகத்தான் சிந்திக்கிறோம். சட்டகங்களோ ஒழுங்கு அமைவோ (யூனிட்டி) இல்லாத கனவில்க் கூட நம் தாய் மொழியும், தெரிந்த மொழியும் ஒரு தர்க்கமாகச் செயல்படுவதை நாம் உணரலாம். ஒரு கனவு, வட இந்திய ரயில் நிலையம் ஒன்றில் செருப்பு தொலைந்து போகிறது, அந்த ரயில் நிலையத்தின் பெயரைவாசிக்க முடிகிறது, ஆனால் யாரிடமும் பேச முடியவில்லை. நன்றாக நினைவு இருக்கிற சில கனவுகளில், இந்தக் கனவுமொன்று. இந்த முரண், அதாவது எழுத்தை வாசிக்க முடிகிறது,ஆனால் பேச முடியவில்லை என்பது எனக்கு இந்தியை வாசிக்க முடியும் என்ற தர்க்கத்தின் மேல் அமைந்திருந்தது. அப்படிக் கனவில் கூட மொழி பாதிப்புச் செலுத்துகிறது. மொழி ஒரு பண்பாட்டு வளர்ச்சி என்பார்கள். இங்கே ஒரு கேள்வி எழுகிறது, மொழிக்கு முந்திய நிகழ்வுகளை எப்படி மொழியால் சொல்லமுடியும், இது இருக்கட்டும்

ஒரு சிந்தனைத் தொடர்ச்சி திடீரென்று அறுந்து போனால், அந்தச் சிந்தனை, நனவிலி மனதிற்குள் ஒளிந்து கொண்டு விடுகிறது. அது சமயத்தில் கனவாக வெளிப்படுவதை நான் உணர்ந் திருக்கிறேன். கவிதை ஆக்கத்திலும், இப்படி நனவிலி மனதிலிருந்து படிமங்கள் கிளம்பி வரும். அதனாலேயே சில கவிதைகள் புரியாத தன்மை கொண்டிருக்கின்றன. அல்லது ஒரு அனுபவத்தை புரியாத தன்மையுடன் விளக்குகின்றன. ஒரு கவிதை

ஆஸ்பத்திரியில்

ஆஸ்பத்திரியில்
வெண் தொட்டிலில்
சுற்றுகிறது
இறந்து கொண்டிருக்கிற குழந்தையின் மூச்சொலி
பார்க்க பயமாக இருக்கிறது
சுவரில் தெரியும் பல்லி
சீக்கிரம் கவ்விக் கொண்டு போய் விடாதா
என் இதயத்தில் சுற்றும்
குருட்டு ஈயை

- தேவதச்சன்

என்னுடைய கவிதை ஒன்றின் வரிகள் இப்படி முடியும்

'அவனின் பசித்த கண்கள்
என் ஓடு திறந்த
மூளைக்குள்
பல்லியென விழும்"

சிந்தனை மட்டுமில்லை, அனுபவங்களும், காட்சிகளும் நிறங்களும் வலிகளும்கூட மொழி வழியாகத்தான் நம்மை அடைகிறது. அந்த மொழியோ விஞ்ஞானக் கண்டுபிடிப்புகள், சமூக நிகழ்வுகளால் கணந்தோறும் புதுப்புதுப் பெயற் சொற்களாலும் வினைச் சொற்களாலும் ஆக்கிரமிக்கப்பட்டு மாறுதலடைகிறது. அதனால் தான் கவிதையும் மாறுதலடைகிறது. இது ஆரோக்கியமான மாற்றம்.

மனித மனமும் இருப்பும், இயற்கை அல்லது செயற்கை நிகழ்வுகளால் ஏற்படும் அடையாளச் சிதைவுகளுடன் தன் சுயத்தைப் பொருத்திப் பார்க்க முடியாமல் முரண்பட்டு அந்நியப் பட்டு சமூகத்திலிருந்து விலகினாற்போல் நிற்கிறது. புதிய கவிஞன் நரன்எழுதிய ஒரு கவிதையைப் பாருங்கள்,

சிறிய தோட்டா

கடைசி மாவில் ஒரு குட்டி தோசை
குழந்தைக்கென
தைத்து மிஞ்சிய சிறு துணியில் குட்டி கீழாடை அவளுக்கு
உள்நாட்டுப் போரின் போது
அரசின் ஆயுதத் தொழிற்சாலகளில்
மிஞ்சிய கடைசி உலோகத்தை வீணாக்காமல் ஒரு சிறிய தோட்டா
குழந்தையின் உடலுக்கென

• • •

நிறை மஞ்சள்கோதுமை

வாழ்க்கையைப் பின்னோக்கிப் பார்க்கச் சொல்லி
உபதேசிக்கிறீரா
உபதேசியாரே....
போத்தல் ஒயினை திராட்சைக் கொடிகளாக
வட்ட வட்ட சப்பாத்திகளை நிறை மஞ்சள்கோதுமை
வயல்களாக
இவ் விகாரக் குழந்தையை நேற்று அணுக்கழிவாகக் கூடத்தான்
கண்டேன்

இனிப்புப் பாலைத்தான் இன்று தயிராய் அருந்தினீர்.
புளிப்பு மனிதரே
போபாலில் ஓராயிரம் மண்டை ஓட்டை அடுக்கி வைத்தீரே
விரைந்து ஓடும்.. தென் கோடிக் கடற்கரைக்கு சாக்குப்
பையோடு

எங்கே? பின் நோக்கி உம் பிருஷ்டத்தைப் பாரும்
கண்ணாடி காட்டாமல்
நரன்

இது புது விதமான அந்நியம்,புது விதமான கோபம்.எனவே நவீன கவிதையின் மொழியும் கொந்தளிப்பின் மொழியாகவே இருக்கிறது.

26

நகர்வதறியாமல் நகரும் கவிதைகள்

கணங்கள்.

வாழ்வின் கணங்கள்.

வாழ்க்கையின் கணங்கள்.

வாழ்தல், 'தான்' சம்பந்தப்பட்டது. வாழ்க்கை சமூகம் சம்பந்தப் பட்டது. கணங்களோ தானும், தான் சார்ந்த சமூகமும் சம்பந்தப் பட்டு, நிகழ்வுகளால் அலகிடப்படுகிறது. பிரமிப்பு, பயம் மகிழ்ச்சி, துயரம், நேயம், முரண்முகனை என்று நிகழ்வுகள் யாரின் வாழ்வையும் உதாரண வாழ்வாக்கி விட முடியாதபடி, ஒரு 'மாதிரி' (Model Life) வாழ்வாக்கி விட முடியாதபடி, வானின் திசை தீர்மானிக்க முடியாத ரேகைத் தீற்றல் போல், சுதந்திர மின்னல் போலிருக்கிறது. நிகழ்வுகள் சார்ந்தே மனதின் பதிவுகள் உருப்பெருகின்றன. மொழி வழியே சித்திரமாய், படிமமாய் தெளிவாயும் தெளிவின்றியும், தொடர்புடனும், தொடர்பின்றியும், தனியேயும் குழுமமாயும் மனதில் மூளையின் மூன்று அடுக்குகளிலும் அவை பதிந்து கிடக்கிறது. மூன்று காலத்தையும் அது நிகழ் காலத்தில், பேனா முனையில் படைப்பாகும் போது, ஒன்றிணைக்கிறது. இந்த ஒன்றிணைப்பு தூலமாயும் அரூபமாயும் இருக்கலாம். படைப்பாளியைப் பொறுத்து தூலமாயும், புரிந்து கொள்கிற வாசகனுக்கு அரூபமாயும் இருக்க வாய்ப்புகள் அதிகம்.

படைப்பாக்கத்தின் ஒரு ஆகச்சிறிய கணத்தில் அனுபவம் தன்னைத் தானே புனைந்து கொள்ளும், கவிதையில். அது கவிதையின் ஒரு வரியாய் இருக்கலாம், ஒரு பொறியாய் இருக்கலாம், அல்லது முழுக் கவிதையாயும் இருக்கலாம். கனவுக்குச் சட்டகங்கள் (frame of reference) இல்லாதது போல கவிதையும் சட்டக வரையறைக்கு உட்படாதது. அது ஒரு கணத்தில் இருந்து மூன்று காலங்களுக்கும், ஒரு தளத்தில் இருந்து வெளியின் எந்தத் திக்கிற்கும் பயணிக்கும், அழைத்துச் செல்லும். அப்படி அழைத்துப் போகிற கவிதைகளாக தாரா கணேசனின் கவிதைகள் அமைந்துள்ளன.

ஒரு கதவு தாழிடப் பட்டிருக்கிறது. புராதனமான கதவு. எனவே இறந்த காலத்தின் குறியீடு எனக் கொள்ளலாம். எதுவும் அதற்குப் பின் இல்லை; இருக்காது என்று தோன்றினாலும் ஆர்வம் என்பது (curiosity) வேறு.

சாவியும் சிறு தேடலுக்குப் பின் கிடைக்கிறது. அதுவும் இன்றைய சூரியோதயத்தில். நிதானமற்றுத் திறந்து அந்தப்புரம் நுழைவது ஒரு ரோமானியப் பேரரசி. அவளும் அரூபமாகக் கரைந்து போகிறாள். ஓடிக் கொண்டே இருக்கிற நைல் நதியில் கலந்து கடலில் அமிழ்ந்து. இப்படிக் காலங்கள் மருங்கிப் போய் ஒரு கணத்தின் பொறி, மொழியின் விசையோடு புனைவின் சக்தியாக மாறுவதை தாரா கணேசனின் ‘விவரம் தெரிந்தநாள் முதலாய்.....’ என்று தொடங்கும் கவிதையில் காண முடிகிறது. அந்தக் கவிதை:

விவரம் தெரிந்த நாள் முதலாய்
தாழிடப்பட்டு வைத்திருந்த
இந்தப் புராதனக் கதவுக்குப் பின்னால்
ஒன்றுமே இல்லையென முடிவாகிப்போன பின்
தேடிக் களைத்த கைகளின் துழாவலில்
தலையணைக்குக் கீழிருந்தே
அகப்பட்ட தங்கச்சாவி
திறவுகோலானது
இன்றைய சூரியோதயப் பொழுதில்.
அதன் மர்ம முடிச்சு அவிழ்க்க
திரண்ட திகைப்பின் பதற்றக் கணத்தில்
நேரமிருக்கவில்லை சற்றும் நிதானிக்க
தேவையுமிருக்கவில்லை
எவ்வித அவகாசமோ பிரயாசையோ.
அத்தாழ்த் திறப்பிற்கான
காத்திருப்பு விலங்குகளை

உதாசீனித்துப் பிளந்தெறிந்து
கீற்றாய்த் திறந்த வேறோர் உலகின்
இடைவெளிக்குள் நுழைகிறேன்
ஒரு ரோமானியப் பேரரசியாக.
யுகம் பல கடந்து வரவேற்கும்
பிரவாக நைல் நதி வழியே
காலச் சமுத்திரத்தில்
என் ஸ்தூலம் கரைய.

காலப் பிரக்ஞையைத் தாண்டியது கவிதை. அதே போல இருப்புக்கும் கனவுக்கும் யதார்த்தத்துக்கும் புனைவுக்கும் இடையே நினைவுப் புகை போல் புகுந்து புறப்படக் கூடியதும் கவிதை. தாரா கணேசனின்,

சுயநினைவின்
சாவித்துவாரம்
வழியே இருப்புக்கும் கனவுக்கும்
இடையூடிப்பார்க்க
அடை மழை அந்தப்பக்கம்
இரவதிரப் பொழியும்
உற்சவத்தாரையில் கூத்தாடுவதா
உயிர்பொசுக்கும்
தாகப்பாலையில் எரிவதா?
குழம்பிக் கூச்சலிட்ட
தயக்கத்தின் தாம்புக்கயிறு
சுருக்கிட்டுக் கெல்லியிழுக்க
விழிகள் பிதுங்கும்
மரணத்தின் அந்தகாரப் பிடிக்குள்
உயிர் துவள
தொடரும் அகாலப் பெருமழையில்
எங்கிருந்தோ வந்து
என்னோடு மழைநடனமிடும்
உந்தித்தள்ளிக் கயிறறுத்த காற்று.

என்ற கவிதையில் இதை நன்கு உணர முடிகிறது.

படிகளில்லாத ஏணியைப் பிடித்துக் கொண்டு சொற்சார்பு வழியே மாய உயரங்களுக்கு அழைத்துச் செல்லும் பல கவிதைகள் உள்ளன. யதார்த்தமான வரிகளுடன் உள்ள கவிதைகளும் பல உள்ளன. ஆனால் அவற்றின் அர்த்த தளம் பல பரிமாணங்கள் கொண்டவையாக உள்ளதே இவரின் தனிச் சிறப்பு

புத்தரையும் மல்லிகையையும்
ஒரு சேரப் பார்க்கிறேன்

உன் புத்தக அலமாரியில்.
இந்தப் பிணைப்பில்
மல்லிகைக்குக் கிடைக்கிறது
ஞானம்
புத்தனுக்குக்கிடைக்கிறது
வாசம்
அதிசயித்துப் பார்த்தபடியிருக்கும்
எனக்கும் கூட
ஏதோவொன்று

என்ற கவிதை இதற்கு ஒரு உதாரணம்.

கவிஞரின் தினசரிப் பயணத்தில் எதிர்ப்படுகிற கடல் (வீதி) பல கவிதைகளில் ஒருவித நகரும் / சுழலும் (passing image) படிமமாய் வந்து கொண்டே இருக்கிறது. கடற்கரை ஓரச் சாலையில் நடையும் ஓட்டமும் ஊர்திப் பயணமுமாய் நாம் சென்றாலும் கடலலை மேல் நீந்துகிறது மனது. இது ஒரு பொதுப்புத்தி சார்ந்த அனுபவம் தான் .ஆனால் ஒரு சக இருதயத்தை சதா தேடுகிற படைப்பு மனம்கொண்ட சிநேகிதியின் வரிகள் வேறு விதமாய் இருக்கிறது.

ஒளிரும் சொற்கள்
ஒன்றிரண்டு சிந்து
இது இருட் பொழுது
சிக்கலான....து
இந்த மௌனம்.

என்று தொடரும் கவிதையின் உச்சக் கட்ட கணம் (கவிஞனின் வாழ்தல் கணம் X நிகழ்வின் வாழ்க்கை கணம்) கழைக் கூத்தாடியின் குழந்தை கழையின் உச்சியில் வித்தை காட்டும் கணத்துடன் சங்கமிக்கிறது. அனுபவித்துப் படித்த கவிதைகளில் இதுவுமொன்று.

நான் X நீ என்ற இருமை(பைனரி) படைப்பின் ஒருவகை அடிப்படை. கதை சொல்லியும், கவிஞனும் தங்களை இரண்டாகப் பாவித்து நான் நீயாக மாற்றி நிகழ்த்தும் உரையாடலில் பல விஷயங்கள் கதையாக, கவிதையாக உருப்பெறும். 'நீ' யை வாசகன் தானாக உருவகித்து தன் அனுபவத்தைப் பங்கீடு செய்யும் போது கவிதானுபவம் முழுமை பெறும்.

திரும்பியும் பார்க்காமல்
பின்னே விலகிப் போனபடியிருக்கிறது
பால்யம்
போன சுவடு தெரியாமல்.

> அதிர்ந்து திடுக்கிட்டு
> துரத்தியோடுகிறேன்
> வாஞ்சையாய்
> பிடியில் சிக்காது
> அலட்சியத் துரிதத்தில்
> விரையும் அதன் பின்
> கூச்சமற்றுக் கூவியழைத்து பதறியோட,
> அதிகரிக்கும் தூரங்கள்.
> ஸ்திரமாகும் இடைவெளியில்
> பிரம்மாண்ட நிழலுருவாய்
> யயாதி அணைக்கிறான்
> ப்ரியமாய் கரம் நீட்டி.

என்று அற்புதமான தொன்ம நினைவெழுப்பும் கவிதையில், கவிஞர் தன் பால்ய காலம் பிரிந்தோடுவதைத் துரத்திப் போய் யயாதின் கையில் அணைகிறார். யயாதி என்பதே அற்புதமான கதையாடல். அதனைப் பல பரிமாணங்களில் பலரும் கையாண்டுள்ளனர். தாராகணேசன் சற்று விருப்பத்துடன் சந்திப்பது போலிருக்கிறது அல்லது அவனது நுழைவு விரும்பப் படுவது போல் இருக்கிறது. இது இன்றைய பெண்ணிய நோக்கில் விவாதிக்கப்பட வேண்டிய கருத்தாக இருக்கிறது.

தன்னையே இரண்டாக உணரும் கவித்தொனியில் இன்னொரு நல்ல கவிதை "யதார்த்த வீதியின் போக்குவரத்து நெரிசலில்" காணாமல் போய் பொம்மலாட்டக்காரனின் கையில் அவனது நூலசைவுக்குக் கீழ்ப்படியும் தன்னையே அழைத்துப் போக, கவிதை சொல்லியாக வந்து காத்திருத்தலையே தவமாக நினைக்கிறார். தொகுப்பின் சிறந்த கவிதைகளில் இதுவுமொன்று.

பல கவிதைகளின் பல வரிகள் சர சரவெனப் பற்றுகிறது வாசிக்கும் போதே.

> "இறங்கி வந்த சூரியன்
> முத்தமிட்டு உறிஞ்சிய மார்பகத்தில்
> ஆகாயம்"

> "நகர்வதறியாமல் நகர்ந்த கால விள்ளல்"

> "என்றைக்குத் தந்திருக்கிறேன் உனக்கு
> ஒரு கோப்பை அதிகாலைத் தேநீர்
> ஆனால் விதவிதமாய் வாங்குவேன்
> பீங்கான் கோப்பைகள்"......

என்பன போன்றவை சிறந்த உதாரணங்கள். ஆனால் மேற் சொன்னவைகளில் கடைசிக் கவிதை, வாசகனை கவிஞனின் பிரத்யேக உலகிற்குள் அழைத்து வரும்படி இல்லாமல் சற்றுப் பொதுமைப் படுத்தப்பட்டு வாசகன் தன் ப்ரத்யேக உலகை உணரும்படி, அனுபவிக்கும்படி இருக்கலாம். அப்போது கவிதைக்கு வேறு பரிமாணங்கள் கிடைக்கும். இதெல்லாம் சிறு சிறு விலகல்கள் (aberration) தான். இவை கவிஞரின் கவித்துவ, கவிதையியல் வியக்தி நோக்கிய பயணத்தில் பெரிய தடைகளை உண்டாக்கப் போவதில்லை. கறாரான விமர்சனங்களுக்கு இடம் தராத தாரா கணேசனின் இந்தத் தொகுப்பு ‘ஒளிரும் நீரூற்று’ பலரின் கவனத்தைப் பெறும் என்பது உறுதி.

27

கி.ரா. ஒவ்வொருவரின் பொறாமை

ஒரு நாள் சாயங்காலம் அலுவலகத்திலிருந்து வீடு திரும்பிக் கொண்டிருந்தேன். மழை மேக மூட்டமாக இருந்தது. ரோடும் ஜனங்களும் பரபரப்பாக இயங்கிக் கொண்டிருந்தார்கள். அனேகமாக எல்லார் நடையிலும் வீடு திரும்பும் ஒரு அவசரத்தை என் போலவே உணரமுடிந்தது. "அந்திமழை அழுதாலும் விடாது"ங்கிறது சொலவடை. பொட்பொட்டென்று விழுந்த தூறல் வலுத்துவிட்டது. ஜனங்கள் அங்கங்கே கடைகளுக்கு முன்னால் உள்ள சாய்ப்பு களிலும், கிடைத்த இடங்களிலும் ஓடி ஒதுங்கினார்கள். நானும் ஒரு கடைக்கு முன்னால் ஒதுங்கினேன். என் பக்கத்தில் ஒரு செருப்புத் தைக்கும் தொழிலாளி, அவன் உடைமைகள் மழையில் நனையாமல் ஒரு சரிகைப் பேப்பரில் போத்தி வைத்துவிட்டு ஓடியே வந்து நின்றான். மழை நேரத்தில் இப்படி ஒதுங்கிறவர்கள் பெரும்பாலும் ஒரு 'ஆழ்ந்த யோசனை' போன்ற முகபாவத்துடன் பேசாது நிற்பார்கள். யோசிப்பதைத் தவிர வேறு என்ன செய்ய முடியும் என்பதனால் இருக்குமோ?

அந்த 'தொழிலாளி' சொன்னான், "பாத்தியளா சார், கருமத்துக்கு பயப்படாதவங்க தர்மத்துக்கு பயப்படுறத" அப்படின்னு. எனக்கு முதலில் முழுதும் புரியவில்லை. அவனே தொடர்ந்தான். யார் செஞ்ச தருமமோ மழை பெய்யுது. நம்ம ஜனங்க வெயில்ல காஞ்சாலும் காய்வாங்களே தவிர மழையில நனையமாட்டாங்க. எவ்வளவு பெரிய விஷயம், என்ன சாதாரண பாஷை.

யார் செஞ்ச தருமமோ. கி.ரா. மாதிரி ஆட்கள் எழுத வந்ததுன்னு சொல்ல வந்த எனக்கு இவ்வளவு பீடிகையும்

வார்த்தைகளும் தேவைப்படுது. ஆனா ஒரு சின்ன சொலவடை என்னத்தையெல்லாம் சொல்லிருது. இப்படித்தான் அருமையான கதைசொல்லிகள் பாமரனாக நம்மிடையே பரந்து கிடக்கிறார்கள். இவர்கள் பாஷையை அரங்கேற்றினால் அதுவே ஒரு மொழிக்கு ஒரு எழுத்தாளன் செய்கிற மகத்தான சேவை. இதைச் செய்ததில் எல்லோருக்கும் முன்னோடி கி.ரா மாமா தான். பூமணி சொல்கிற மாதிரி முன்னத்தி ஏர் பிடிச்சது கி.ரா மாமாதான். முதலில் வண்ணதாசன் என்கிற பூவுக்குத்தான் அவர் மாமா. அவரோட சேர்ந்த திருநீத்துப்பச்சைதான் நான், அதானால் எனக்கும் அவர் மாமாவாகிவிட்டார். மாமா எனது ஒரு கவிதையையோ காய்தத்தையோ பாடித்துவிட்டு ஒரு தரம் எழுதியிருந்தார்கள் “எனக்கு ராஜ்யமும் இல்லை மகளும் இல்லை இருந்திருந்தா, இந்தா, பிடிவே மகளையும் பாதி ராஜ்யத்தையும்ன்னு கொடுத்திருவேன், என்னம்மா எழுதியிருக்க,” என்று. எவ்வளவு உற்சாகமூட்டும் வார்த்தைகள். என்ன இயல்பான மொழி.

அவர்களை முதன்முதலில் நெல்லை ஜங்ஷனிலிருந்து டவுனுக்கு வரும் பஸ்ஸில்தான் பார்த்தேன். என் அப்பாவிடம் இருப்பதைப் போல் உறுதியான ஒரு தோல்ப்பை. அந்தக் காலத்தில் அது இல்லாமல் கி.ரா.வைப் பார்க்க முடியாது. கர்ணகுண்டலம் மாதிரி. வண்ணநிலவன் தான் முதலில் அவரை அறிமுகப் படுத்தினார். இரண்டு பேரும் தி.க.சி.வீடான அன்பகத்திற்கு வந்து கொண்டிருந்தார்கள். அப்போது கசடதபறவில் அவருடைய கதை ஒன்னு வந்திருந்தது. கனவையே ஒரு கதை மாதிரி எழுதியிருப்பார். அதைக் குறித்துச் சொன்னேன். அதை நீ படிச்சியா என்பது தான் அவருடனான எனது முதல் உரையாடல். ஆமா ரொம்ப நல்லாயிருந்தது என்றேன். இது மாதிரி யாரும் எழுதியிருக்காங்களா கனவை ஒரு கதையா என்றார். கொஞ்சம் நிறையத் தெரிஞ்சவன் மாதிரி, இது ஒன்னும் புதிதில்லைங்கிற தொனியில ஏதோ பதில் சொன்ன ஞாபகம். அன்று நடு ராத்திரி வரை வண்ணதாசன் வீட்டில் பேசிக் கொண்டிருந்தார். அடுக்கடுக்கா கதை அவ்வளவும் ஜனங்களின் கதைகள். சொல்லிக்கிட்டே இருந்தார். அம்மாடியோவ் இந்த மனுஷங்கிட்டயா அகராதித் தனமா பதில் சொன்னோம்னு ஒரே குறுகுறுப்பு. வெட்கம் பிடுங்கித் தின்றது. இப்ப நினச்சாக்கூட அப்ப இருந்த மன நிலைமை உடல் பூரா ஓடி நளுக்குது.

அதற்குப் பின்னால் அவர் அன்பகத்துக்கு வரும் போதெல்லாம் கல்யாணி அண்ணன் சொல்லி விட்ருவாரு. ஓடியே போய் பேசிக் கொண்டிருப்போம். இன்னதான்னு இல்லை விளாத்திகுளம்

சாமிகள் பத்தி, காருகுறிச்சி அருணாசலம் பத்தி, கு.அழகிரிசாமி பத்தின்னு ஒரே பேச்சாயிருக்கும். நானும் எனக்குத் தெரிஞ்சதைச் சொல்லி அவரைத் தொடர்ந்து பேச வைத்துக் கொண்டிருப்பேன். வண்ணதாசனும்,'பய பேசட்டும்' என்கிற மாதிரி அமைதியாய் இருப்பார்.

வடக்கு முகமாக ஓடற நதியெல்லாம் புண்ணிய நதின்னு பாரதத்திலே சொல்லிருக்கு என்று ஒரு வார்த்தை சொன்னாப் போதும். (அப்ப நான் மகாபாரதம் கும்பகோணம் பதிப்பு இருபது வால்யூம் இருக்கும், படித்துக்கொண்டிருந்தேன்) மகாபாரதத்தில் இல்லாத கதைகள், குட்டிக் கதைகள் ஜனங்க மத்தியில நிறைய இருக்குப்பா, அதெல்லாம் கேள்விப்பட்டிருக்கியான்னு ஆரம்பிப்பார். ஒரு வண்டிக் கதை சொல்லுவார். நிலத்தடி நீர் எப்பவுமே வடக்குப் பாத்துத்தான் ஓடுதும்பாங்க, நீ கேட்டிருக்கியா. அதுக்கு ஒரு விவசாயி விளக்கினதைச் சொல்லுவார். கிணற்றில் தெக்கு ஓரமா ஒரு தும்பு (வைக்கோல் மாதிரி லேசான பொருட்கள் போட்டோம்னா அது கொஞ்சம் கொஞ்சமா நகர்ந்து வடக்கு ஓரமா தேங்கிக் கிடக்கிறதை அந்த விவசாயி காண்பித்து விளக்கிக் காட்டினதைச் சொல்லுவார்.

என்னிடம் ஒளிவு மறைவு இல்லாமல். பேசுவார். வண்ணதாசன் வேறு ஏதாவது வேலையாக (சாப்பாடு ஏற்பாடுகள் மாதிரி) கீழே போனா இப்படிக் கேட்பார். நீ இந்தக் கெட்ட வார்த்தைப் படம்ங்காங்களே (Blue film) அத பாத்திருக்கியா. நான் அந்தச் சவங்களப் பாத்ததில்லயேம்பார். அப்பல்லாம் பலான திருட்டு வி.சி.டிக்கள் வராத காலம். 16 மி.மீபடங்கள்ள ஒன்னே ஒன்னு பாத்திருந்தேன். அதப் பத்திச் சொன்னேன். அது ஒன்னும் சுவாரசியமாயில்லையே. ஒரு வேளை பாத்தா நல்லாருக்குமோ என்னமோ என்றார்.

முதல்தடவையா நான், வண்ணதாசன், வண்ணநிலவன், பா.ஜெயப்பிரகாசமெல்லோரும் இடைசெவலுக்குப் போனோம். கணவதி அத்தை வாசலில் ஒரு பெரிய உரலில் பருத்திக்கொட்டை அரைச்சிக்கிட்டிருந்தாங்க. வேர்வை நெற்றிப்பொட்டை உருக்கி கன்னம் கழுத்து வரை செகப்பா வழிய விட்டிருந்தது. (ஏயப்பா அத்தையம்மா இவ்வளவு அழகா இருப்பாங்களான்னு ஒரு யோசனை ஓடுச்சு) மாமா அப்பதான் கோபல்ல கிராமத்தின் முதல் அத்தியாயங்களை எழுதிக் கொண்டிருந்தார்கள். சில வீடுகள்ல மனைவிமார் தங்கள் கணவரின் நண்பர்களையோ அவரைத் தேடி வருபவர்களையோ அவரைப் போலவே ஏத்துக்க மாட்டாங்க. ஆனால் கணவதி அத்தை அப்படியில்லை. மாமா எப்படிப்

பிரியம் காட்டுதாகளோ அப்படியே தான் அவரும் எல்லாரிடமும். அவுக கதை பரிமாறினா, இவங்க சாப்பாடு.

சாப்பாடு ஏற்கனவே செய்து முடித்து வைத்திருந்தார்கள். நாங்கள் போனதும் வரவேற்று கைகால் கழுவிவிட்டு அடுப்படிக்குச் சென்று அப்பளம் வத்தல் போன்ற அயிட்டங்களை கடைசி டச்அப் செய்யப் போனார்கள். நான் சாப்பாட்டைப் பற்றி பெரிசா நினைக்கலை. ஆனா சமையல் அவ்வளவு பிரமாதமாய் இருந்தது. திருநெல்வேலி சமையல் தீரவாசத்து தவசுப்பிள்ளை தோத்தான் போ அப்படின்னு எங்கம்மாட்ட வந்து சொன்னேன். சாயங்காலம் காப்பி கீப்பி கிடைக்குமா இல்லைன்னா, சவம் மண்டை குடையு மேன்னு நினச்சிக்கிட்டிருந்தேன். பிரமாதமான உளுந்த வடை. கொண்டா கொண்டான்னு வாய் கேட்டுத் தின்னது. இப்ப மாதிரியா அப்ப? வயிறு ஒத்துக்கிடுமோன்னு பயமெல்லாம் கிடையாது.

அதே மாதிரி ஓட்டப்பிடாரம் குருசாமி அண்ணாச்சி வீட்டுக்கு ஒரு தரம் போயிருந்தோம். நான் கல்யாணி அண்ணன், 'கசடதபற' மகாகணபதி எல்லோரும். அங்கயும், அப்படித்தான் வடை பாயாசத்தோட சாப்பாடு பிரமாதமாயிருந்தது. அன்னைக்குத்தான் மாமாட்ட என் இரண்டாவது கவிதைத் தொகுதிக்கு முன்னுரை கேட்டேன். மாமா எழுதின முதல் முன்னுரையே அது தான். அப்போது என்அப்பா இறந்திருந்த சமயம். கருமம் பண்றதுக்குப் போட்டிருந்த மொட்டைத்தலையில் முடி கூட நன்றாக முளைத் திருக்கவில்லை.வேலையும் கிடையாது. வீட்டின் தட்டுமுட்டுச் சாமான்கள் எல்லாம் விலையாகி பசி தீர்த்துக் கொண்டிருந்த நேரம். ரொம்பவும் மனசு முட்டிப் போய் மாமாவுக்கு ஒரு காய்தம் போட்டிருந்தேன். இரண்டு நாள் கழித்து ஒரு காய்தம் வந்தது. நாளை மறுநாள் ரெடியாயிரு. உன்னை தென்காசி டி.கே.சி. விழாவுக்கு கூட்டிட்டுப் போறேன்னு எழுதியிருந்தாங்க. அதே மாதிரி அவர் கூட முதல்த் தடவையா டி.கே.சி. விழாவுக்கு குற்றாலத்துக்குப் போய் மூன்று நாள் தீப நடராஜன் குடும்பத்தோடு பஞ்சவடியிலும் மத்தளம்பாறை பொதிகைத் திருஅடியிலும் தங்கி யிருந்தோம். மனசுக்கு இதமான அனுபவம். அது 1975ஆம் வருஷம். அன்றிலிருந்து 32 வருஷமா தொடர்ந்து டி.கே.சி. விழாவுக்கு போகிறேன். அன்னிக்குத் தெரியாது நான் குற்றாலத்தூருக்கே மருமகனாக வருவேன், டி.கே.சி. குடும்பம் இவ்வளவு நெருக்க மாகும் என்று. ஒருவேளை மாமாவுக்கு ஏதேனும் உள்ளுணர்வு தோன்றியிருக்குமோ என்னமோ.

கி.ரா.மாமா தவறுகளையோ அல்லது பழக்க வழக்கங்களில் பிசிறு ஏற்பட்டாலோ தவறாமல் சுட்டிக் காட்டிவிடுவார். ராத்திரிப்

பூரா ரொம்ப பல்லைக் கடிக்கப்பா, வயிற்றில் பூச்சி இருக்கு. கீரை நிறையச் சாப்பிடு என்பார். கடித எழுத்துக்கள் நுணுக்கி நுணுக்கி கிறுக்கலாய் இருந்தால் மறு தபாலில் எழுதிருவாக, கோழி கிண்டின மாதிரி எழுதக்கூடாது. அச்சுப் பிடிச்ச மாதிரி எழுதணும்னு, அதே மாதிரி ஒரே சோகமா, நொந்துபோய் கடிதம் எழுதிக்கிட்டிருக்காத என்பார். (அப்படின்னா நான் கடிதம் எழுத முடியாதுங்கிறது வேற விஷயம்)

அவர்தான் பேச்சுவழக்கில் கவிதை எழுதுன்னு முதல்ல சொன்னார். அதும்படிக்கு நான் எழுதிய ஒரு கவிதை 'குருஷேத்திரம்'. கணையாழியில் வந்தது. அவர் தான் கவிதையில் கதை மாதிரி எழுதிப்பார் என்று சொன்னதும், எட்டயபுரம் குறுங்காவியம் எழுதும்போது அவரின் ஆளுமை அதில் லேசாக வெளிப்பட்டது. என் கவிதைப் பயணத்தில் பல திருப்பங்களில் அவரது யோசனை கட்டாயம் weret இருக்கும்

கி.ரா.வைப்பற்றியும் எங்களுக்கேயான மாமாவைப் பற்றியும் எழுத எவ்வளவோ நினைவுகள் இருக்கின்றன. தஞ்சை பிரகாஷுடன் அவரைச் சந்தித்தது. அவர்கள் இரண்டுபேரும் 1973 வாக்கிலேயே மறைவாய்ச் சொன்ன கதைகள் பலவற்றை பகிர்ந்து பதிவு செய்து வைத்திருந்தது என்று பலசம்பவங்கள் இன்னும் இளமையாய் நினைவில் நிற்கிறது இந்த 85 வயது இளைஞர் போல. இன்று கி.ரா.பெரிய ஆலமரம். அவர் தோளில் இன்று ஆயிரம் கிளிகள், சிட்டுக்குருவிகள், மைனாக்கள். நாங்கள் சுதந்திரமாக அவர் வீட்டுக்குள் கூடு கட்டிய குருவிகள். அவரை எங்களுக்கே எங்களுக்கென்று வைத்திருந்ததை இன்று எல்லாரும் கொண்டாடுவது மிகமிக மகிழ்ச்சியாக இருந்தாலும் ஒரு பொறாமையும் இல்லாமல் இல்லை. ஒவ்வொருவருக்கும் அவர் அப்படி அவர்களுக்கேயான மனுஷன் தான். அவரவர், அவரவர் பொறாமையுடன் அவரை ஆராதித்துக் கொண்டிருக்கிறோம். அவரோ தமிழ் இலக்கியத்தில் நாட்டுப்புற இயலை யாரும் மறுக்க முடியாதபடி, யாரும் தவிர்த்து முடியாதபடி நிலை நிறுத்திய பெருமையுடன் என்றென்றும் எல்லோருக்குமாக வாழப் போகிறவர்.

பல்லாண்டு பல்லாண்டு பலகோடி நூறாயிரம் என்று பாடி வாழ்த்தும்

அன்பு மருமகன்
கலாப்ரியா
(கோபால்)

(கி.ரா 85வது வருடத்தில் எழுதியது. மாமாவுக்கு இப்போது 92.)

28
இறையன்பு நாவல்கள்- ஒரு ஒப்பீட்டு வாசிப்பு

என் நினைவுகள் சரியாக இருக்குமானால் திரு. இறையன்பு அவர்களை முதன் முதலில் சந்தித்தது 1997 ஆக இருக்கும். அப்போதுதான் அவர் ஐக்கிய நாடுகள் சபையில் தன் பணிகளை நிறைவு செய்துவிட்டு, தமிழ் நாடு அரசின் செய்தித் துறையின் செயலாளராகப் பணி ஒப்புக்கொள்ளும் நேரம். அவருக்கு ஒதுக்கப் பட்டிருந்த அரசு இல்லத்தில் அன்றுதான் பொருட்களை எல்லாம் இறக்கி வைத்துக் கொண்டிருந்தார்கள் அவரும் அவரது துணைவி யாரும். அது ஐ.ஏ.எஸ் அதிகாரிகளுக்காக காலம் காலமாக இருந்து வரும் குடி அமைப்பில் உள்ள ஒரு வீடு. பழமையான அமைப்பும் குறைவான வசதிகளும் கொண்டிருப்பதாக எனக்குப்பட்டது. ஆனால் அவர் அது குறித்து எந்த விசாரமும் கொண்டிருப்பதாகத் தோன்றவேயில்லை. வீட்டில் பல பொருட்கள் இன்னும் ஒழுங்கு படுத்தப் படாமல் இறக்கி வைத்தது போலவே கிடந்தன. இன்னும் பல பெட்டிகளும், பொதிகளும் திறக்கப்படாமல் தாழ்வாரத்திலும் வரவேற்பறையிலும் கிடந்தன. இவ்வளவு நெருக்கடிகளுக்கு இடையேயும் எந்தக் குறையுமில்லாமல், பதட்டமுமில்லாமல் வரவேற்றார்கள் அவரும், அவரது துணைவியாரும். என்னுடன் திரு பா.செயப்பிரகாசம் அவர்களும் வந்திருந்தார். நான் அவருடன் சென்றிருந்தேன் என்பதுதான் இன்னும் சரியாய் இருக்கும்.

இந்த நினைவு மீட்டல் இப்போது எதற்கு என்றால், அந்த சந்திப்புக்கு கொஞ்ச நாட்கள் கழிந்து அவருடைய 'ஆத்தங்கரை ஓரம்' நாவலை வாசித்துக் கொண்டிருந்த போது அதில் வருகிற

‘சுதீர்’ என்கிற அதிகாரியையும், ‘ராமனிருக்கும் இடம் அயோத்தியென’ எந்த ஆவலாதியும் இல்லாமல் கணவருடன் புறப்பட்டு விடுகிற அவரது மனைவி யூதிகாவையும் நெஞ்சில் நிறைத்துக் கொள்கிற போது தவிர்க்க இயலாமல் இந்த சந்திப்புச் சம்பவம் நினைவு வந்தது. ஒரு நிமிடம் புத்தகத்தை மூடிவைத்து விட்டு அசை போட்டுக் கொண்டிருந்தேன்.ஓரிரு நிமிடம்தான் அதற்குள் நாவல் என்னை தன் பக்கங்களுக்குள் மீட்டு அழைத்துக் கொண்டது. அதில் வருகிற அதிகாரி இவர்தானோ என்று ஒரு பொழுது தோன்றினாலும், கதை நிகழும் இடமும் சூழல் விவரணையும், பாத்திரங்களின் அந்த மண்ணிற்குப் பொருத்தமான பெயர்களும், அவர்களது பழக்க வழக்கங்களை நுணுக்கமாகச் சித்தரிக்கும் ஆசிரியரின் நடையும் அந்த நினைவை முற்றிலும் கரைத்து நம்மை ஒரு புது மண்ணில் பயிரிட்டு விடுகிறது. ‘நீர் நிலையில் விழுந்த அரச மரத்து இலை மெதுவாக கரையொதுங்குவது’ போல் இழையும் இறையன்புவின் நடை அதை ஒரு புனைவு என்பதாகவே நகர்த்திச் செல்லுகிறது.

ஆனால் அவர் போன்றோருக்கிருக்கிற, நாடும் அரசும் ‘இயங்கும் விதம்’ குறித்த தார்மீக வருத்தமும் ‘அது இயங்க வேண்டிய விதம்’ குறித்த மெய்யான ஆதங்கமும் வெளிப்படுகிற ஒரு பாத்திரப் படைப்பை தன்னிலிருந்து அவர் படைத்திருக்கிறார் என்று புலப் படாமலும் இல்லை. அரசு இயந்திரத்தின் அச்சாணியாகவோ அல்லது குறைந்த பட்சம் ஒரு திருகாணியாகவோ இருக்கிற அல்லது இருந்து ஓய்வுபெற்ற பலர் எழுதியிருக்கிற ‘கதைகளை’ நான் படித் திருக்கிறேன். அதில் அரட்டைக்கான ஒரு சுவாரஸ்யம் இருக்கும். பல ஆகிருதிகளின் அந்தரங்கம் தெரிந்து கொள்கிற ‘குறு குறுப்பு’ இருக்கும். (உதாரணம் பண்டித நேரு பற்றி எம்.ஓ.மத்தாய் எழுதிய Reminiscences of the Nehru Age, 1978 and My Days With Nehru, 1979, இதில் அவரே இது ஒரு அரட்டை சமாச்சாரம் என்று குறிப் பிட்டிருக்கிறார்)

‘ஆத்தங்கரை ஓரம்’ நாவல் இந்தத் தவறு எதையும் செய்யாத ஒரு அற்புதப் புனைவு. அதில் வருகிற, knit India movementன் தலைவர் ‘பாபா ஆம்தே’யும் ‘தேரி’ அணைக் கட்டுமானத்தை எதிர்த்துப் போராடிய சுந்தர்லால் பகுகுணா’வும்தான் உண்மையான பாத்திரங்கள். மற்றவர்களுக்கு எல்லாம் யாருடைய சாயலாவது மட்டுமே இருக்கும். நாவலில் வருகிற பாத்திரமான ராதா படங்கரின் உறுதிப்பாடும், போராட்ட முறையும் நர்மதா அணைக்கட்டிற்கு எதிராகத் தன் தீவிரப் போராட்டத்தை முன்னெடுத்து நடத்தி வரும் ‘மேதா பட்கர்’ அவர்களை நினைவுறுத்தும். பிரம்மாண்ட

தியாகங்கள் நிறைந்த ஒரு மாபெரும் நிகழ்வு ஒரு படைப்பாளியிடம் கிளர்த்தும் வலியை அவன் ஒரு 'சிந்தையிரங்கும்' மனிதனாக உணர்ந்து தன் படைப்பில் கொண்டு வரும்போது அது வெறும் தகவலறிக்கையாக (reportage) மட்டுமே நின்றுவிடக் கூடிய துரதிர்ஷடம் நிகழ்வதுண்டு. அல்லது ராஜராஜ சோழனிடம் நாவலாசிரியனே மந்திரியாக, தளபதியாக இருந்தது போன்ற கேலிப் புனைவும் நிகழும். அல்லது மகாத்மா காந்தி நம்முடைய கதாநாயகனின் மடியில் விழுந்து "ஹே ராம்" என்று சொல்லி உயிர் விடுவது போன்ற அபத்தங்களும் உண்டு.

இது போன்ற விபத்து எதுவும் நிகழாமல் இந்த நாவலை யாத்திருப்பதே இறையன்புவின் எழுத்து வன்மை. யதார்த்தமும் புனைவும் சரியான அளவில் இருக்கவேண்டும். தாமஸ் ஹார்டி சொல்லுவார், "ஒரு நாவல் அதன் கதா பாத்திரங்கள் முழுமை பெறும் அளவிற்கு நீளமாக இருந்தால்ப் போதும்", என்று. வளவளவென எழுதத் தேவையில்லை. ஒரு 'மேக்னம் ஓபஸ்' ஆகவே இருக்கட்டுமே. அது கண்டிப்பாக தலையணை அளவு தடிமனாக இருக்க வேண்டிய அவசியமில்லை. அந்த அளவில் பார்த்தால் இது ஒரு கச்சிதமான நாவல். நாவலில் வரும் சிமன், மிருதுளா என்ற படிப்பறிவில்லாத பெண்ணை மனதார விரும்புகிறான். ஆனால், அதிகாரிகளின் பித்தலாட்டமான உறுதிமொழிகளை நம்பி அவளும் அவள் கிராமத்தாரும் எங்கோ போய் விடுகிறார்கள். அது பற்றி தாலுகா அலுவலகத்தில் சென்று ஒரு குமாஸ்தாவிடம் விசாரிக்கிறான். பயனில்லை. இங்கே ஒரு 'யதார்த்த வாசகம்' ஒன்றைச் சொல்லுகிறார் இறையன்பு. அது ஒரு பொன் மொழி. குமாஸ்தாவிடம் பேசுவதுதான் சிரமம், அவர்களுடைய இலக்கே வேறாக இருக்கும்." அரசு அலுவலகங்களில் ஏழை பாழைகள் படும் அவலத்தை சொல்லாமல் சொல்லியிருக்கிறார், இந்த ஒரு வாசகத்தில்.

அந்த மிருதுளாவை அவன் அப்புறம் சந்திப்பதே இல்லை. அவளை நினைத்து உருகுவதே அந்த உறவை அற்புதமான காதலாக நிலை நிறுத்தி விடுகிறது. அந்த ஏமாற்றத்தின் பின்னணிக் காரணி அவனில் அவனது அறப்போருக்கான கூடுதல் வலிவைத் தருகிறது. அந்தப் பாத்திரத்தை மறுபடி சந்திக்க வைத்து இந்த வலிவை நீர்த்துப் போக வைக்காததை நான் மிகவும் மதித்தேன். இதுதான் ஹார்டி சொல்லுவதும். மக்களிடம் விழிப்புணர்வு ஏற்படுத்த வேண்டிய ஒரு சுற்றுச் சூழல் பிரச்சினையையும் அது சார்ந்த அரசியலையும் கோஷங்கள், முழக்கங்கள் மூலமாக உணர்த்துவதை விட புனைவுகள் மூலம் நன்கு பரவலாக்க முடியும்.

ராகுல சாங்கிருத்தியாயன், 'வால்காவிலிருந்து கங்கை வரை' நூலில் மனித குல வரலாற்றை புனைவுகளாகச் சித்தரித்திருப்பார்.மிக மிக அற்புதமான நூல். அது போல இந்த நாவல் ஒரு நாவலாகவும், சமுதாயப் பிரச்சினை பற்றிய விழிப்புணர்வு ஏற்படுத்தும் படைப்புப் பிரதியாகவும் முழு வெற்றி கண்டிருக்கிறது.

மஹாஸ்வேதா தேவி என்ற ஞான பீட விருது பெற்ற வங்க நாவலாசிரியை எழுதிய Aranyer Adhikar நாவல் ஆதி வாசிகள் ஏகாதிபத்தியத்திற்கெதிராகப் பொங்கிய போராட்டத்தின் ஆகச் சிறந்த பதிவு. அதற்கு இணையாக இதைச் சொல்ல முடியும். இறையன்புவின் வாசிப்பும், பயணங்களும் அனுபவங்களும் பல தரப்பட்டது. அவர், ஒன்றிலிருந்து ஒன்று மாறுபட்டு இருக்கும் விதத்தில் தன் படைப்புகள் அமையவேண்டும் என்று விரும்புபவர். அதுதான் ஒரு நல்ல கலைஞனுக்கு அடையாளம். கூறியன கூறல் இலக்கணக் குற்றம் என்பது கவிதைக்கு மட்டுமல்ல, எல்லா வற்றிற்கும் பொருந்தும் என்று நினைக்கிறேன். முதல் நாவலில் இருந்து முற்றிலும் வேறுபட்டது இரண்டாவது நாவல்.

வாஜ சிரவஸ் என்ற ரிஷி ஒரு யாகம் நடத்துகிறார். அதில் கிழட்டுப் பசுக்களை தானம் கொடுக்கிறார். அவரது மகன், "இது தவறில்லையா" என்று சுட்டிக் காட்டுகிறான். அவர் உன்னை எமனுக்கு தானம் கொடுத்துவிட்டேன் என்கிறார். சொல்லி விட்டு வருந்துகிறார். ஆனால் நசிகேதன் வருந்தாதீர்கள் என்று சொல்லி விட்டு எமனிடம் செல்கிறான். அவன் மாளிகையில் மூன்று நாட்கள் காத்திருப்பிற்குப் பிறகு எமன் அவனை வரவேற்கிறான். உன்னைக் காத்திருக்க வைத்ததற்கு மூன்று வரங்கள் தருகிறேன் கேள் என்கிறான். என் தந்தை கோபம் நீங்கி சமாதானம் அடையவேண்டுமென்று ஒரு வரம் கேட்க, தந்தேன் என்கிறான் எமன். பிணி மூப்பு சாக்காடு நீங்கி சொர்க்கத்திற்கு செல்லும் வழி கேட்கிறான். உபதேசிக்கப் படுகிறது. மூன்றாவதாக மரணத்திற்குப் பின்னால் மனிதனுக்கு என்ன நடக்கிறது தெரிந்துகொள்ள ஆசை என்கிறான்.அதைச் சொல்ல வெகுவாகத் தயங்கும் எமன் அது தேவ ரகசியம் என்றெல்லாம் சொல்லுகிறான். கடைசியில் நசிகேதனுக்கு அந்த ரகசியத்தைச் சொல்லுகிறான். அப்போதும் ரகசியமாகவே சொல்லப்படுகிறது. இந்தக் கதை வரும் கடோபநிஷத்தைக் கரைத்துக் குடித்தவர் களாலும் கூட விளங்கிக் கொள்ள முடியாத புதிராகவே இருக்கிறது. கேள்வி, கேள்வியாகவே இருக்கிறது, இன்னும். மிகச் சரியாகவே 'சாகாவரம்' நாவலின் கதாநாயகனுக்கு 'நசிகேதன்' என்று பெயர் வைத்திருக்கிறார், இறையன்பு. நாவலின் நாயகனான நசிகேதனை சாவு துரத்துகிறது.

எனக்கு அடிக்கடித் தோன்றுவதுண்டு, நம்முடைய சாவில் நமக்கு பயம் இல்லை, நாம் செத்த பிறகு யார் எப்படிப் போனால் என்ன, எது எப்படி நடந்தாலென்ன. ஆனால் நமக்குப் பிரிய மானவர்களின் சாவுதான் நம்மை அதிகம் துயரமும் பயமும் கொள்ளச் செய்கிறது. இறந்து போனவர்களை, இழந்து போனவைகளைக் கெட்டியாகப் பிடித்துக் கொண்டிருப்பதன் மூலம் நாம் நம்முடைய 'இருத்தலுக்கு' நியாயம் செய்வதில்லை. நசிகேதனைத் துரத்துவதும் அவனை நெருங்கியவர்களின் சாவுதான். அவன் முதலில் அவற்றால் பாதிக்கப்பட்டாலும் சாவை வெல்லும் வழி என்ன என்ற தேடலில் ஆழமாகக் ஈடுபட்டு விடுகிறான். ஒரு மனிதனை உயிர்ப்போடு வைத்திருப்பதே தேடல்தான். "குடை ராட்டினத்தின் குதிரை களொன்றில் அமர்ந்தவன் தனக்கு முந்தியதில் அமர்ந்திருப்பவனை எட்டிப் பிடிக்க ஓடுவது போல," சிலருக்கு தேடல் பொய்த்துப் போகிறதும் உண்டு.

இறையன்பு காட்டும் நசிகேதன் தீவிரமான தேடுதலில் இறங்குகிறான். பல பொய்யான ஆன்மீகவாதிகளைச் சந்தித்து அவர்களது பொய்ம்மையையும், ஆன்மீகத்தை நிறுவனமாக்கி அவர்கள் பணம் சேர்ப்பதையும் கண்டு மேலும் ஏமாற்றத்திற் குள்ளாகிறான். ஆனால் தேடுகிறவர்கள் கண்டடைவார்கள் என்பது மாதிரி அவனுக்கும் ஒரு வழிகாட்டி கிடைக்கிறார். அவர் வழக்கமான 'சுவாமிஜி' இல்லை. தன்னை ஒரு சக பயணியாகவே காட்டி நிலை நிறுத்திக் கொள்கிறார். அவர் பெயர் பிரக்ஞா.பிரக்ஞா நசியை கொல்லிமலையில் இருக்கும் ஒரு ஞானியிடம் அனுப்புகிறார். கடுமையான முயற்சிகளுக்குப் பிறகு அவரை சந்திக்கிறான். இயற்கை தரும் வாழ்வு முறைகளைப் பயில்கிறான். அவரிடம் இருக்கும் ஏட்டுச் சுவடிகளைத் தந்து படிக்கச் சொல்கிறார். அவற்றை முழுமையாகப் படிக்கச் சொல்கிறார். அங்கே ஒரு தவறு செய்கிறான். அவன் தேடியது கிடைத்துவிட்டது போன்ற ஒரு நிலையில், மீதமிருக்கும் சுவடிகளைப் படிப்பதை நிறுத்தி விடுகிறான். இதுதான் நாவலின் திருப்பம். புனைவின் அதிசயமும் இதுதான். ஹெர்மன் ஹெஸ்ஸி என்ற ஜெர்மானியக் கலைஞர் கவிஞர், நாவலாசிரியர், ஓவியர் சித்தார்த்தன் என்றொரு நாவல் எழுதியிருக்கிறார். (இதை யாரும் படிக்கவில்லையென்றால் அவர் களுடைய வாழ்க்கை வீண் என்பேன் நான்). இந்திய ஞான மரபு குறித்த அவரது தேடலை நாவலாகத் தந்திருக்கிறார். அதில் கதா நாயகனான 'சித்தார்த்தன்' என்பவன், ஞானத் தேடுதலில் கௌதம புத்தரைச் சந்திக்கிறான். புத்தரின் போதனைகளில் அவனுக்குப் போதுமான பதில் கிடைப்பதில்லை. புத்தர் சிரித்துக் கொண்டே

சொல்லுகிறார்," இனி உன் தேடுதலை நீயே கண்டுபிடி... ஆனால் ஒரு பொழுதும் சாமர்த்தியம் காண்பிக்க நினைக்காதே என்கிறார்."

இந்த நாவலில் வரும் ஞானியும் இப்படியொன்றைச் சொல்லுகிறார், நசிகேதனிடம். கடைசியாக அவனை விட்டு விட்டு அந்த ஞானியும் மரணமடைகிறார். அவன் முழுமையாகச் சுவடிகளைப் படிக்காமல் மீதிப் பயணத்தைப் பொதிகை மலையில் தொடர்ந்து, சாவே இல்லாத ஒரு இடத்தை அடைகிறான். அவனுடைய தேடலின் நோக்கம் அப்படியொரு இடத்தைக் கண்டுபிடித்து அங்கே தனக்கு விருப்பமானவர்களைக் கொண்டு போய் வைத்துக் கொள்ள வேண்டும் என்பது. ஆனால் அவன் கண்டதோ இறந்த காலம் எல்லாம் மறந்து, மொத்த வாழ்க்கையே மறந்துபோன ஒரு சூன்ய நிலை. இதற்கா, இந்த நரகத்திற்கா நாம் எல்லோரையும் அழைத்து வர நினைத்தோம், என்று நிலை தடுமாறி கல் போல உறைந்து போகிறான். இந்த நாவலைக் கட்டியமைப்பது சாதாரண விஷயமில்லை. முழுவதும் தர்க்கமாகவே கட்டி அமைத்தாலும்,நாம் மூடி வைத்துவிட்டு கொட்டாவி விட ஆரம்பித்துவிடுவோம். அதிகமும் புனைவாக இருந்தாலும் ஏதோ ஃபேண்டஸியான கதை போல் ஆகி விடும்.

பிரேம்ரமேஷின் வார்த்தைகளைக் கடன் வாங்கிச் சொன்னால், "கண்ணாடிச் சில்லுகள் பதித்த மதிலில் நடக்கும் பூனை" போல இயல்பான சாதுர்யத்தோடு எழுதியிருக்கிறார், இறையன்பு. "அவ்வப் போது லேசாகக் கிழித்து பூனையின் காலிலிருந்து சுவரில் வடியும் ரத்தத்தை நாம் நாவல் என்று கொண்டாடுகிறோம்."

Freedom is what you do with what's been done to you.

Jean - Paul Sartre

ஃப்ரெஞ்சு இருத்தலியல்வாதியான (Existentialist) ழான் போல் சார்த்ர் (Jean- Paul Sartre) "No Exit" என்று ஒரு நாடகம் எழுதியிருக்கிறார். மிகப் பிரபலமான நாடகம். "மீள முடியுமா" என்ற பெயரில் தமிழில் வெ.ஸ்ரீராம் அற்புதமாக மொழிபெயர்த்திருக்கிறார். க்ரியா வெளியீடு, வந்து 25 வருடங்கள் இருக்கும்.

இறந்த பின்பு நான்கு பேர் 'அவ்வுலகில்' சந்திக்கிறார்கள். அவர்களுக்கிடையே நடக்கும் உரையாடலே நாடகம். நாடகத்தின் மையக் கருத்தே Hell, Hell Is, Other People- நரகம் என்பதே மற்றவர்கள்தான்.

இறையன்பு அவர்களின் "அவ்வுலகம்" நாவல் அவரது மூன்று நாவல்களிலும் சிறந்தது எனச் சொல்வேன். சார்த்ரின் நாடகம் பற்றிக் குறிப்பிட்டதன் காரணம். அது போல் தமிழில் சிந்திக்க

யாராவது இல்லையா என்ற ஆதங்கம்தான். சம்பத்தின் 'இடை வெளி' நாவல் ஒரு அனுபவத்தைக் கொடுத்தது. ஆனால் இந்த நாவலின் இயங்குதளம் நடுத்தரவர்க்க மனிதர்களும் அவர்களது உலகமும்தான். சார்த்தரின் நாடகத்தை பலவிதமாக வியாக்கியானம் (இண்டெர்ப்ரெட்) செய்வார்கள். இங்கே அதெல்லாம் தேவை யில்லை. ஒரு நல்ல மனிதனாக வாழ்ந்தவன் இறக்கிறான். அவன் அவ்வுலகம் செல்கிறான். அங்கே தன்னுடன் வாழ்ந்தவர்களை மீண்டும் சந்திக்கிறான். அந்த சந்திப்பு கணநேரங்களே நீடிக்கும். அதற்குள் அவ்விருவரிடையே பூமியில் நடைபெற்ற வாழ்க்கை அனுபவங்கள் மீண்டும் அலசப்படும். அவரவர் தவறுகள், பலம், பலவீனம் எல்லாம் மறுபடி நினைந்து பார்க்கப்படும். இதில் வாழ்வின் சாரமும் சாவின் மகத்துவமும் நிறுக்கப்பட்டு விடுகிறது. எங்கள் ஊரில் ஒரு ஒப்பாரிப்பாடலுண்டு." செகம் பூரா ஆளலாமே திரும்பி நல்லாச் சாகலாமே..." என்று.

இந்த நாவலில் திரிவிக்ரமன் வாயிலாக நடைபெறும் சம்பவங்கள் இதை வலியுறுத்துவது போல் இருந்தது. திரும்பி நல்லாச் சாக யாரால் கூடும். என் தாத்தா ஒரு கதை சொல்லுவார். ஒரு மகா பெரிய கஞ்சன். எந்த வேலைகளுக்கும் ஆள் வைக்கமாட்டான். எல்லாவற்றையும் அவனே செய்வான், காசு செலவாகிவிடுமே என்ற பயத்தில். நாய்த் தோலில் வடிகட்டிய கஞ்சனென்பார்களே அப்படி... அவன் செத்துப் போய் மேலுலகம் போனான். அங்கே அவனை பட்டு மெத்தையில் உட்கார வைத்து கால் பிடிக்க ஆள், கை பிடிக்க ஆள் என்று ஏக உபசாரம் செய்தார்கள். இயற்கை உபாதையைச் செய்யக் கூட அவனை எழ விடமாட்டார்கள். ஊட்டி விட ஆள், கை கழுவ ஆள், வாய் துடைக்க ஆள். சந்தோஷமாய் இருந்தான். ஆனால் போகப் போக அலுத்துவிட்டது. "என்னடா இது ஒன்னுக்கு கொல்லக்கி கூட சுதந்திரமா போக விடமாட்டேங் கானுங்களே..." என்று அலுத்து, "கடவுளே எனக்கு சொர்க்கம் வேண்டாம் போரடிக்கி, நரகத்துக்கே மாத்திருங்க." என்றான். கடவுள் சொன்னார்., "நீ இருப்பது நரகம் தாண்டா மடையா..." என்று. அவனுக்கு அதுதான் நரகம். எண்ணெய்க் கொப்பரையோ, ஈயத்தைக் காய்ச்சி வாயில் விடுவதோ அல்ல, நரகம்.

இந்த நாவலிலும் ஒவ்வொருவருக்கும் வழங்கப்படும் அறையே அவர்கள் பூமியில் செய்த தகிடுதத்தங்களுக்கு ஏற்ப இருக்கிறது. சார்த்தரின் நாடகத்தில் இறந்த பின்னும் ஒருவன் 'பூமியில்' இன்னும் என்னைப் பற்றி என்ன நினைக்கிறார்கள் என்று பூமியை மேலிருந்து பார்ப்பான். இங்கே பழைய மனிதர்களை திரிவிக்ரமன் என்கிற பாத்திரம் மறுபடி சந்திப்பதில் அதேபோல் ஒரு சிந்தனை முன்

வைக்கப்படுகிறது. ஆனால் சார்த்தரைப் போல குழப்பம் நிறைந்து வியாக்கியானம் தேவைப்படுகிற வார்த்தைகளால் அல்ல. தமிழ் மண்ணுக்கான வார்த்தைகள், தமிழ் வாழ்வுக்கான வார்த்தைகளென கடினமான ஒரு 'தேடலை' எளிதாக சுவாரஸ்யம் குறையாமல் எழுதிச் செல்கிறார். இங்கே ஒரு பழமொழி உண்டு," மச்சு நெல்லும் குறையக் கூடாது, மக்கமாரு மொகமும் வாடக் கூடாது..." என்று. இது எளிதான காரியமா. வீட்டில் இருப்பும் குறையக்கூடாது, ஆனால் அதே சமயத்தில் பிள்ளைகளோட முகமும்வாடக் கூடா துன்னா முடியுமா.? முடிந்திருக்கிறது இறையன்பு அவர்களால்.

நாவலின் வரிகளில் ஒளிரும் தர்க்கமும், பொட்டிலடித்தாற் போல் எழும் கேள்விகளும் நீண்ட, தீர்க்கமான யோசனைக்குப் பின்னரே எழுத முடிந்திருக்கக் கூடியவை.

"மரிப்பது நியதி, மரணத்திற்குப் பின் என்ன என்று கேட்டுக் கொண்டிருக்கிறாயே பிறப்புக்கு முன் என்ன எப்போதாவது யோசித்திருக்கிறாயா ?"

"ஒரே இடத்தில் நீடிக்கவேண்டும் என்ற எண்ணமே மரணத்தின் முதல் அறிகுறி. அது எந்த இடமாக இருந்தாலும், இருக்கவேண்டும் என ஆசைப்படுகிற இடத்திலிருந்து நிகழும் சின்ன இடமாறுதல் கூட நமக்குள் ஏற்படுத்தும் வெற்றிடமும் மரணமே! நம்மைச் சுற்றியுள்ளவர்களை விட்டு விலகும் தூரம் அனைத்தும் மரணம். மரணம் என்பது ஒரே நிகழ்வு அல்ல: பல நிகழ்வுகளின் ஒட்டு மொத்த தொகுப்பு."

நாவலில் அடிக்கோடிட வேண்டுகிற, என்னைக் கவர்ந்த வரிகளைச் சொல்லிக் கொண்டே போகலாம். ஆனால் உங்கள் அனுபவம் வேறு சிலவற்றில் உங்களைக் குவிய வைக்கும். அந்த அளவு 'thought provoking' நாவல் இது. இது ஏற்படுத்தும் அதிர்வுகளும், எழுப்பும் கேள்விகளும் அனந்தம்.

The stupidity of people comes from having an answer for everything. The wisdom of the novel comes from having a question for everything....The novelist teaches the reader to comprehend the world as a question. There is wisdom and tolerance in that attitude. In a world built on sacrosanct certainties the novel is dead. The totalitarian world, whether founded on Marx, Islam, or anything else, is a world of answers rather than questions. There, the novel has no place."

A novel is like a window, open to an infinite landscape. Isabel Allende

இந்த சொற்கள் இறையன்பு அவர்களின் நாவல்களுக்கு மிகவும் பொருந்தும். அவருக்கு என் வாழ்த்துகள்.

29
மின்சாரக் கம்பி அறுந்து கிடக்கும் மழை இரவின் கனவு.

சுஜாதாவிருதுகள் வழங்கும் விழாவுக்கு நான்வருவது இது மூன்றாம்முறை. முதல்முறை என்னுடைய உரைநடை நூலுக்கு விருது கிடைத்தது. இரண்டு முறைகள் கவிதை நூல்களைத் தேர்வு செய்யும் குழுவில் ஒருவனாக வரும் வாய்ப்புக் கிடைத்தது. 1967லிருந்து சுஜாதாவின் வாசகனாக இருந்து வருகிறேன். 70களில் நான் எழுத ஆரம்பித்தபோது சுஜாதாவின் வாசிப்புப் பரப்பிற்குள் நானும் வந்தேன். சுஜாதாவை சிறந்த எழுத்தாளர் என்று கொண்டாடுவதைக் காட்டிலும், சிறந்த வாசகனாகவே நான் கொண்டாடுவேன். அப்படியொரு காய்தல் உவத்தல் இல்லாத வாசிக்கும் பழக்கம் அவருக்கு. புதிய எழுத்தைக் கண்டுபிடித்தால் அதைப் பகிர்ந்து கொள்ளாமல் தீராது அவருக்கு. பலமுறை சொன்னதுதான், அவரை நேரில் சந்தித்தது 1980இல் மாக்ஸ்முல்லர் பவனில் நடந்த ஒரு 'நேருக்கு நேர்' நிகழ்ச்சியில். அதற்குள் என்னுடைய பல கவிதைகளை அவர் கணையாழியிலும் மற்ற பத்திரிக்கைகளிலும் பகிர்ந்து கொண்டிருந்தார். அது முதல் சந்திப்பாக இல்லை. என்னுடன் சுப்ரமணியராஜு, பாலகுமாரன், இந்துமதி, மாலன் ஆகியோர் இருந்தனர். நான் என்னை அறிமுகப் படுத்திக் கொண்டதும் அவ்வளவு இயல்பாகப் பேசினார்.

அந்தச் சந்திப்பிற்குச் சிலநாள் கழித்து சாவி ஒரு இதழின் ஆசிரியப் பொறுப்பை அவர் ஏற்றுக்கொண்டிருந்தார். அதற்கு நான் ஒரு கவிதை அனுப்பி அதன் கார்பன் நகலை அவரது பெங்களூர் விலாசத்திற்கு அனுப்பி இருந்தேன்.

அந்தக் கவிதை:

சசி,

உன் பெயருடன் தொடங்கும்
என்
கவிதைகளனைத்தும்
முதல்
வரியோடு நின்று விடுகின்றன
பின்
வருவதெல்லாம்: வார்த்தைகளே
உன்
பெயர் இடையில் வரும்
என்
எல்லாக் கவிதைகளிலும்
ஒரே
கவிதையுள்.....................
இரு
கவிதை ஜொலிக்கிறது
உன்
பெயருடன் முடியும்
என்
எல்லாக் கவிதைகளும்
ஆண்
மயில்கள்

அனுப்பிவிட்டு ஒரு புளகாங்கிதத்தில் இருந்தேன். மறு தபாலில் அதைத் திருப்பி அனுப்பி, இதில் ஒரு டெடிகேட்டிங்டோன் இருக்கிறது. இன்னொரு நல்ல கவிதையாக அனுப்பவும் என்று எழுதியிருந்தார். நிச்சயமாக சாவி இதழுக்கு, அல்லது அதன் வாசகர்களுக்கு நான் அடைந்த அதே புளகாங்கிதத்தை அது வழங்கியிருக்கக் கூடும். ஆனால் சாவி வாசகர்களுக்கு என்னை அப்படி அவர் அறிமுகம் செய்ய விரும்பவில்லை. அதுதான் சுஜாதா. அப்புறம் வேறு ஒரு கவிதையை 'எக்ஸ்பிரஸ்டெலிவரி 'தபாலில் அனுப்பினேன். அதை வெளியிட்டிருந்தார். அதனால்த் தான் அவரை மிகச் சிறந்த வாசகரென்கிறேன். ரசிகமணியைக் கொண்டாடுகிற நம் பாரம்பரியம் கண்டிப்பாக சுஜாதாவைக் கொண்டாடலாம்.

சுஜாதா அவரது ஒரு கட்டுரையில் ஆண்டி வார்ஹால் (Andy warhol) சொன்னதாக மேற்கோள் காட்டியிருப்பார், "In the future every one will be famous for 15 minutes" என்று. அவ்வளவு அவசரமான உலகம் இது. ஆனால் சுஜாதாவை யாரும் அவ்வளவு எளிதில் மறந்துவிடமுடியாது.

இங்கே தேர்வுக்காக ஆறு கவிதை நூல்கள் அனுப்பபட்டது. சுமார் இருநூறு, முன்னூறு கவிதைகள் என்று எடுத்துக் கொள்ளலாம். எல்லாமே இளம் கவிஞர்களின் தொகுப்புகள். அதில் ஐந்து தொகுப்புகள், ஐந்து கவிஞர்களின் முதல்த் தொகுப்புகள். இவற்றில் ஐந்து தொகுப்புகளை ஏற்கெனவே வாசித்திருக்கிறேன். மதுரையில் நடந்த ஒரு கூட்டத்திற்காக இதில் நான்கு தொகுப்புக்களை ஆர்வமாக வாசித்திருக்கிறேன். அதில் ஒரு தொகுப்புக்கு நான் முன்னுரையும் எழுதியிருக்கிறேன். அநேகமாக இவர்கள் எல்லோரும் 90களுக்குப் பின் எழுத வந்தவர்கள்.

"நான் 70களில் எழுத வந்தவன். அப்போது என்னை முதலில் வந்தடைந்த தொகுப்பு எஸ்.வைத்தீஸ்வரனின் 'உதயநிழல்'. அதை பாலகுமாரன் எனக்கு அனுப்பியிருந்தான். அதில் ஓவியங்களும் வைத்தீஸ்வரனே வரைந்திருப்பார்... அதற்கு முன் சி.சு.செல்லப்பாவின் 'புதுக்குரல்கள்' முதற்பதிப்பு. அப்புறம் கசடதபற வெளியிட்ட குட்டியான 'புள்ளி' என்ற தொகுப்பு, என்று தொகுப்புகளை விரல்விட்டு எண்ணி விடலாம்.

இந்த வரலாற்றை நான் சொல்ல நேர்ந்ததன் காரணம், நான், பைண்ட் வால்யுமாக வாசித்த, "எழுத்து"கவிதைகள், அந்த நேரத்தில் என்னைக் கவரவில்லை.

மாறாக என் வாசிப்புக் காலத்தில் வெளிவந்து என்னைத் தன்னுடன் வளர்த்த 'கசடதபற' 'கணையாழி' காலத்துக் கவிதைகளே என்னைக் கவர்ந்தன. எஸ்.வைதீஸ்வரனும் ஞானக்கூத்தனும் என்னை என் ஆரம்பக் காலங்களில் வெகுவாகப் பாதித்தனர். பின்னர் வாசிக்கையில் பிச்சமூர்த்தி, கொஞ்சம் பிரமிப்புக் கொள்ள வைத்தார் என்பது வேறு விஷயம். எனக்கு சற்றே மூத்தவர்களும் என் காலத்தில் கவிதைக்குக் காத்திரமான பங்களிப்பை வழங்கியவர்களுமான ஞானக்கூத்தன், பிரமிள், நகுலன் ஆகியோரிடம் நான் செய்திகளை அறிய ஆரம்பித்தேன். எனக்கே எனக்கான செய்திகளை நான் அறியும் வரை என்பதையும் குறிப்பிட வேண்டும்.

நவீனகவிதை, பக்தி இலக்கியம், அல்லது குறிப்பாக பக்தி இலக்கிய மொழி தந்த, Bad influence, அதாவது கெட்ட பாதிப்பி லிருந்து விடுபட்ட பாரதியிடமிருந்து ஆரம்பிப்பதாகக் கொண்டோ மானால், காலந்தோறும் அது புதிய கவிஞர்களுக்கு புதிய சவால்களை முன் வைத்து நகர்ந்து வந்திருக்கிறது. பக்தி இலக்கியம் பாரதிக்கு ஒரு சவால். (அதிலவர் தோற்றாரா ஜெயித்தாரா என்பது ஒரு விவாதப்பொருள், ஏனெனில் அவரது சிறப்பான வசன கவிதைகள் வரை இந்தப் பாதிப்பு நீள்வதாகவே எனக்குப்படுகிறது.) பாரதி அவனுக்குப் பின் வருபவர்களுக்கு ஒரு சவால். இங்கே சவாலென்பது சமூகநிகழ்வுகள் வாழ்க்கையில், வாழ்க்கை ஒழுங்கில் ஏற்படுத்தும் சிதைவுகளும், இந்த சிதைவுகள் ஒரு கலைஞனின் மொழி மீது செலுத்தும் பாதிப்புகளும், ஏற்படுத்தும் மாற்றங்களும் எனச் சொல்லலாம். இந்த சமூக நிகழ்வுகளைத்தான் செய்தி என்று கொள்கிறேன்.

எனவே, எந்த அனுபவத்தையும் மொழி வழியாகவே பார்க்கிற நவீனகவிதையாளனுக்கு இந்தச் சிதைவுகள் குறித்து பதற்றமும் அதனால் ஒரு கலகமனமும் கொள்ள நேர்ந்தது. அப்படித்தான் நேரும். ஆனால் இன்றைய பின் நவீனக்கவிஞன் பதற்றத்திலிருந்து முற்றிலும் விடுபட்டவனாய் இருக்கிறான். அவனுக்கு சுதந்திர இயக்கத்தை வழங்குவது அவனது சமகாலப் பிரதிகள்தான். ஒரு விஷயம், அவன் ஒத்துக் கொள்ளவில்லையென்றாலும் அவனுக்கு இந்த விடுதலையை, வழங்கியது அவனுக்கு முந்திய பிரதிகள்தான். ஏனெனில் இரண்டுக்கும் மொழியும் சொல்லும் ஒன்றுதான். மேலும் காலங்காலமாக கலகமும் விடுதலையும் தோள் மாற்றப் பட்டு வருகின்றன. அதன் எதிர்ப்புணர்வும் வீர்யமும் வேறு படலாம். எனவேதான் என் சமகாலக் கவிஞர்கள், கலைஞர்கள் என்ன பேசுகின்றனர் என்று நான் ஆர்வம் காண்பிப்பவனாக இருக்கிறேன். சமகாலப் பிரதிகளை வாசிப்பதில் மகிழ்ச்சி அடைகிறேன், அவை நான் தொடர்ந்து இயங்க எனக்கு உபயோகமாக இருக்கின்றன என்று சொல்வதில் எனக்கு தயக்கமே இல்லை. கடந்த இரண்டு மாதங்களாக நான் மறுபடி கொஞ்சம் கவிதை எழுத ஆரம்பித் திருக்கிறேன். அவை கவிதையா என்பதை வாசகன் பொறுப்புக்கு விட்டுவிட்டாலும். கவிதை என்னை விட்டுப் போய் விடவில்லை, விடாது என்ற நம்பிக்கையை அவை தந்திருக்கின்றன. அதற்கு ஒரு காரணம், இந்த ஆறு கவிஞர்களையும் சேர்த்து இன்று எழுதுகிற புதிய கவிஞர்களின் புதிய தொகுப்புக்கள்தான். ஒரு புதிய கவிஞனின் புதிய கவிதை மூலமாக நான் கண்டடைவது

என் பழைய கவிதைகளைத்தான். என்றாலும் என் கவிதைகள் அவர்களுடன் இயல்பாகக் கை குலுக்குவதைக் காணமுடிகிறது.

தேர்வுக்கு வந்த நூல்களிடையே என்னைப் பொறுத்து மிகமிகச் சிறிய தர வேறுபாட்டையே நான் காண நேரிட்டது. உண்மை யிலேயே தேர்வு சற்று கடினமானதுதான். அந்த வகையில் கலந்து கொண்ட அத்தனைக் கவிஞர்களுக்கும் என் வாழ்த்துக்களை உரக்கச் சொல்லிக் கொள்கிறேன். இங்கே விருது பெறுகிற மனோமோகனின் 'பைத்தியக்காரியின் பட்டாம் பூச்சி'யின் அணிந்துரையில் ரமேஷ் எழுதியிருக்கிறார். பாண்டிச்சேரியிலிருந்து, பாரதி, பாரதிதாசன், பிரபஞ்சன், ரமேஷ்பிரேதன் வரிசையில் ஒரு புதுவெளிச்சம் புறப்பட்டிருப்பதாக. மனோமோகனிடம், ஆனால் இவர்களின் எந்தப் பாதிப்பும் இல்லாதது ஒரு முக்கியமான கூறு. ரமேஷ் சொல்வது போல், "இத்தொகுப்பு, உருவாக்கும் மனஎழுச்சி ஆன்மிகத் தன்மையற்று அரசியல் கவிதையியல் சார்ந்த கொந்தளிப்பை உணர்த்துவதை நன்கு உணரமுடிகிறது.

வைதீகத்துக்கு ஒப்புக் கொடுக்காத ஆன்மீகம் நமது மரபில் இல்லவே இல்லை என்று எனக்குத் தோன்றுவதுண்டு. அதை அடிக்கோடிடுகிறது மனோமோகனின் இந்தக் கவிதை

ஆதியிலே ஞானமிருந்தது
அது புத்தனுடையதாயிருந்தது
மேனியில் உதிரும்
அரசிலைகளை எண்ணிக் கொண்டு
தியானத்தில் ஆழ்ந்திருந்தான் புத்தன்
பிளவுபட்ட தனது இரட்டை அறிவுள்
நெளியும் முப்புரி நூலை உருவி
புத்தனுக்கு அணிவித்தான் நாகார்ஜுனன்
உடனே மைத்ரியனின் முகத்திலொரு துதிக்கையும்
இரண்டு தந்தங்களும் முளைத்துவிட்டன.

இவரது தொகுப்பின் பல கவிதைகளில் வன்முறையும் மரணமும் சார்ந்த (Deadaly Images) படிமங்களால் மெருகேறியிருக்கிறது.

சுய பாதுகாப்பிற்கான யத்தனங்களில் ஆரம்பிப்பதுதான் பாசிஸத்தின் அரசியல் என்று தோன்றுகிறது. அகாலம் என்றொரு கவிதை.

அகாலம்

வாளும் தலையும் அருகருகே வைத்து
அமைதியாய்ப் படுத்திருக்கும் நாகமென
சுருண்டு கிடக்கிறது காலம்

அதன் வாலை மிதித்தால் கணுக்காலருகே
பற்கள் பதிவதிலிருந்து உன்னால் தப்பவே முடியாது

தூக்கில் தொங்கும் கடவுளின் உருவம் வரையப்பட்டு
நமதறையில் மாட்டியிருக்கும் நாட்காட்டியில்
தேதி கிழிக்கும் ஒவ்வொரு நாளும் உன்னையொரு
நாகம் தீண்டுவதாய்ச் சொல்வாயே
கிழிபடாத தேதியில் ஒளிந்து
உன்னையொரு கணமும் என்னையொரு கணமும்
தீண்டும் அந்த நாகம்
ஒன்றல்லவென்று உனக்குத் தெரியுமா

பசி மிகும்போது
தானீன்ற குட்டிகளையே புசிக்கும்
நாகமொரு அரசியல் விலங்கு

ரோஜாவின் பெயர் கொண்ட
உம்பர்ட்டோ ஏகோவின் நாவலை
வாசித்து முடித்த இரவில்
ஒரு பின் நவினக் கவிஞன் சொன்னான்
'வரலாறென்பது நஞ்சு தடவப்பட்ட காகிதம்'

பொதுவாகப் பாம்புகளின் தந்திரக் குணம் இது. ஒரு பொந்தினுள் நுழைந்தால், தலையையும் வாலையும் அருகருகே வைத்துக் கொண்டு மற்ற உடல்ப் பாகத்தை உள்ளே வைத்திருக்கும் அதிலும் குறிப்பாக வால் வெளியே தெரியும்படிக்கும் தலை அதிலிருந்து ஒன்றிரண்டு அங்குலம் உள்த் தள்ளியும் இருக்கும். பார்க்கிறவனுக்கு பாம்பு வால் மட்டுமே தெரியும். அதைத் தொட்டால் சட்டென்று தலையால் போட்டு விடும். இது சுய பாதுகாப்பிற்கான தந்திரம். ஆனால் இதுவே மனித வாழ்க்கையில் அரசியல். அதையே மனோ மோகன் எழுதுகிறார்.

பாசிஸம் குறித்த பிரக்ஞையுள்ள ஒருவனே இப்படி எழுத முடியும் என்று தோன்றுகிறது. பாசிஸம் குறித்த பிரக்ஞையுள்ள அவனாலேயே அதற்கு எதிரான அரசியலை கைக்கொள்ள முடியும். இதையே ரமேஷ் பிரேதன், "பைத்தியத்திற்குப் பட்டாம் பூச்சியைப் பிடித்துத் தரும் கவிதையியலே பாசிஸத்திற்கு எதிரான அரசியல்" என்கிறார். பல கவிதைகளிலும் இந்த அரசியல்ப் பார்வை வழிந்தோடுவதைக் காண முடிகிறது.

ருத்ர தேசம் என்றொரு கவிதை
ஆண் வாடையற்ற அறையில்
தனது வியர்வையால் கருத்தரிக்கிறாள் பார்வதி
விநாயகன் பிறக்கிறான்

நிராகரிப்பைத் தாங்காத பரமன்
சிசுவின் கழுத்தறுத்து
யானைத்தலை பொருத்துகிறான்
நீதி மன்றத்தை அணுகி வழக்குத் தொடுத்த உமை
இது கொலை முயற்சி என்கிறாள்
சிவனோ திருவிளையாடலென்கிறான்
தீர்ப்பு ஒத்தி வைக்கப் படுகிறது
இடைவேளையில் வெளியேறிய ஆதிபராசக்தி
நீதி மன்றத்தை நிமிர்ந்து பார்க்கிறாள்
மேகம் வழியும் ஆண்குறியென
மகாலிங்கம் தெரிகிறது.

ஒரு தொல்படிமத்தை ஆணாதிக்கம் வழியும் நவீன உலகிற்குக் கொண்டு வந்து விடும் இந்தக் கவிதை குறித்து, இதில் மறந்து விட்ட சில அதிகப்படியான குறிப்புகளையும் சொல்லி, ரமேஷ் பிரேதன் தன் முன்னுரையில் பாராட்டி இருக்கிறார். அந்த அதிகப் படியான குறிப்புகள் இல்லாமலேயே இது மிகச் சிறந்த கவிதையாக நிற்கிறது. ஒரு வளரும் கவிஞனுக்கு எல்லாமும் தெரிந்திருக்க வேண்டும் என்ற அவசியமில்லை. என்றாலும் தெரிந்திருந்தால் கவிதையின் அழகியலுக்கு நல்லது.

32 கவிதைகளே உள்ள இந்தத் தொகுப்பில் அநேகமாக எல்லாமுமே நல்ல கவிதைகளாகவே உள்ளன. இதனுள் நுழைபவர்கள் வெளியேறச் சற்று தயக்கம் காண்பிக்கவேண்டும். ஏனெனில் நீங்கள் வெளியேற நினைப்பது ஒரு புத்தகத்தில் இருந்து அல்ல.

இது 'மின்சாரக் கம்பி அறுந்து கிடக்கும் மழை இரவின் கனவு.' இதிலிருந்து வெளியேறுவது அசுலபம் மற்றும் அபாயகரமானதும் ஆகும் . இப்படியொரு கனவைப் படரவிட்ட மனோமோகனுக்கு வாழ்த்துகள்.

(சுஜாதா விருது பெற்ற மனோ மோகனின் 'பைத்தியக்காரியின் பட்டாம்பூச்சி' நூலைப் பாராட்டிய உரை)

30

மையத்தைப்பிரிகிற நீர் வட்டங்கள்

விஜயதசமியன்று படிக்கப் போடுவது என்பது அப்போதெல்லாம் சற்று வசதி படைத்த வீடுகளில் ஒரு குட்டித் திருநாள் தான். என்னிடம் என்ன நம்பிக்கையைக் கண்டாரோ, என் அப்பா, ஒன்பதாம் பிள்ளையும் வழிச்சு ஊத்தின தோசையுமான கடைசிப் பிள்ளையான என்னைப் படிக்கப் போடுற நாளையும் விமரிசையாகக் கொண்டாடின நினைவு. குட்டியான ஒரு இரண்டரை முழ பட்டு வேஷ்டியுடுத்தி, சந்திப்பிள்ளையார் கோயிலில் பூசைக்குக் கொடுத்து பிரசாதம் வாங்கிக் கொண்டு, கழுத்தில் மாலையுடன் அந்தப் பிள்ளையார் கோயிலைச் சுற்றி வந்த நினைவு பசுமையாய் இருக்கிறது. கொஞ்சம் முரண்டு பண்ணியது கூட நினைவிருக்கிறது. முதலில் சிவக்கொழுந்து வாத்தியார் பள்ளிக்கூடத்தில் தான் சேர்த்தார்கள். கணக்கு அங்கே தான் நன்றாக வரும் என்று ஒரு நம்பிக்கை. அங்கே நடக்கும் வாய்பாடு கிளாஸ் ரொம்பப் பிரசித்தம். அப்போது ரூபா அணா பைசா காலம். அதனால் 1/16 பாகமான மாகாணியிலிருந்து வாய்பாடு சொல்ல வேண்டும்.

ஒரு மாகாணி மாகாணி = 1/16

இரு மாகாணி அரைக்கால் = 1/8

மும்மாகாணி........ முண்டாணி = 3/16

நா(லு) மாகாணி ... .கால் = 1/4

அஞ்சு மாகாணி ......காலே மாகாணி. = 5/16

ஆறு மாகாணி .... காலே அரைக்கால். = 3/8

மாகாணி, அரைக்கால், கால், முண்டாணி, 1ம் வாய்பாடு என்று ஆரம்பித்து பதினாறாம் வாய்பாடு வரை போகும். பதினாறு அணா ஒரு ரூபாய் என்பதால் பதினாறு வரை எண்சுவடியில் இருக்கும். அப்போது சோணமுத்து நாடார் கடையின் 'ஜோதி எண் சுவடி' ரொம்பப் பிரபலம். வாய்ப்பாடு கிளாஸை எண்சுவடி கிளாஸ் என்றும் கூறுவார்கள்.

ஆனால் நான், இந்து எலிமெண்டரி ஸ்கூல் என்கிற சிவக் கொழுந்து வாத்தியார் பள்ளிக் கூடத்திற்கு ஒரு நாளோ ரெண்டு நாளோதான் போனேன். அழுது அடித்துக் கொண்டு எனக்கு நேர் மூத்த, எட்டாவது பிள்ளையான கிருஷ்ண வேணி என்கிற கிட்டு அக்கா படிக்கும் குட்டை வாத்தியார் பள்ளிக்கூடம் என்கிற பள்ளிக் கூடத்திற்கு வந்துவிட்டேன். அப்ப என்ன கிரக சாரமோ யார் கண்டது.

"நான் அவளை வெல்ல முடியவில்லை
விதியை வெல்லவா"

என்று கண்ணதாசனைப் போலப் புலம்பித் திரிய விதிதான் குட்டை வாத்தியார் பள்ளிக் கூடத்திற்கு என்னைக் காய் நகர்த்தியிருக்க வேண்டும்.

அங்கே எந்த வாத்தியார் எந்தக் காலத்தில் குட்டையாக இருந்தாரோ தெரியவில்லை. நான் படிக்கும் போது குட்டையான வாத்தியார் யாருமில்லை.ஹெட் மாஸ்டர் அம்மாங்க சுசிலாவோ, என்னவோ பேர் கொஞ்சம் மறந்துட்டு, அவங்க தான் சற்று குள்ளம். டீச்சரை அம்மாங்க என்றுதான் கூப்பிட வேண்டும். அந்த அம்மாங்க பிரசவத்தில் இறந்து போனாங்க. ரொம்பக் கண்டிப்பானவங்க. யாரும் பொம்பளைப் புள்ளைங்க தலை சீவி முடிக்காமல், பரட்டையாய் வந்தால் மண்ணெண்ணையைத் தேய்த்து விடுவேன் என்று பயமுறுத்துவார்கள். ஒரு தரம் செய்யவும் செய்தார்கள். அவர்கள் இறந்து போன அன்று சங்கரநாராயணன் ஓடியே வந்து சேதியைச் சொன்னான். அவன் ஒடிசலாய்க் குள்ளமாய் இருப்பான். ஆளைப் பார்த்தால்தான் பச்சப் புள்ளை மாதிரி இருப்பான். நல்லாவும் படிப்பான். ஆனால் எல்லா விஷயங்களிலும் கெட்டி. அவனுக்கு ரெண்டு மூன்று அக்காக்கள் அவர்களிடம் வளர்ந்ததனால், பெண்கள் உலகம் பற்றிய கதைகள் நிறையச் சொல்லுவான்.

பள்ளிக்கு அருகேயுள்ள வெள்ளம் தாங்கிப் பிள்ளையார் கோவில் தெருவில்தான் அவன் வீடு. அங்கே நிறைய யாதவ இனத்துப் பையன்கள் உண்டு. அவர்களில் பலரும் பெரும்பாலும் இங்கேதான் படித்தார்கள். அனேகமாக எல்லோரும் எம்.ஜி.ஆர் பிரியர்கள். அதுவரைக்கும் தேசியக் கொடியை, மூன்று அடுக்கிய செவ்வகமாக வரைந்து கொண்டிருந்த எனக்கு வாசமுத்து தான் பறக்கிற மாதிரி நெளிவு நெளிவான தி.மு.க கொடி வரையச் சொல்லிக் கொடுத்தான். வாசமுத்து அருமையாகப் பாடுவான்'

'எத்தனைக் காலம்தான் ஏமாற்றுவார் இந்த நாட்டிலே' என்ற மலைக் கள்ளன் பாடலை அப்படிப் பாடுவான். ஆனால் அதைப் பள்ளிக் கூடத்தில் பாட விட மாட்டார்கள். "மணப்பாரை மாடு கட்டி...மாயவரம் ஏரு பூட்டி.." பாட்டைத்தான் பாடச் சொல்லி சார்வாங்களும் அம்மாங்களும் கேட்பாங்க. மகாதேவி படம் பார்த்து விட்டு வந்து... "தாயத்து அம்மா தாயத்து..." பாடலை அவனும் அவன் தெருவின் மற்ற யாதவப் பையன்களும் பாடிக் கொண்டு இருப்பார்கள். மகாதேவி ரத்னா டாக்கீஸில் முதலில் வந்தது அங்கே போய் சினிமா பார்க்க அப்பாவிற்குப் பிடிக்காது. மகாதேவியின் காட்சிகளை, வீரப்பாவின் சிரிப்பை, 'மணந்தால் மகாதேவி இல்லையேல் மரண தேவி' போன்ற வசனங்களைச் சொல்லிக் கடுப்படிப்பான்.

அவனுக்கு நம்பவே முடியவில்லை நான் நாடோடி மன்னன் முதல் நாள் முதல்க் காட்சி (ஆகஸ்ட் 22 1958) பார்த்துவிட்டு வந்ததை. போடா கதை வுடுதான் உன்னையச் சட்னியாக்கி இருப்பாங்க, அவ்வளவு கூட்டம்லா... நாவன்னா சுப்ரமணியனே பார்க்கல... (நாவன்னா மணி அப்பவே அஞ்சடி உயரம் இருப்பான்.) என்றான். முதல்ல என்ன கட்டம்ல வரும்? முதல்ல திமுக கொடி ஜிலுஜிலுன்னு பறக்கும் என்றேன்.அப்புறம் என்னதுலே.. சோறு போடு, இல்லை வேலை கொடு ஊர்வலம் வரும்.... கொஞ்சம் கொஞ்சமாய்ச் சொல்லி, எம்.ஜி.ஆர் மாதிரி மூக்கருகில் விரலைக் கொண்டு போய் 'ம்ஹா' என்று அதில் மன்னன் எம்.ஜிஆர் செய்கிற மேனரிஸத்தை வெற்றிக் களிப்புடன் செய்து காண்பித்ததும் அடங்கியே போனான். அப்புறம் அவனே எல்லோரிடமும் சொல்ல ஆரம்பித்துவிட்டான், ஏல, டி.கே. நாடோடி மன்னன் பாத்துட்டானாம்ல.

அது ஆதாரப் பயிற்சிக் கல்விக் காலம். நெ.து.சுந்தரவடிவேலு பல திட்டங்களைக் கொண்டு வந்தார். பள்ளிச் சீரமைப்பு மாநாடு எல்லாம் நடத்திய காலம். ஆசிரியர் பயிற்சிப் பள்ளிகளில் பயிலும்

ஆசிரியர்கள் ஒரு மாத காலம் எங்கள் வகுப்புகளுக்கு வந்து, பின் வரிசையில் உட்கார்ந்து வகுப்பு ஆசிரியர் சொல்லிக் கொடுப்பதைப் பார்த்துப் பயிற்சி எடுக்கவேண்டும். பின்பு அவர்களும் வகுப்பு எடுப்பார்கள். அதில் ஜோசப் சேசையா என்று ஒரு சார் எங்கள் நாலாம் வகுப்புக்கு வந்தார். அவரும் தி மு. க காரர். ரொம்ப நல்லாப் பாடுவார்.

சினிமா மெட்டில் பள்ளிக்கூடத்துக்கு ஏத்த மாதிரி பாடுவார்.

ஆகா நம் ஆசை நிறைவேறுமா மெட்டில்
ஆதாரக் கல்வி வாரம் வாருங்கள்
களிப்புடனே சேருங்கள்
கற்ற கல்வி மற்றவர்க்கும் கூறுங்கள்

என்று பாடுவார். வாசமுத்துவுக்கு, 'மணாப்பாறை மாடுகட்டி ராகத்தில்...' ஒரு பாட்டு எழுதிக்கொடுத்தார்.

"ஓட்டப்பிடாரத்திலே உயர்ந்த நல்ல குடும்பத்திலே
உதித்தனரே தியாகியான சிதம்பரம்
உதித்தனரே தியாகியான சிதம்பரம்..."

வக்கீல்த் தொழில் புரிந்து
வங்காளப் பிரிவினையில்
வாதுகளும் பல புரிந்தார் சிதம்பரம்
வாதத்திலே வெற்றி கண்டார் சிதம்பரம்.......

என்று வ.உ.சி. பற்றி எட்டுக்கட்டையில் அதை வாசமுத்து பாடினால் சாலையில் போவோரெல்லாம் நின்று கேட்டுப் போவார்கள்.

இதே பாட்டை எட்டாம் வகுப்பு படிக்கும் போது ஹைஸ்கூலில் பாட யோசனை சொன்னேன். முதல்ப் பரிசைத் தட்டிச் சென்றான். அற்புதமான மௌத் ஆர்கன் கொடுத்தார்கள். ஜேசையாவும் நாடோடிமன்னன் பார்த்திருந்தார். அவர் செந்தமிழே வணக்கம் பாட்டு எந்தக் கட்டத்துல வரும்ல என்று கேட்டார். எழுத்து போடும்போது வரும் என்றேன். அவருக்கு சந்தோசம் தாங்கல. செந்தமிழே வணக்கம் பாட்டையும் அருள் புரிவாய் கருணைக் கடலே பாட்டையும், அவர் என் நோட்டில் எழுதிக் கொடுத்தார். இரண்டுக்கும் கீழே திராவிட நாடு திராவிடருக்கே என்று எழுதி ஜேசையா 14, குரு தெரு, முருகன் குறிச்சி பாளையங்கோட்டை என்று முகவரியும் எழுதிக்கொடுத்தார்.

'நாட்டைக் காக்க வந்த நாடோடி மன்னன் வாழ்க ஊரைக் கெடுக்க வந்த உத்தமபுத்திரன் ஒழிக...' என்று நாங்கள் சொல்ல, உலகைக் காக்க வந்த உத்தமபுத்திரன் வாழ்க என்று சிவாஜி ரசிகர்கள் சொல்ல நாங்கள் வாயடைத்து நின்ற போது, ஜேசையா சார் தான் நானிலத்தைக் காக்கவந்த நாடோடிமன்னன் வாழ்க என்று பதிலடி சொல்லிக் கொடுத்தார்... நானிலம் என்றால் அப்போது என்னவென்றே தெரியாது. உலகத்தைவிடப் பெருசு போலிருக்கு என்று நினைத்துக்கொண்டேன். பிரபஞ்சம் பற்றிய அறிவெல்லாம் ஏது அப்போது. உலகமே அந்தப் பெண்ணாய் உருவெடுத்ததும் அந்த நாலாங்கிளாசிலே தான். நாலாங்கிளாஸ் ஏற்படுத்திய திருப்பங்கள் தான் எத்தனையெத்தனை.

பால்துரை சார் அட்டக்கருப்பு. பெயர்தான் பால்துரை. எல்லோருக்கும் பிடிக்கிற அந்தப்பெண் மீது அவருக்கு ஏனோ ஒரு கசப்பு போலிருக்கிறது எப்போதும் அவள் தான் முதல் ரேங்க் வருவாள். நான் என்ன படித்தாலும் ரெண்டாவது தான். ஒரு நாள் வகுப்பில் செம்மண்ணில் என்ன சத்து இருக்கிறது என்று இயற்கைப் பாடமும் தோட்ட வேலையும் நடத்துகிற போது கேள்வி கேட்டார். யாரும் பதில் சொல்லவில்லை. ஒவ்வொருவராய் எழுந்து நினறதோடு சரி. என் முறை வந்த போது நான் சரியாக, 'இரும்புச் சத்து' என்றேன். வாடா, நிற்கிற எல்லாருக்கும் ஆளுக்கு ஒரு குட்டு, தலையில் குட்டுலே என்றார். எல்லாரையும் குட்டிக் கொண்டு அவள் பக்கத்தில் வரும் போதே அழத் தொடங்கினாள். அவளுக்கு குட்டு வைப்பதில் எனக்கு விருப்பமே இல்லை. லேசாகக் குட்டுவது போல் தொட்டேன். சார் ஏலெ நல்லா குட்டுல என்றார். ம்ஹூம் இரண்டாவது தடவையும் லேசாத்தான் குட்டினேன். அழுகைக்கு ஊடே கண்ணில் லேசான அன்பு துளிர்த்திருந்தது. மங்கலான அந்தப் பிரகாசம் தான் என் கவிதைகளின் ஆரம்ப ஊற்று. அந்த நீறு பூத்த நெருப்புதான் இன்று என் கவி மொழி போலும்.

மறுநாளே அவளது ஜவுளிக்கடையில் இருந்து தங்கத்தாள் எல்லாம் கொண்டு வந்து தந்தாள். தங்கத்தாள் தந்து வாத்சல்யம் கொட்டின சினேகிதி என்று என் கவிதைகளைப் பின்னாளில் அலங்கரித்தவள். அந்த எட்டு வயது ஈர்ப்புக்கு என்ன பெயர்? அது இந்த அறுபத்தைந்திலும் புரியவில்லை. அந்த அரை பரீட்சையில் நான் முதல் ரேங்க் வாங்கினதும், இன்னும் புரிய வில்லை. நாலாங்கிளாஸோடு குட்டை வாத்தியார் பள்ளிக் கூடத்திற்கு குட் பை சொல்ல நேர்ந்தது மறுபடி விதிதான்.

மூன்றாம் வகுப்பு பாதியில் புதிதாக சரோஜா டீச்சர் வந்தார்கள். பரமண்டலங்களில் இருக்கிற எங்கள் பிதாவே என்கிற ஜெபத்தை போர்டில் எழுதிப் போட்டார்கள். அதைப் படித்து வந்து நாளை ஒப்பிக்க வேண்டும் என்றார்கள். இதை என்னத்துக் குல விடிய விடிய படிச்சுக்கிட்டிருக்க என்று அண்ணன் அக்கா எல்லாம் சொன்னார்கள். சொன்னதைப் பொருட்படுத்தாமல் படித்துப் போனேன். நான் மட்டும் தான் படித்துப் போயிருந்தேன். அது ஒரு கிறித்தவ மிஷன் பள்ளிக்கூடம். வகுப்பிற்கு நாலைந்து கிறித்தவப் பிள்ளைகளாவது இருப்பார்கள். அவர்களில் கூட யாரும் சரியாகச் சொல்லவில்லை. சரோஜா டீச்சருக்கு நான் தப்புவிடாமல் சொன்னது சந்தோசமாய் இருந்திருக்க வேண்டும். அரை அணாவுக்கு இரண்டு சிலேட்டுக் குச்சி, அதுவும் வெள்ளையான பம்பாய்க் குச்சி (பலப்பம்) வாங்கி வரச் சொல்லிப் பரிசளித்தார்கள். அதுதான் வாழ்க்கையில் வாங்கிய முதல் பரிசு. அது தவிர படிக்கிற காலத்தில் நான் எந்தப் பரிசும் வாங்கவில்லை. சரோஜா டீச்சர் அந்த வருட கிறிஸ்துமஸ்ஸுக்கு ஒரு நாடகம் போட்டார்கள். என்னை 'ஏரோது ராஜா'வாக நடிக்கச் சொன்னார். நாடகம் என்றால் மேடை எல்லாம் கிடையாது. சின்ன மைதானம் அதில் வைத்து இப்படி ஏதாவது நடக்கும். அவர்களுடைய ஜார்ஜட் சேலையை எப்படியெல்லாமோ சுற்றிக் கட்டி, அட்டைக் கிரீடம், அட்டை வாள் எல்லாம் வைத்து எனக்கு மேக்கப் போட்டு விட்டார்கள். அந்த ட்ரஸ்ஸில் நடக்க கூட முடியவில்லை, தடு மாற்றமாயிருந்தது. டீச்சர் தான் மைதானத்தின் நடுவிற்கு அநேகமாய் தூக்கிக்கொண்டு வந்துவிட்டார்கள் மைதானம் முழுக்க ஒரே சிரிப்பு. ராஜ நடை நடக்க வேண்டியவனை டீச்சர் தூக்கி வந்தால் எப்படி? இந்த லட்சணத்தில் முன்னால் வெகு அருகில் சசிகலா சிரிப்பை அடக்க முடியாமல் உட்கார்ந்திருந்தாள். நாடகத்தில் கிறிஸ்து பிறந்ததை அறிந்த மூன்று ஞானிகளும் கையில் ரத்தினம், பவழங்களுடன் நட்சத்திரம் வழி காட்ட அவரைத் தேடி வருகிறார்கள். வந்து, ராஜாவிடம் ஏசு பிறந்திருப்பதைச் சொல்லுகிற மாதிரி காட்சி என்று நினைவு. கல்லூரியில் டி.எஸ். எலியட்டின் Journey of the magi சொல்லித் தருகிற போது இந்த ஞாபகம் வந்து தனியாகச் சிரித்துக் கொண்டிருந்தேன், அப்போதும் வகுப்பே வேடிக்கை பார்த்துக் கொண்டிருந்தது, சரியாக பத்து வருஷம் கழித்து.

சரோஜா டீச்சரின் சேலையிலிருந்து வந்த பிளவர் டஸ்டின் மணமும் மெலிதான பாச்சா உருண்டை வாசனையும் இன்னும் என்னைச் சுற்றி நிற்கிற மாதிரி இருக்கிறது. நாலாம் வகுப்போடு

குட்டை வாத்தியார் பள்ளிக்கூடத்தை விட்டுப் போனது சரோஜா டீச்சருக்கு வருத்தம். ஐந்தாம் வகுப்பிற்கு தெற்குப் புதுத் தெருவிலிருக்கும் சி. எம். எலிமெண்டரி ஸ்கூலுக்குப் போய் சேர்ந்தேன். அங்கே சேர்ந்தால் ஈஸ்டர்ன் பிராஞ்ச் பள்ளிக்கூடத்தில் ஆறாங் கிளாஸுக்கு எளிதாகச் சேர்த்துக் கொள்வார்கள், என்று பழனி என்கிற பழனி வேலாயுதம் சொன்னான். பழனி, சபாபதி என்று பக்கத்து வீட்டுப் பையென்களெல்லாம் அங்கு தான் படித்தார்கள்.

அது வரை தலை மயிர் என்று கூடச் சொல்லியிராத நான் அத்தனை கெட்ட வார்த்தைகளையும் பழக நேர்ந்தது. அங்கே அவ்வளவு கண்டிப்பு கிடையாது. பால் செல்லையா சாரிடம் டியுஷன் சேர்ந்ததால் எப்படியோ பாஸ் பண்ணிவிட்டேன். தவக்களை ராமகிருஷ்ணனும், (தவளை ரேஸில் அவனை யாரும் ஜெயிக்க முடியாது) செய்யது யாகூப், உமேஷ் என்று புதுப்புது நண்பர்கள். உமேஷ் நன்றாகப் படம் வரைவான். தினத்தந்தியில் அப்போது தான் தினசரிகளிலெயே முதன்முதலாக ‘கறுப்புக் கண்ணாடி’ என்ற சித்திரக்கதை வெளி வந்தது. அதைத் தொடர்ந்த்து ‘சிலம்புக் குகை’யோ ‘மர்மக் குகை’யோ வந்தது. அது முடிந்ததும் தான் கன்னித்தீவு வந்தது (1959). செய்யது யாகூப் வீட்டில் தினத்தந்தி வாங்குவார்கள். மதியம் சாப்பிட வீட்டிற்கு வந்து திரும்பும் போது அவன் வீட்டிற்குச் சென்று கன்னித்தீவு படிக்காமல் வரமாட்டேன். ‘கறுப்புக்கண்ணாடி’ கதைக்குப் படம், கம்பர் என்ற ஓவியர். கன்னித்தீவுக்கு பாலன். இடையில் அவர் படம் போடாமல் வேறு யாரோ போட்ட நினைவு. கொஞ்ச காலத்திற்கு கன்னித்தீவு நின்றிருந்தது. தினத்தந்திக்கு சிரிப்பு படம் வரைந்து நானும் உமேஷும் அனுப்பியிருக்கிறோம். சிரிப்பும் வரவில்லை, படமும் வரவில்லை. சி. என் சுப்பிரமணியன் அப்போதுதான் தெருவுக்கு குடி வந்திருந்தான். அவனும் என்னுடன் சேர்ந்து கொண்டான், தவளை, லீடர் அழகப்பனெல்லாம் வீட்டுக்குத் தெரியாமல் சினிமாவுக்குப் போவோம். சனிக்கிழமை மதியம் மாட்னிஷோ. குறைந்த கட்டணத்தில் தரை டிக்கெட் 15 பைசா. இந்தி இங்கிலீஷ் படங்கள். ஆவாரா, கோல்கொண்டா கைதி, யாஸ்மின், நைட் கிளப், சி.ஐ.டி, 12 ஓ’ கிளாக், மிஸ்டர் எக்ஸ், பியாசா என்று எத்தனையோ. ‘அதி பயங்கர ரிபப்ளிக் சீரியல் படம்’ என்று தட்டி எழுதி வைத்திருப்பார்கள். பெயரெல்லாம் தமிழில் ஜாலியாக வைப்பார்கள். டெஸர்ட் ஏஜண்ட் என்ற படத்துக்கு ‘உதை மாஸ்டர் மகன்’, டிரம்ஸ் ஆஃப் ஃபுமாஞ் என்ற படத்துக்கு ‘சீனத்து வில்லன்’. வடநாட்டு எம். ஜி. ஆர். மஹிபால் நடித்த, ‘ஜாடு மஹால்’, தேவ் ஆனந்த் நடித்த ‘பாக்கெட் மார்’ (திருடாதே படம் இதன்

கதையைத் தழுவியது) என்றெல்லாம் எழுதி வைத்திருப்பார்கள். இது காணாதென்று உமேஷ் வீட்டிலேயே லென்ஸ் வைத்து சினிமா போடுவோம். விருதுநகர் பால்பாண்டியன் ப்ரதர்ஸ் என்று ஒரு கம்பெனி 3 நயாபைசாவிற்கு 5 பிலிம். ஒரு தாளில் சுற்றி ஒரு மன்த்லி காலண்டர் போன்ற அட்டையில் ஒட்டியிருக்கும். நாடோடி மன்னன். திருடாதே, சபாஷ் மாப்பிள்ளை, என்று கிடைக்கிற 3 பைசாவுக்கெல்லாம் ஃபிலிமாக வாங்கி வைத்திருப்போம். ஃப்யூஸாகப் போன (fuse) பல்பைக் குடைந்து தண்ணீர் நிரப்பி விட்டால் குண்டு லென்ஸாகி விடும். படமும் நிஜப்படம் போல் பெரிதாய் இருக்கும். எங்களிடம் எட்டணா லென்ஸ் தான், சி. என். சுப்ரமணியனின் அண்ணனிடம் விலை கூடின லென்ஸ். படம் பெரிதாகி கூர்மையாக விழும். ஆனால் தரமாட்டார். பெரிய பிரிசாலம் பண்ணுவார் அதனல் தான் அவர் பிரின்சிபால் ஆனாரோ என்னவோ.

எங்களோடு தியேட்டரில் சினிமா பார்க்க, பெரிய கோபால், என்னைவிட ஒரு வயது மூத்தவன், ஒரு வகுப்பு கூடப் படிப்பவன், வருவான். நல்ல படங்கள் திரும்ப வருகிற போது அவன் தான் சொல்வான் Jules Verne படங்களான, Journey to the centre of earth, Captain Marvell, Land unknown, (ஜூராஸிக் பார்க்குக்கு அண்ணன்) அந்தக்கால Mummy, முதல் சினிமாஸ்கோப் படமான ஹெலன் ஆப் டிராய் வரை, எல்லாம் அவனுடன் பார்த்ததுதான். அந்த ஒன்பதாம் வயதில் ஒன்பது கிரகங்களில் ஒன்று கூட நல்ல நிலையில் இல்லை. என்று நினைக்கிறேன். மாணவர்களின் கவனம் சிதைவுறாமல் பார்ப்பதில் இங்கேதான் பெற்றோர்கள், ஆசிரியர்கள் பங்கு முக்கியமானது.

நிர்ச்சலனமாய் இருந்த மனக்குளத்தில் விதிப்பறவை போகிற போக்கில் உதிர்த்துப் போன சிறகினால் நீர் வட்டங்கள் கிளம்பி பெரிதாகிக் கரையில் மோதி, நீரில் தோன்றி நீரிலேயே மறைந்து போகலாம். ஆனால் நினைவுகள் அந்த வட்டச் சுவடுகள், அவை அழிவதே இல்லை அடி நாட்களின் வசந்தமும் வாழ்வும் அன்பும் பிணக்குகளும் ஞாபகமாய் விழுது விட்டு பரந்து நிற்கிறது. அது, வயது வந்த பின் வாழ்க்கை பரிசளிக்கும் வெக்கைக்கு அருமையான் குளிர் தரு நிழலாய் இருக்கிறது.

ஆனால் மையத்தைப் பிரிகிற நீர் வட்டங்களாய் இளம் பருவத்துத் தோழிகளையும் தோழர்களையும் பிரிந்து போக நேரிடுவதுதான் ஒரு பெரிய சோகம். இந்த சோகம் ஒரு அழகான கவிதையானது பின்னாளில்.

மையத்தைப் பிரிகிற நீர் வட்டங்கள்

"யூனிஃபாரமும்
A, B, C, D, யும்
என்னைப் பெரியவனாக்கின போது
உன் வெளிறிய
சிலேட்டைக் கருப்பாக்க
உன் சுருண்ட கூந்தலைக்
கனவாக்கித்தின்ற படி
ஊமத்தை இலைகளுக்காய்
கரித்துண்டுகளுக்காய்
'பயணங்கள்' போகிற
சுகங்களை
சொர்க்கங்களை
மறக்கத் தொடங்கினேன்

அடுத்த வருடம்
படிக்க வைக்கிற முஸ்தீபுகளில்
அம்மாவின்
வேப்பெண்ணெய் பூசின
முலைக் காம்புகளை
மறந்து விட நேரிடுவதேன் சசி"